ಅನಿಮಲ್ ಫಾರ್ಮ್

ರಚನೆ

ಜಾರ್ಜ್ ಆರ್ವೆಲ್

D9900038

SANAGE
PUBLISHING HOUSE

ಐತಿಹಾಸಿಕ ಘಟನೆಗಳು, ನೈಜ ವ್ಯಕ್ತಿಗಳು ಅಥವಾ ನೈಜ ಸ್ಥಳಗಳ ಯಾವುದೇ ಉಲ್ಲೇಖಗಳನ್ನು ಕಾಲ್ಪನಿಕವಾಗಿ ಬಳಸಲಾಗುತ್ತದೆ. ಹೆಸರುಗಳು, ಪಾತ್ರಗಳು ಮತ್ತು ಸ್ಥಳಗಳು ಲೇಖಕರ ಕಲ್ಪನೆಯ ಉತ್ಪನ್ನಗಳಾಗಿವೆ.

ಇವರಿಂದ ಮುದ್ರಿಸಲಾಗಿದೆ:

ಸನೇಜ್ ಪಬ್ಲಿಷಿಂಗ್ ಹೌಸ್ ಎಲ್ ಎಲ್ ಪಿ

ಮುಂಬೈ, ಭಾರತ

sanagepublishing@gmail.com

ಎರಿಕ್ ಆರ್ಥರ್ ಬ್ಲೇರ್(25 ಜೂನ್ 1903 - 21 ಜನವರಿ 1950), ಜಾರ್ಜ್ ಆರ್ವೆಲ್ ಎಂಬ ಅವರ ಕಾವ್ಯನಾಮದಿಂದ ಹೆಚ್ಚು ಪರಿಚಿತರಾಗಿದ್ದಾರೆ, ಅವರು ಇಂಗ್ಲಿಷ್ ಕಾದಂಬರಿಕಾರ ಮತ್ತು ಪ್ರಬಂಧಕಾರ, ಪತ್ರಕರ್ತ ಮತ್ತು ವಿಮರ್ಶಕರಾಗಿದ್ದರು. ಅವರ ಕೃತಿಗಳು ಸ್ಪಷ್ಟವಾದ ಗದ್ಯ, ಕಟುವಾದ ಸಾಮಾಜಿಕ ಟೀಕೆ, ನಿರಂಕುಶಾಧಿಕಾರದ ವಿರೋಧ ಮತ್ತು ಪ್ರಜಾಸತ್ತಾತ್ಮಕ ಸಮಾಜವಾದದ ಬಹಿರಂಗ ಬೆಂಬಲದಿಂದ ನಿರೂಪಿಸಲ್ಪಟ್ಟಿದೆ. ಜಾರ್ಜ್ ಆರ್ವೆಲ್ ಸಾಂಕೇತಿಕ ಕಾದಂಬರಿ ಅನಿಮಲ್ ಫಾರ್ಮ್ ಮತ್ತು ಡಿಸ್ಟೋಪಿಯನ್ ಕಾದಂಬರಿ ನೈನ್ಟೀನ್ ಎಯ್ಟಿ-ಫೋರ್ಗೆ ಹೆಚ್ಚು ಹೆಸರುವಾಸಿಯಾಗಿದ್ದಾರೆ.

ಪರಿವಿಡಿ

ಅಧ್ಯಾಯ I

ಮ್ಯಾನರ್ ಫಾರ್ಮ್‌ನ ಜೋನ್ಸ್, ರಾತ್ರಿ ಕೋಳಿಮನೆಗಳಿಗೆ ಬೀಗ ಹಾಕಿದ್ದರು ಆದರೆ ಹೊರಗೆ ಹೋಗುವ ರಂಧ್ರವನ್ನು ಮುಚ್ಚಲು ನೆನಪಿಲ್ಲದಷ್ಟು ಕುಡಿದಿದ್ದರು. ಅವನ ಲ್ಯಾಂಟರ್ನ್‌ನ ಬೆಳಕಿನ ಸುರುಳಿಯೂ ಅಕ್ಕಪಕ್ಕಕ್ಕೆ ನೃತ್ಯ ಮಾಡುತ್ತಿತ್ತು, ಅವನು ಅಂಗಳದಾದ್ಯಂತ ಅಡ್ಡಾಡಿದನು, ಹಿಂಬಾಗಿಲಿಗೆ ಬಳಿ ತನ್ನ ಬೂಟುಗಳನ್ನುಹಾಕಿದನು, ಸಣ್ಣ ಕೊನೆಯಲ್ಲಿರುವ ಬ್ಯಾರೆಲ್‌ನಿಂದ ಕೊನೆಯ ಗ್ಲಾಸ್ ಬಿಯರ್ ಅನ್ನು ಎಳೆದುಕೊಂಡು ಮಲಗಿದನು, ಅಲ್ಲಿ ಶ್ರೀಮತಿ ಜೋನ್ಸ್ ಆಗಲೇ ಗೊರಕೆ ಹೊಡೆಯುತ್ತಿದ್ದಳು.

ಮಲಗುವ ಕೋಣೆಯಲ್ಲಿನ ಬೆಳಕು ಆರಿಹೋದ ತಕ್ಷಣ, ಕೃಷಿ ಕಟ್ಟಡಗಳಾದ್ಯಂತ ಕಲಕುವಿಕೆ ಮತ್ತು ಬೀಸುವಿಕೆ ಇತ್ತು. ಆ ದಿನದಂದು ಮಧ್ಯಾಹ್ನದ ಹೊತ್ತಿಗೆ, ಪ್ರಶಸ್ತಿ ವಿಜೇತ ಮಿಡಲ್ ವೈಟ್ ಹಂದಿ ಹಳೆಯ ಮೇಜರ್ ಹಿಂದಿನ ರಾತ್ರಿ ಅಜಗುಳಿದ ಕನಸು ಕಂಡಿದ್ದಾನೆ ಮತ್ತು ಅದನ್ನು ಇತರ ಪ್ರಾಣಿಗಳಿಗೆ ಹಂಚಿಕೊಳ್ಳಲು ಬಯಸುತ್ತಾನೆ ಎಂಬ ಸುದ್ದಿ ಹಬ್ಬಿಸಿತ್ತು. ಶ್ರೀ ಜೋನ್ಸ್ ಸುರಕ್ಷಿತವಾಗಿ ಹೊರಬಂದ ತಕ್ಷಣ ಅವರೆಲ್ಲರೂ ದೊಡ್ಡ ಕೊಟ್ಟಿಗೆಯಲ್ಲಿ ಭೇಟಿಯಾಗಬೇಕೆಂದು ಒಪ್ಪಿಕೊಳ್ಳಲಾಗಿದೆ. ಹಳೆಯ ಮೇಜರ್ (ಅವನು ಎಂದೆಂದಿಗೂ ಹೀಗೆ ಕರೆಯಲ್ಪಡುತ್ತಿದ್ದ, ಆದರೆ ಅವನನ್ನು ಪ್ರದರ್ಶಿಸಿದ ಅಧಿಕೃತ ಹೆಸರು ವಿಲ್ಲಿಂಗ್ಡನ್ ಬ್ಯೂಟಿ ಆಗಿತ್ತು) ಫಾರ್ಮ್‌ನಲ್ಲಿ ಅಷ್ಟು ಗೌರವವನ್ನು ಹೊಂದಿದ್ದನು, ಪ್ರತಿ ಪ್ರಾಣಿಯು ಅವನ ಹೇಳಿಕೆಯನ್ನ ಕೇಳಲು ಒಂದು ಗಂಟೆಯ ನಿದ್ರೆ ತ್ಯಾಗ ಮಾಡಲು ಸಿದ್ಧವಾಗಿದ್ದವು.

ದೊಡ್ಡ ಕೊಟ್ಟಿಗೆಯ ಒಂದು ತುದಿಯಲ್ಲಿ, ಒಂದು ರೀತಿಯ ಎತ್ತರದ ವೇದಿಕೆಯ ಮೇಲೆ, ಮೇಜರ್ ಈಗಾಗಲೇ ತನ್ನ ಒಣಹುಲ್ಲಿನ ಹಾಸಿಗೆಯ ಮೇಲೆ, ತೊಲೆ ಇಂದ

ನೇತಾಡುವ ಲ್ಯಾಂಟರ್ನ್ ಅಡಿಯಲ್ಲಿ ಸುತ್ತುವರಿಯಲ್ಪಟ್ಟನು. ಅವನು ಹನ್ನೆರಡು ವರ್ಷ ವಯಸ್ಸಿನವನಾಗಿದ್ದನು ಮತ್ತು ಇತ್ತೀಚೆಗೆ ಸಾಕಷ್ಟು ದಟ್ಟವಾಗಿ ಬೆಳೆದಿದ್ದನು, ಆದರೆ ಅವನು ಇನ್ನೂ ಭವ್ಯವಾಗಿ ಕಾಣುವ ಹಂದಿಯಾಗಿದ್ದನು, ಅವನ ತುಶ್ಗಳನ್ನು ಎಂದಿಗೂ ಕತ್ತರಿಸಲಾಗಿಲ್ಲದಿದ್ದರು ಎಂಬ ವಾಸ್ತವದ ಹೊರತಾಗಿಯೂ ಬುದ್ಧಿವಂತಿಕೆ ಮತ್ತು ದಯೆ ತೋರುತ್ತಿತ್ತು. ಬೇಗನೇ ಇತರ ಪ್ರಾಣಿಗಳು ಬಂದು, ತಮ್ಮದೇ ರೀತಿಯಲ್ಲಿ ಅನುಕೂಲಕರವಾಗಿ ಕೂತುಕೊಳ್ಳಲು ಆರಂಭಿಸಿದರು. ಮೊದಲು ಬ್ಲೂಬೆಲ್, ಜೆಸ್ಸಿ ಮತ್ತು ಪಿಂಚರ್ ಎಂಬ ಮೂರು ನಾಯಿಗಳು ಬಂದವು ಮತ್ತು ನಂತರ ಹಂದಿಗಳು ತಕ್ಷಣವೇ ವೇದಿಕೆಯ ಮುಂಭಾಗದ ಒಣಹುಲ್ಲಿನಲ್ಲಿ ಕುಳಿತುಕೊಂಡವು. ಕೋಳಿಗಳು ಕಿಟಕಿಗಳ ಮೇಲೆ ಕುಳಿತವು, ಪಾರಿವಾಳಗಳು ಮಹಡಿಯವರೆಗೆ ಹಾರಿಹೋದವು, ಕುರಿ ಮತ್ತು ಹಸುಗಳು ಹಂದಿಗಳ ಹಿಂದೆ ಮಲಗಿದ್ದವು ಮತ್ತು ಆಹಾರವನ್ನುವನ್ನು ಅಗಿಯಲು ಪ್ರಾರಂಭಿಸಿದವು. ಬಾಕ್ಸರ್ ಮತ್ತು ಕ್ಲೋವರ್ ಎಂಬ ಎರಡು ಕುದುರೆಗಳು ಒಟ್ಟಿಗೆ ಬಂದವು, ನಿಧಾನವಾಗಿ ನಡೆಯುತ್ತಾ ತಮ್ಮ ವಿಶಾಲವಾದ ಕೂದಲುಳ್ಳ ಗೊರಸುಗಳನ್ನು ಒಣಹುಲ್ಲಿನಲ್ಲಿ ಮರೆಮಾಡುವಾಗ ಯಾವುದೇ ಸಣ್ಣ ಪ್ರಾಣಿಗಳು ಇದ್ದಿರಬಹುದು ಎಂದು ಬಹಳ ಎಚ್ಚರಿಕೆಯಿಂದ ಹೊಂದಿಸಿದವು.ಕ್ಲೋವರ್ ಮಧ್ಯಮ ಜೀವನವನ್ನು ಸಮೀಪಿಸುತ್ತಿರುವ ದೃಢವಾದ ತಾಯಿ ಕುದುರೆ ಆಗಿದ್ದು, ತನ್ನ ನಾಲ್ಕನೇ ಮಗುವಿನ ನಂತರ ತನ್ನ ಆಕೃತಿಯನ್ನು ಮರಳಿ ಪಡೆಯಲಿಲ್ಲ. ಬಾಕ್ಸರ್ ಒಂದು ಅಗಾಧ ಮೃಗ, ಸುಮಾರು ಹದಿನೆಂಟು ಕೈಗಳ ಎತ್ತರ, ಮತ್ತು ಯಾವುದೇ ಎರಡು ಸಾಮಾನ್ಯ ಕುದುರೆಗಳನ್ನು ಒಟ್ಟುಗೂಡಿಸಿದಷ್ಟು ಬಲಶಾಲಿ. ಅವನ ಮೂಗಿನ ಕೆಳಗಿನ ಬಿಳಿ ಪಟ್ಟಿಯು ಅವನಿಗೆ ಸ್ವಲ್ಪ ಮೂರ್ಖ ತೋರಿಕೆಯನ್ನು ನೀಡಿತು, ಮತ್ತು ವಾಸ್ತವವಾಗಿ ಅವನು ಮೊದಲ ದರ್ಜೆಯ ಬುದ್ಧಿವಂತಿಕೆಯನ್ನು ಹೊಂದಿರಲಿಲ್ಲ, ಆದರೆ ಅವನ ಪಾತ್ರದ ಸ್ಥಿರತೆ ಮತ್ತು ಕೆಲಸದ ಪ್ರಚಂಡ ಶಕ್ತಿಗಳಿಗಾಗಿ ಅವನು ಸಾರ್ವತ್ರಿಕವಾಗಿ ಗೌರವಿಸಲ್ಪಟ್ಟನು. ಕುದುರೆಗಳ ನಂತರ ಬಿಳಿ ಮೇಕೆ ಮತ್ತು ಬೆಂಜಮಿನ್ನ್ ಎನ್ನುವ ಕತ್ತೆ ಬಂದವು. ಬೆಂಜಮಿನ್ ಜಮೀನಿನಲ್ಲಿ ಅತ್ಯಂತ ವಯಸ್ಸಾದ ಪ್ರಾಣಿ, ಮತ್ತು ಕೆಟ್ಟ ಸ್ವಭಾವದ ಪ್ರಾಣಿ. ಅದು ವಿರಳವಾಗಿ ಮಾತನಾಡುತ್ತಿತ್ತು ಮತ್ತು ಅದು

ಮಾತನಾಡುವಾಗ, ಸಾಮಾನ್ಯವಾಗಿ ಕೆಲವು ಸಿನಿಕತನದ ಟೀಕೆಗಳನ್ನು ಮಾಡುತ್ತಿತ್ತು, ಉದಾಹರಣೆಗೆ, ನೊಣಗಳನ್ನು ತಡೆಯಲು ದೇವರು ತನಗೆ ಬಾಲವನ್ನು ನೀಡಿದ್ದಾನೆ ಎಂದು ಅವನು ಹೇಳುತ್ತಿತ್ತು, ಆದರೆ ಅದು ಬೇಗನೆ ಬಾಲ ಮತ್ತು ನೊಣಗಳನ್ನು ಹೊಂದಿರುವುದಿಲ್ಲ ಎಂದು ಕೂಡ ಹೇಳುತಿತ್ತು. ಜಮೀನಿನಲ್ಲಿ ಪ್ರಾಣಿಗಳ ನಡುವೆ ಇವನು ಒಬ್ಬನೇ ಮಾತ್ರ ನಗುತಿರಲಿಲ್ಲ. ಯಾಕೆ ಎಂದು ಕೇಳಿದರೆ ನಗಲು ಏನೂ ಕಾಣಲಿಲ್ಲ ಎಂದು ಹೇಳುತ್ತಿದ್ದನು. ಅದೇನೇ ಇದ್ದರೂ, ಅದನ್ನು ಬಹಿರಂಗವಾಗಿ ಒಪ್ಪಿಕೊಳ್ಳದೆ, ಅವನು ಬಾಕ್ಸರ್‌ಗೆ ಬದ್ಧನಾಗಿದ್ದನು; ಅವರಿಬ್ಬರು ಸಾಮಾನ್ಯವಾಗಿ ತಮ್ಮ ಭಾನುವಾರಗಳನ್ನು ತೋಟದ ಆಚೆಗಿನ ಸಣ್ಣ ಗದ್ದೆಯಲ್ಲಿ ಒಟ್ಟಿಗೆ ಕಳೆದರು, ಅಕ್ಕಪಕ್ಕದಲ್ಲಿ ಮೇಯುತ್ತಿದ್ದರು ಮತ್ತು ಎಂದಿಗೂ ಮಾತನಾಡುತ್ತಿರಲಿಲ್ಲ.

ತಾಯಿಯನ್ನು ಕಳೆದುಕೊಂಡ ಬಾತುಕೋಳಿಗಳ ಸಂಸಾರವು ಕೊಟ್ಟಿಗೆಯೊಳಗೆ ಬಂದಾಗ, ಮೆತ್ತಗೆ ಕೂಗುತ್ತ ಮತ್ತು ಅಕ್ಕಪಕ್ಕಕ್ಕೆ ಅಲೆದಾಡುತ್ತಾ ಅವು ತುಳಿಯದ ಸ್ಥಳವನ್ನು ಹುಡುಕುತ್ತಿರುವಾಗ ಎರಡು ಕುದುರೆಗಳು ಸುಮ್ಮನೆ ಮಲಗಿದ್ದವು. ಕ್ಲೋವರ್ ತನ್ನ ದೊಡ್ಡ ಮುಂಗಾಲಿನಿಂದ ಅದರ ಸುತ್ತಲೂ ಒಂದು ರೀತಿಯ ಗೋಡೆಯನ್ನು ಮಾಡಿತು, ಮತ್ತು ಬಾತುಕೋಳಿಗಳು ಅದರೊಳಗೆ ಗೂಡುಕಟ್ಟಿದವು ಮತ್ತು ತಕ್ಷಣವೇ ನಿದ್ರಿಸಿದವು. ಕೊನೆಯ ಕ್ಷಣದಲ್ಲಿ ದಡ್ಡ ಮೊಲ್ಲಿ, ಮಿಸ್ಟರ್ ಜೋನ್ಸ್ ನ ಗಾಡಿಯನ್ನು ಎಳೆಯುವ, ಸುಂದರ ಬಿಳಿ ಕುದುರೆ, ಸಕ್ಕರೆಯ ಉಂಡೆಯನ್ನು ಅಗಿಯುತ್ತಾ ನುಣುಚಿಕೊಳ್ಳುತ್ತಾ ಬಂದಳು. ಅವಳು ಮುಂಭಾಗದ ಬಳಿ ಸ್ಥಳವನ್ನು ತೆಗೆದುಕೊಂಡು ತನ್ನ ಬಿಳಿ ಸಿಂಹದೊಂದಿಗೆ ಪ್ರೇಮದೊಂದಿಗೆ ಮಾತನ್ನು ಪ್ರಾರಂಭಿಸಿದಳು, ಅದು ಹೆಣೆದ ಕೆಂಪು ರಿಬ್ಬನ್‌ಗಳತ್ತ ಗಮನ ಸೆಳೆಯಲು ನೀರಿಕ್ಷೆಯಲ್ಲಿ.ಎಲ್ಲಕ್ಕಿಂತ ಕೊನೆಯದಾಗಿ ಬೆಕ್ಕು ಬಂದಿತು, ಅದು ಎಂದಿನಂತೆ ಬೆಚ್ಚಗಿನ ಸ್ಥಳಕ್ಕಾಗಿ ಸುತ್ತಿಮುತ್ತ ನೋಡುತ್ತದೆ ಮತ್ತು ಅಂತಿಮವಾಗಿ ಬಾಕ್ಸರ್ ಮತ್ತು ಕ್ಲೋವರ್ ನಡುವೆ ಜಾಗವನ್ನು ಹುಡುಕಿಕೊಂಡಿತು; ಅಲ್ಲಿ ಅವಳು ಮೇಜರ್‌ನ ಭಾಷಣದುದ್ದಕ್ಕೂ ಅವನು ಏನು ಹೇಳುತ್ತಿದ್ದನೆಂಬುದನ್ನು ಕೇಳದೆ ತೃಪ್ತಳಾಗಿದ್ದಳು.

ಹಿಂದಿನ ಬಾಗಿಲಿನ ಹಿಂದೆ ಒಂದು ಕೋಲಿನ ಮೇಲೆ ಮಲಗಿದ್ದ ಮೋಸೆಸ್ ಎಂಬ ಹೆಸರಿನ ಪಳಗಿದ ಕಾಗೆ ಹೊರತುಪಡಿಸಿ ಎಲ್ಲಾ ಪ್ರಾಣಿಗಳು ಈಗ ಹಾಜರಿದ್ದವು. ಮೇಜರ್ ಅವರೆಲ್ಲರೂ ಆರಾಮವಾಗಿದ್ದಾರೆ ಮತ್ತು ಗಮನವಿಟ್ಟು ಕಾಯುತ್ತಿದ್ದಾರೆಂದು ನೋಡಿದಾಗ, ಅವನು ತನ್ನ ಗಂಟಲನ್ನು ಸರಿಪಡಿಸಿಕೊಂಡು ಪ್ರಾರಂಭಿಸಿದನು: "ಒಡನಾಡಿಗಳೇ, ನಿನ್ನೆ ರಾತ್ರಿ ನಾನು ಕಂಡ ವಿಚಿತ್ರ ಕನಸಿನ ಬಗ್ಗೆ ನೀವು ಈಗಾಗಲೇ ಕೇಳಿದ್ದೀರಿ. ಆದರೆ ನಾನು ನಂತರ ಕನಸಿಗೆ ಬರುತ್ತೇನೆ. ನಾನು ಮೊದಲು ಹೇಳಲು ಇನ್ನೊಂದು ವಿಷಯವಿದೆ. ಒಡನಾಡಿಗಳೇ, ನಾನು ಇನ್ನೂ ಹಲವು ತಿಂಗಳು ನಿಮ್ಮೊಂದಿಗೆ ಇರುತ್ತೇನೆ ಎಂದು ನಾನು ಭಾವಿಸುವುದಿಲ್ಲ, ಮತ್ತು ನಾನು ಸಾಯುವ ಮೊದಲು, ನಾನು ಸಂಪಾದಿಸಿದ ಅಂತಹ ಬುದ್ಧಿವಂತಿಕೆಯನ್ನು ನಿಮಗೆ ರವಾನಿಸುವುದು ನನ್ನ ಕರ್ತವ್ಯ ಎಂದು ನಾನು ಭಾವಿಸುತ್ತೇನೆ. ನಾನು ಸುದೀರ್ಘ ಜೀವನವನ್ನು ಹೊಂದಿದ್ದೇನೆ, ನನ್ನ ಕೊಟ್ಟಿಗೆಯಲ್ಲಿ ನಾನು ಒಬ್ಬಂಟಿಯಾಗಿ ಮಲಗಿರುವಾಗ ನಾನು ಯೋಚಿಸಲು ಸಾಕಷ್ಟು ಸಮಯವನ್ನು ಹೊಂದಿದ್ದೇನೆ ಮತ್ತು ಈ ಭೂಮಿಯ ಮೇಲಿನ ಜೀವನದ ಸ್ವರೂಪವನ್ನು ಮತ್ತು ಈಗ ವಾಸಿಸುವ ಯಾವುದೇ ಪ್ರಾಣಿಯನ್ನು ನಾನು ಅರ್ಥಮಾಡಿಕೊಂಡಿದ್ದೇನೆ ಎಂದು ನಾನು ಹೇಳಬಹುದು ಎಂದು ನಾನು ಭಾವಿಸುತ್ತೇನೆ. ಇದರ ಬಗ್ಗೆ ನಾನು ನಿಮ್ಮೊಂದಿಗೆ ಮಾತನಾಡಲು ಬಯಸುತ್ತೇನೆ.

"ಈಗ, ಒಡನಾಡಿಗಳೇ, ನಮ್ಮ ಈ ಜೀವನದ ಸ್ವರೂಪವೇನು? ನಾವು ಅದನ್ನು ಎದುರಿಸೋಣ: ನಮ್ಮ ಜೀವನವು ಶೋಚನೀಯ, ಶ್ರಮದಾಯಕ ಮತ್ತು ಚಿಕ್ಕದಾಗಿದೆ.ನಾವು ಹುಟ್ಟಿದ್ದೇವೆ, ನಮ್ಮ ದೇಹದಲ್ಲಿ ಉಸಿರನ್ನು ಉಳಿಸಿಕೊಳ್ಳುವಷ್ಟು ಆಹಾರವನ್ನು ನಮಗೆ ನೀಡಲಾಗುತ್ತದೆ ಮತ್ತು ನಮ್ಮಲ್ಲಿ ಸಾಮರ್ಥ್ಯವಿರುವವರು ನಮ್ಮ ಶಕ್ತಿ ಇರುವ ಕೊನೆಯ ಪರಮಾಣುವಿನವರೆಗೆ ಕೆಲಸ ಮಾಡಲು ಒತ್ತಾಯಿಸಲ್ಪಡುತ್ತಾರೆ; ಮತ್ತು ನಮ್ಮ ಉಪಯುಕ್ತತೆಯು ಕೊನೆಗೊಂಡ ತಕ್ಷಣ ನಮ್ಮನ್ನು ಭೀಕರ ಕ್ರೌರ್ಯದಿಂದ ಕೊಲ್ಲಲಾಗುತ್ತದೆ. ಇಂಗ್ಲೆಂಡಿನ ಯಾವ ಪ್ರಾಣಿಗೂ ಒಂದು ವರ್ಷ ತುಂಬಿದ ನಂತರ ಸಂತೋಷ ಅಥವಾ ವಿರಾಮದ ಅರ್ಥ ತಿಳಿದಿರುವುದಿಲ್ಲ. ಇಂಗ್ಲೆಂಡಿನಲ್ಲಿ ಯಾವುದೇ ಪ್ರಾಣಿ ಸ್ವತಂತ್ರವಾಗಿಲ್ಲ. ಪ್ರಾಣಿಗಳ

ಜೀವನವು ದುಃಖ ಮತ್ತು ಗುಲಾಮಗಿರಿಯಾಗಿದೆ: ಇದು ಸರಳ ಸತ್ಯ. "ಆದರೆ ಇದು ಪ್ರಕೃತಿಯ ಕ್ರಮದ ಭಾಗವೇ? ನಮ್ಮ ಈ ಭೂಮಿ ಬಡವಾಗಿರುವುದರಿಂದ ಅದರ ಮೇಲೆ ವಾಸಿಸುವವರಿಗೆ ಯೋಗ್ಯವಾದ ಜೀವನವನ್ನು ನೀಡಲು ಸಾಧ್ಯವಿಲ್ಲವೇ? ಇಲ್ಲ, ಸ್ನೇಹಿತರೆ, ಸಾವಿರ ಬಾರಿ ಇಲ್ಲ! ಇಂಗ್ಲೆಂಡಿನ ಮಣ್ಣು ಫಲವತ್ತಾಗಿದೆ, ಅದರ ಹವಾಮಾನವು ಉತ್ತಮವಾಗಿದೆ, ಇದು ಈಗ ವಾಸಿಸುವುದಕ್ಕಿಂತ ಹೆಚ್ಚಿನ ಸಂಖ್ಯೆಯ ಪ್ರಾಣಿಗಳಿಗೆ ಹೇರಳವಾಗಿ ಆಹಾರವನ್ನು ನೀಡಲು ಸಮರ್ಥವಾಗಿದೆ. ನಮ್ಮ ಈ ಒಂದೇ ಫಾರ್ಮ್ ಒಂದು ಡಜನ್ ಕುದುರೆಗಳು, ಇಪ್ಪತ್ತು ಹಸುಗಳು, ನೂರಾರು ಕುರಿಗಳನ್ನು ಹೊಂದಿದೆ ಮತ್ತು ಇವೆಲ್ಲವೂ ಈಗ ನಮ್ಮ ಕಲ್ಪನೆಗೂ ಮೀರಿದ ಸೌಕರ್ಯ ಮತ್ತು ಘನತೆಯಿಂದ ಬದುಕುತ್ತಿವೆ . ಹಾಗಾದರೆ ನಾವು ಈ ಶೋಚನೀಯ ಸ್ಥಿತಿಯಲ್ಲಿ ಏಕೆ ಮುಂದುವರಿಯುತ್ತಿದ್ದೇವೆ? ಏಕೆಂದರೆ ನಮ್ಮ ದುಡಿಮೆಯ ಉತ್ಪನ್ನವನ್ನು ಮನುಷ್ಯರು ನಮ್ಮಿಂದ ಕದಿಯುತ್ತಾರೆ. ಇದೆ ಒಡನಾಡಿಗಳೇ ನಮ್ಮೆಲ್ಲ ಸಮಸ್ಯೆಗಳಿಗೆ ಉತ್ತರ. ಇದನ್ನು ಒಂದೇ ಪದದಲ್ಲಿ ಸಂಕ್ಷಿಪ್ತಗೊಳಿಸಲಾಗಿದೆ ... ಅದು ಮನುಷ್ಯ. ಮನುಷ್ಯ ಮಾತ್ರ ನಮಗೆ ನಿಜವಾದ ಶತ್ರು. ದೃಶ್ಯದಿಂದ ಮನುಷ್ಯನನ್ನು ತೆಗೆದುಹಾಕಿದರೆ ಹಸಿವು ಮತ್ತು ಅತಿಯಾದ ಕೆಲಸದ ಮೂಲವು ಶಾಶ್ವತವಾಗಿ ರದ್ದುಗೊಳ್ಳುತ್ತದೆ.

"ಉತ್ಪಾದನೆ ಮಾಡದೆ ಸೇವಿಸುವ ಏಕೈಕ ಜೀವಿ ಮನುಷ್ಯ. ಅವನು ಹಾಲು ಕೊಡುವುದಿಲ್ಲ, ಮೊಟ್ಟೆ ಇಡುವುದಿಲ್ಲ, ನೇಗಿಲು ಎಳೆಯಲು ದುರ್ಬಲ, ಮೊಲಗಳನ್ನು ಹಿಡಿಯುವಷ್ಟು ವೇಗವಾಗಿ ಓಡುವುದಿಲ್ಲ. ಆದರೂ ಅವನು ಎಲ್ಲಾ ಪ್ರಾಣಿಗಳಿಗೆ ಅಧಿಪತಿ. ಅವನು ಅವರನ್ನು ಕೆಲಸ ಮಾಡಲು ಹೊಂದಿಸುತ್ತಾನೆ, ಅವರು ಹಸಿವಿನಿಂದ ತಡೆಯುವ ಕನಿಷ್ಠ ಮೊತ್ತವನ್ನು ಅವರಿಗೆ ಹಿಂತಿರುಗಿಸುತ್ತಾನೆ ಮತ್ತು ಉಳಿದದ್ದನ್ನು ಅವನು ತಾನೇ ಇಟ್ಟುಕೊಳ್ಳುತ್ತಾನೆ.ನಮ್ಮ ಶ್ರಮವು ಮಣ್ಣನ್ನು ಉಳುಮೆ ಮಾಡುತ್ತದೆ, ನಮ್ಮ ಸಗಣಿ ಅದನ್ನು ಫಲವತ್ತಾಗಿಸುತ್ತದೆ ಆದರೆ ನಮ್ಮಲ್ಲಿ ಯಾರೂ ಅವನ ಬರಿಯ ಚರ್ಮಕ್ಕಿಂತ ಹೆಚ್ಚಿನದನ್ನು ಹೊಂದಿಲ್ಲ. ನನ್ನ ಮುಂದೆ ನಾನು ನೋಡುವ ಹಸುಗಳೇ, ಕಳೆದ ವರ್ಷ ಎಷ್ಟು ಸಾವಿರ ಗ್ಯಾಲನ್ ಹಾಲು ನೀಡಿದ್ದೀರಿ? ಮತ್ತು ಗಟ್ಟಿಮುಟ್ಟಾದ ಕರುಗಳನ್ನು ಬೆಳೆಸಬೇಕಾಗಿದ್ದ ಆ ಹಾಲಿಗೆ

ಏನಾಯಿತು? ಅದರ ಪ್ರತಿ ಹನಿಯೂ ನಮ್ಮ ಶತ್ರುಗಳ ಗಂಟಲಿಗೆ ಇಳಿದಿದೆ. ಮತ್ತು ಕೋಳಿಗಳೇ, ಕಳೆದ ವರ್ಷ ನೀವು ಎಷ್ಟು ಮೊಟ್ಟೆಗಳನ್ನು ಇಟ್ಟಿದ್ದೀರಿ ಮತ್ತು ಅದರಲ್ಲಿ ಎಷ್ಟು ಮೊಟ್ಟೆಗಳು ಕೋಳಿಗಳಾಗಿ ಮೊಟ್ಟೆಯೊಡೆದಿವೆ? ಉಳಿದೆಲ್ಲವು ಜೋನ್ಸ್ ಮತ್ತು ಅವನ ಜನರಿಗೆ ಹಣವನ್ನು ಮಾಡಿಕೊಡಲು ಮಾರುಕಟ್ಟೆಗೆ ಹೋಗಿವೆ. ಮತ್ತು ನೀವು, ಕ್ಲೋವರ್, ನಿಮ್ಮ ವೃದ್ಧಾಪ್ಯಕ್ಕೆ ಬೆಂಬಲ ಮತ್ತು ಸಂತೋಷವನ್ನು ನೀಡಬೇಕಾದ ನಾಲ್ಕು ಮರಿಗಳು ಎಲ್ಲಿವೆ? ಪ್ರತಿಯೊಂದನ್ನು ಒಂದು ವರ್ಷದ ವಯಸ್ಸಿನಲ್ಲಿ ಮಾರಾಟ ಮಾಡಲಾಯಿತು; ನೀವು ಅವುಗಳಲ್ಲಿ ಒಂದನ್ನು ಕೂಡ ಮತ್ತೆ ನೋಡುವುದಿಲ್ಲ. ನಿಮ್ಮ ನಾಲ್ಕು ಬಂಧನಗಳು ಮತ್ತು ಹೊಲಗಳಲ್ಲಿನ ನಿಮ್ಮ ಎಲ್ಲಾ ಶ್ರಮಕ್ಕೆ ಪ್ರತಿಯಾಗಿ, ನಿಮ್ಮ ಬರಿಯ ಆಹಾರ ಮತ್ತು ಕೊಟ್ಟಿಗೆಯನ್ನು ಹೊರತುಪಡಿಸಿ ನೀವು ಏನನ್ನು ಹೊಂದಿದ್ದೀರಿ? "ಮತ್ತು ನಾವು ನಡೆಸುವ ಶೋಚನೀಯ ಜೀವನವು ಸಹ ನಮ್ಮ ನೈಸರ್ಗಿಕ ಅವಧಿಯನ್ನು ತಲುಪಲು ಅನುಮತಿಸುವುದಿಲ್ಲ .ನನಗಾಗಿ ನಾನು ಗೊಣಗುವುದಿಲ್ಲ, ಏಕೆಂದರೆ ನಾನು ಅದೃಷ್ಟವಂತರಲ್ಲಿ ಒಬ್ಬ. ನನಗೆ ಹನ್ನೆರಡು ವರ್ಷ ಮತ್ತು ನಾನೂರಕ್ಕೂ ಹೆಚ್ಚು ಮಕ್ಕಳಿದ್ದಾರೆ. ಹಂದಿಯ ಸಹಜ ಜೀವನವೇ ಹಾಗೆ. ಆದರೆ ಕೊನೆಗೆ ಯಾವ ಪ್ರಾಣಿಯೂ ಕ್ರೂರ ಚಾಕುವಿನಿಂದ ತಪ್ಪಿಸಿಕೊಳ್ಳುವುದಿಲ್ಲ. ನನ್ನೆದುರು ಕುಳಿತಿರುವ ಯುವ ಹಂದಿಗಳೇ, ನಿಮ್ಮಲ್ಲಿ ಪ್ರತಿಯೊಬ್ಬರೂ ಒಂದು ವರ್ಷದೊಳಗೆ ನಿಮ್ಮ ಪ್ರಾಣವನ್ನು ಮೀರಿ ಕಿರಿಚಿಕೊಳ್ಳುವಿರಿ. ಆ ಭಯಾನಕತೆಗೆ ನಾವೆಲ್ಲರೂ ಹಸುಗಳು, ಹಂದಿಗಳು, ಕೋಳಿಗಳು, ಕುರಿಗಳು, ಎಲ್ಲರೂ ಬರಬೇಕು. ಕುದುರೆಗಳು ಮತ್ತು ನಾಯಿಗಳು ಸಹ ಉತ್ತಮ ಭವಿಷ್ಯವನ್ನು ಹೊಂದಿಲ್ಲ. ನೀವು, ಬಾಕ್ಸರ್, ನಿಮ್ಮ ದೊಡ್ಡ ಸ್ನಾಯುಗಳು ತಮ್ಮ ಶಕ್ತಿಯನ್ನು ಕಳೆದುಕೊಂಡ ದಿನವೇ, ಜೋನ್ಸ್ ನಿಮ್ಮನ್ನು ಕಟುಕನಿಗೆ ಮಾರುತ್ತಾರೆ, ಅವರು ನಿಮ್ಮ ಗಂಟಲನ್ನು ಕತ್ತರಿಸಿ ನರಿಗಳ ಬೇಟೆಯಾಡುವ ನಾಯಿಗಳಿಗಾಗಿ ಕುದಿಸುತ್ತಾರೆ. ನಾಯಿಗಳಿಗೆ ಸಂಬಂಧಿಸಿದಂತೆ, ಅವು ವಯಸ್ಸಾದಾಗ ಮತ್ತು ಹಲ್ಲುರಹಿತವಾದಾಗ, ಜೋನ್ಸ್ ಅವರ ಕುತ್ತಿಗೆಗೆ ಇಟ್ಟಿಗೆಯನ್ನು ಕಟ್ಟಿ ಹತ್ತಿರದ ಕೊಳದಲ್ಲಿ ಮುಳುಗಿಸುತ್ತಾನೆ.

"ಹಾಗಾದರೆ, ಒಡನಾಡಿಗಳೇ, ನಮ್ಮ ಈ ಜೀವನದ ಎಲ್ಲಾ ಅನಿಷ್ಟಗಳು ಮನುಷ್ಯರ ದಬ್ಬಾಳಿಕೆಯಿಂದ ಹುಟ್ಟಿಕೊಂಡಿವೆ ಎಂಬುದು ಸ್ಪಷ್ಟವಾಗಿಲ್ಲವೇ? ಮನುಷ್ಯನನ್ನು ಮಾತ್ರ ತೊಡೆದುಹಾಕಿ, ಮತ್ತು ನಮ್ಮ ಶ್ರಮದ ಉತ್ಪನ್ನವು ನಮ್ಮದೇ ಆಗಿರುತ್ತದೆ. ಒಂದು ರಾತ್ರಿಯಲ್ಲಿ ನಾವು ಶ್ರೀಮಂತರಾಗಬಹುದು ಮತ್ತು ಸ್ವತಂತ್ರರಾಗಬಹುದು. ಹಾಗಾದರೆ ನಾವು ಏನು ಮಾಡಬೇಕು? ಏಕೆ, ಕೆಲಸವನ್ನು ರಾತ್ರಿ ಮತ್ತು ಹಗಲು, ದೇಹ ಮತ್ತು ಆತ್ಮವನ್ನು, ಮಾನವ ಜನಾಂಗದ ಉರುಳಿಸುವಿಕೆಗಾಗಿ ಮಾಡಬೇಕು! ಇದು ನಿಮಗೆ ನನ್ನ ಸಂದೇಶ, ಒಡನಾಡಿಗಳೆ: ಬಂಡಾಯ! ಆ ದಂಗೆ ಯಾವಾಗ ಬರುತ್ತದೋ ಗೊತ್ತಿಲ್ಲ, ಅದು ಒಂದು ವಾರ ಅಥವಾ ನೂರು ವರ್ಷಗಳಲ್ಲಿ ಆಗಿರಬಹುದು, ಆದರೆ ನನಗೆ ಗೊತ್ತು, ನನ್ನ ಪಾದದ ಕೆಳಗೆ ಈ ಹುಲ್ಲು ಕಂಡಂತೆ, ಬೇಗ ಅಥವಾ ನಂತರ ನ್ಯಾಯ ಸಿಗುತ್ತದೆ ಎಂದು. ಒಡನಾಡಿಗಳೇ, ನಿಮ್ಮ ಜೀವನದ ಅಲ್ಪಾವಧಿಯುದ್ದಕ್ಕೂ ಅದರ ಮೇಲೆ ನಿಮ್ಮ ಕಣ್ಣುಗಳನ್ನು ಇರಿಸಿ! ಮತ್ತು ಎಲ್ಲಕ್ಕಿಂತ ಹೆಚ್ಚಾಗಿ, ನನ್ನ ಈ ಸಂದೇಶವನ್ನು ನಿಮ್ಮ ನಂತರ ಬರುವವರಿಗೆ ರವಾನಿಸಿ, ಇದರಿಂದ ಮುಂದಿನ ಪೀಳಿಗೆಯು ವಿಜಯಶಾಲಿಯಾಗುವವರೆಗೆ ಹೋರಾಟವನ್ನು ಮುಂದುವರಿಸುತ್ತದೆ.

"ಮತ್ತು ನೆನಪಿಡಿ, ಒಡನಾಡಿಗಳೇ, ನಿಮ್ಮ ನಿರ್ಣಯವು ಎಂದಿಗೂ ಕುಂದಬಾರದು. ಯಾವುದೇ ವಾದವು ನಿಮ್ಮನ್ನು ದಾರಿ ತಪ್ಪಿಸಬಾರದು. ಮನುಷ್ಯ ಮತ್ತು ಪ್ರಾಣಿಗಳಿಗೆ ಸಾಮಾನ್ಯ ಆಸಕ್ತಿ ಇದೆ, ಒಬ್ಬರ ಏಳಿಗೆಯೇ ಇತರರ ಏಳಿಗೆ ಎಂದು ಅವರು ನಿಮಗೆ ಹೇಳಿದಾಗ ಕೇಳಬೇಡಿ. ಅದೆಲ್ಲ ಸುಳ್ಳು. ಮನುಷ್ಯನು ತನ್ನನ್ನು ಹೊರತುಪಡಿಸಿ ಯಾವುದೇ ಜೀವಿಗಳ ಹಿತಾಸಕ್ತಿಗಳನ್ನು ಪೂರೈಸುವುದಿಲ್ಲ. ಮತ್ತು ನಮ್ಮಲ್ಲಿ ಪ್ರಾಣಿಗಳಲ್ಲಿ ಹೋರಾಟದಲ್ಲಿ ಪರಿಪೂರ್ಣ ಏಕತೆ, ಪರಿಪೂರ್ಣ ಒಡನಾಟವಿರಲಿ. ಎಲ್ಲಾ ಮನುಷ್ಯರು ಶತ್ರುಗಳು. ಎಲ್ಲಾ ಪ್ರಾಣಿಗಳು ಒಡನಾಡಿಗಳು." ಈ ಕ್ಷಣದಲ್ಲಿ ಭಾರೀ ಕೋಲಾಹಲ ಉಂಟಾಯಿತು. ಮೇಜರ್ ಮಾತನಾಡುತ್ತಿರುವಾಗ, ನಾಲ್ಕು ದೊಡ್ಡ ಇಲಿಗಳು ತಮ್ಮ ರಂಧ್ರಗಳಿಂದ ಹೊರಬಂದವು ಮತ್ತು ಹಿಂಭಾಗದಲ್ಲಿ ಕುಳಿತು ಅವನ ಮಾತನ್ನು ಕೇಳುತ್ತಿದ್ದವು. ನಾಯಿಗಳು ಹಠಾತ್ತನೆ ಅವುಗಳನ್ನು ನೋಡಿದವು, ಮತ್ತು ಇಲಿಗಳು ಹತ್ತಿರದಲ್ಲೇ

ಇದ್ದ ತಮ್ಮ ರಂಧ್ರಗಳಿಗೆ ಹೊಕ್ಕು ತಮ್ಮ ಜೀವಗಳನ್ನು ಉಳಿಸಿಕೊಂಡವು. ಮೇಜರ್ ಮೌನಕ್ಕಾಗಿ ತನ್ನ ಕೈಯನ್ನು ಎತ್ತಿದನು. "ಒಡನಾಡಿಗಳೆ," ಅವರು ಹೇಳಿದರು, "ಇಲ್ಲಿ ಒಂದು ಅಂಶವನ್ನು ಇತ್ಯರ್ಥಗೊಳಿಸಬೇಕು. ಇಲಿಗಳು ಮತ್ತು ಮೊಲಗಳಂತಹ ಕಾಡು ಜೀವಿಗಳು ನಮ್ಮ ಸ್ನೇಹಿತರೇ ಅಥವಾ ನಮ್ಮ ಶತ್ರುಗಳೇ? ಅದನ್ನು ಮತಕ್ಕೆ ಹಾಕೋಣ. ನಾನು ಸಭೆಗೆ ಈ ಪ್ರಶ್ನೆಯನ್ನು ಪ್ರಸ್ತಾಪಿಸುತ್ತೇನೆ: ಇಲಿಗಳು ಒಡನಾಡಿಗಳಾ? ಮತವನ್ನು ಒಂದೇ ಬಾರಿಗೆ ತೆಗೆದುಕೊಳ್ಳಲಾಯಿತು, ಮತ್ತು ಇಲಿಗಳು ಒಡನಾಡಿಗಳು ಎಂದು ಹೆಚ್ಚಿನ ಬಹುಮತದಿಂದ ಒಪ್ಪಿಕೊಂಡರು. ಕೇವಲ ನಾಲ್ಕು ಭಿನ್ನಾಭಿಪ್ರಾಯಗಳು ಇದ್ದವು, ಮೂರು ನಾಯಿಗಳು ಮತ್ತು ಬೆಕ್ಕು, ನಂತರ ಎರಡೂ ಕಡೆಗಳಲ್ಲಿ ಮತ ಚಲಾಯಿಸಿರುವುದು ಪತ್ತೆಯಾಯಿತು. ಮೇಜರ್ ಮುಂದುವರೆಸಿದರು:

"ನಾನು ಹೇಳಲು ಸ್ವಲ್ಪ ಹೆಚ್ಚು ಇದೆ. ನಾನು ಕೇವಲ ಪುನರಾವರ್ತಿಸುತ್ತೇನೆ, ಮನುಷ್ಯ ಮತ್ತು ಅವನ ಎಲ್ಲಾ ಮಾರ್ಗಗಳ ಕಡೆಗೆ ನಿಮ್ಮ ದ್ವೇಷದ ಕರ್ತವ್ಯವನ್ನು ಯಾವಾಗಲೂ ನೆನಪಿಡಿ.

ಯಾವ್ಯಾವುದು ಎರಡು ಕಾಲುಗಳ ಮೇಲೆ ನಡೆಯುತ್ತದೆಯೋ ಅದು ಶತ್ರುವೇ. ನಾಲ್ಕು ಕಾಲುಗಳ ಮೇಲೆ ಅಥವಾ ರೆಕ್ಕೆಗಳನ್ನು ಹೊಂದಿರುವ ಯಾವುದಿದ್ದರು ಅದು ಒಂದು ಸ್ನೇಹಿತ. ಮತ್ತು ಮನುಷ್ಯನ ವಿರುದ್ಧ ಹೋರಾಡುವಾಗ, ನಾವು ಅವನನ್ನು ಹೋಲುವಂತಿಲ್ಲ ಎಂಬುದನ್ನು ನೆನಪಿಡಿ. ನೀನು ಅವನನ್ನು ವಶಪಡಿಸಿಕೊಂಡಾಗಲೂ ಅವನ ದುರ್ಗುಣಗಳನ್ನು ಅಳವಡಿಸಿಕೊಳ್ಳಬೇಡಿ. ಯಾವುದೇ ಪ್ರಾಣಿಯು ಎಂದಿಗೂ ಮನೆಯಲ್ಲಿ ವಾಸಿಸಬಾರದು, ಹಾಸಿಗೆಯಲ್ಲಿ ಮಲಗಬಾರದು, ಬಟ್ಟೆ ಧರಿಸಬಾರದು, ಮದ್ಯಪಾನ ಮಾಡಬಾರದು, ತಂಬಾಕು ಸೇವನೆ ಮಾಡಬಾರದು, ಹಣ ಮುಟ್ಟಬಾರದು, ವ್ಯಾಪಾರದಲ್ಲಿ ತೊಡಗಬಾರದು. ಮನುಷ್ಯನ ಎಲ್ಲಾ ಅಭ್ಯಾಸಗಳು ಕೆಟ್ಟವು. ಮತ್ತು, ಎಲ್ಲಕ್ಕಿಂತ ಹೆಚ್ಚಾಗಿ, ಯಾವುದೇ ಪ್ರಾಣಿಯು ತನ್ನ ಸ್ವಂತ ಜಾತಿಯ ಮೇಲೆ ದಬ್ಬಾಳಿಕೆ ಮಾಡಬಾರದು. ದುರ್ಬಲ ಅಥವಾ ಬಲಶಾಲಿ, ಬುದ್ಧಿವಂತ ಅಥವಾ ಸರಳ, ನಾವೆಲ್ಲರೂ ಸಹೋದರರು.

ಯಾವುದೇ ಪ್ರಾಣಿಯು ಯಾವುದೇ ಪ್ರಾಣಿಯನ್ನು ಕೊಲ್ಲಬಾರದು. ಎಲ್ಲಾ ಪ್ರಾಣಿಗಳು ಸಮಾನವಾಗಿವೆ.

"ಮತ್ತು ಈಗ, ಒಡನಾಡಿಗಳೇ, ಕಳೆದ ರಾತ್ರಿ ನನ್ನ ಕನಸಿನ ಬಗ್ಗೆ ನಾನು ನಿಮಗೆ ಹೇಳುತ್ತೇನೆ. ಆ ಕನಸನ್ನು ನಾನು ನಿಮಗೆ ವಿವರಿಸಲಾರೆ. ಅದು ಭೂಮಿಯ ಕನಸಾಗಿತ್ತು ಯಾವಾಗ ಮನುಷ್ಯನು ಕಣ್ಮರೆಯಾಗುತ್ತಾನೋ ಆಗಿನದ್ದು. ಆದರೆ ನಾನು ಬಹಳ ಹಿಂದೆಯೇ ಮರೆತಿದ್ದ ವಿಷಯವನ್ನು ನನಗೆ ನೆನಪಿಸಿತು.ಹಲವು ವರ್ಷಗಳ ಹಿಂದೆ, ನಾನು ಚಿಕ್ಕ ಹಂದಿಯಾಗಿದ್ದಾಗ, ನನ್ನ ತಾಯಿ ಮತ್ತು ಇತರ ಕಾರ್ಯಕ್ರಮಗಳು ಹಳೆಯ ಹಾಡನ್ನು ಹಾಡುತ್ತಿದ್ದರು, ಅದರಲ್ಲಿ ಟ್ಯೂನ್ ಮತ್ತು ಮೊದಲ ಮೂರು ಪದಗಳು ಮಾತ್ರ ಅವರಿಗೆ ತಿಳಿದಿದ್ದವು. ನನ್ನ ಶೈಶವಾವಸ್ಥೆಯಲ್ಲಿ ಆ ರಾಗ ನನಗೆ ತಿಳಿದಿತ್ತು, ಆದರೆ ಅದು ನನ್ನ ಮನಸ್ಸಿನಿಂದ ಬಹಳ ಹಿಂದೆಯೇ ಮಾಯವಾಗಿತ್ತು. ಆದರೆ ನಿನ್ನೆ ರಾತ್ರಿ ಅದು ನನ್ನ ಕನಸಿನಲ್ಲಿ ಮತ್ತೆ ಬಂದಿತು. ಮತ್ತು ಅದಕ್ಕಿಂತ ಹೆಚ್ಚಾಗಿ, ಹಾಡಿನ ಪದಗಳು ಮತ್ತೆ ಬಂದವು - ನನಗೆ ಖಚಿತವಾಗಿದೆ, ಇದು ಬಹಳ ಹಿಂದೆಯೇ ಪ್ರಾಣಿಗಳಿಂದ ಹಾಡಲ್ಪಟ್ಟಿದೆ ಮತ್ತು ತಲೆಮಾರುಗಳಿಂದ ನೆನಪು ಕಳೆದುಹೋಗಿದೆ. ನಾನು ಈಗ ಆ ಹಾಡನ್ನು ನಿಮಗೆ ಹಾಡುತ್ತೇನೆ, ಒಡನಾಡಿಗಳೆ. ನನಗೆ ವಯಸ್ಸಾಗಿದೆ ಮತ್ತು ನನ್ನ ಧ್ವನಿ ಕರ್ಕಶವಾಗಿದೆ, ಆದರೆ ನಾನು ನಿಮಗೆ ರಾಗವನ್ನು ಕಲಿಸಿದಾಗ, ನೀವು ಅದನ್ನು ನಿಮಗಾಗಿ ಉತ್ತಮವಾಗಿ ಹಾಡಬಹುದು. ಇದನ್ನು "ಇಂಗ್ಲೆಂಡ್ನ ಮೃಗಗಳು" ಎಂದು ಕರೆಯಲಾಗುತ್ತದೆ."

ವಯಸ್ಸಾದ ಮೇಜರ್ ತನ್ನ ಗಂಟಲನ್ನು ಸರಿಪಡಿಸಿ ಹಾಡಲು ಪ್ರಾರಂಭಿಸಿದನು.

ಅವರು ಹೇಳಿದಂತೆ, ಅವರ ಧ್ವನಿಯು ಕರ್ಕಶವಾಗಿತ್ತು, ಆದರೆ ಅವರು ಸಾಕಷ್ಟು ಚೆನ್ನಾಗಿ ಹಾಡಿದರು, ಮತ್ತು ಅದು 'ಕ್ಲೆಮೆಂಟೈನ್' ಮತ್ತು 'ಲಾ ಕುಕರಾಚಾ' ನಡುವಿನ ಯಾವುದೋ ಒಂದು ಸ್ಫೂರ್ತಿದಾಯಕ ರಾಗವಾಗಿತ್ತು.

ಪದಗಳು ಹೀಗಿದ್ದವು:

ಇಂಗ್ಲೆಂಡಿನ ಮೃಗಗಳು, ಐರ್ಲೆಂಡ್‌ನ ಮೃಗಗಳು,
ಪ್ರತಿ ಭೂಮಿ ಮತ್ತು ಹವಾಮಾನದ ಮೃಗಗಳು,
ನನ್ನ ಸಂತೋಷದ ಸುದ್ದಿಗೆ ಕಿವಿಗೊಡಿ,
ಭವಿಷ್ಯದ ಸುವರ್ಣಸಮಯದ ಬಗ್ಗೆ.

ಶೀಘ್ರದಲ್ಲೇ ಅಥವಾ ತಡವಾಗಿ ದಿನ ಬರುತ್ತದೆ,
ನಿರಂಕುಶ ಮನುಷ್ಯನನ್ನು ಪದಚ್ಯುತಗೊಳಿಸಲಾಗುವುದು,
ಮತ್ತು ಇಂಗ್ಲೆಂಡಿನ ಫಲಪ್ರದ ಕ್ಷೇತ್ರಗಳು
ಮೃಗಗಳಿಂದ ಮಾತ್ರ ಆಳಬೇಕು.

ಉಂಗುರಗಳು ನಮ್ಮ ಮೂಗಿನಿಂದ ಕಣ್ಮರೆಯಾಗುತ್ತವೆ,
ಮತ್ತು ನಮ್ಮ ಬೆನ್ನಿನಿಂದ ಸರಂಜಾಮು,
ಕವಿತು ಮತ್ತು ಸುರಳ ಶಾಶ್ವತವಾಗಿ ತುಕ್ಕು ಹಿಡಿಯುತ್ತದೆ,
ಕ್ರೂರ ಚಾವಟಿಗಳು ಇನ್ನು ಮುಂದೆ ಬಿರುಕು ಬಿಡುವುದಿಲ್ಲ.

ಮನಸ್ಸಿನಿಂದ ಚಿತ್ರಿಸುವುದಕ್ಕಿಂತ ಹೆಚ್ಚಿನ ಸಂಪತ್ತು,
ಗೋಧಿ ಮತ್ತು ಬಾರ್ಲಿ, ಓಟ್ಸ್ ಮತ್ತು ಹುಲ್ಲು,
ಕ್ಲೋವರ್, ಬೀನ್ಸ್ ಮತ್ತು ಮ್ಯಾಂಗಲ್-ವರ್ಜೆಲ್ಸ್
ಆ ದಿನ ನಮ್ಮದಾಗಬೇಕು.

ಬ್ರೈಟ್ ಇಂಗ್ಲೆಂಡ್ನ ಭೂಮಿಯನ್ನು ಬೆಳಗಿಸುತ್ತದೆ,

ಅದರ ನೀರು ಶುದ್ಧವಾಗಿರಬೇಕು,

ಇನ್ನೂ ಸಿಹಿ ಗಾಳಿಯು ಬೀಸಲಿದೆ.

ನಮ್ಮನ್ನು ಮುಕ್ತಗೊಳಿಸುವ ದಿನದಂದು.

ಆ ದಿನಕ್ಕಾಗಿ ನಾವೆಲ್ಲರೂ ದುಡಿಯಬೇಕು,

ಅದು ಮುರಿಯುವ ಮೊದಲು ನಾವು ಸತ್ತರೂ;

ಹಸುಗಳು ಮತ್ತು ಕುದುರೆಗಳು, ಹೆಬ್ಬಾತುಗಳು ಮತ್ತು ಟರ್ಕಿಗಳು,

ಸ್ವಾತಂತ್ರ್ಯಕ್ಕಾಗಿ ಎಲ್ಲರೂ ಶ್ರಮಿಸಬೇಕು.

ಇಂಗ್ಲೆಂಡಿನ ಮೃಗಗಳು, ಐರ್ಲೆಂಡ್ನ ಮೃಗಗಳು,

ಪ್ರತಿ ಭೂಮಿ ಮತ್ತು ಹವಾಮಾನದ ಮೃಗಗಳು,

ಚೆನ್ನಾಗಿ ಕೇಳು ಮತ್ತು ನನ್ನ ಸುದ್ದಿಯನ್ನು ಹರಡಿ,

ಭವಿಷ್ಯದ ಸುವರ್ಣ ಸಮಯದ ಬಗ್ಗೆ.

ಈ ಹಾಡಿನ ಗಾಯನವು ಪ್ರಾಣಿಗಳನ್ನು ಅತ್ಯಂತ ಉತ್ಸಾಹದಲ್ಲಿ ಎಸೆಯಿತು. ಮೇಜರ್ ಅಂತ್ಯವನ್ನು ತಲುಪುವ ಮೊದಲು, ಅವರು ಅದನ್ನು ಸ್ವತಃ ಹಾಡಲು ಪ್ರಾರಂಭಿಸಿದರು. ಅವರಲ್ಲಿ ಮೂರ್ಖರೂ ಸಹ ಈಗಾಗಲೇ ಟ್ಯೂನ್ ಮತ್ತು ಕೆಲವು ಪದಗಳನ್ನು ಎತ್ತಿಕೊಂಡಿದ್ದರು ಮತ್ತು ಹಂದಿಗಳು ಮತ್ತು ನಾಯಿಗಳಂತಹ ಬುದ್ಧಿವಂತರು, ಅವರು ಕೆಲವೇ ನಿಮಿಷಗಳಲ್ಲಿ ಇಡೀ ಹಾಡನ್ನು ಹೃದಯದಿಂದ ಹೊಂದಿದ್ದರು. ತದನಂತರ, ಕೆಲವು ಪೂರ್ವಭಾವಿ ಪ್ರಯತ್ನಗಳ ನಂತರ, ಇಡೀ ಫಾರ್ಮ್ 'ಇಂಗ್ಲೆಂಡಿನ ಮೃಗಗಳು' ಎಂದು ಪ್ರಚಂಡ ಏಕತೆಯಿಂದ

ಹೊರಹೊಮ್ಮಿತು. ಅವರು ಹಾಡಿನಿಂದ ಎಷ್ಟು ಸಂತೋಷಪಟ್ಟರು ಎಂದರೆ ಅವರು ಅದನ್ನು ಸತತವಾಗಿ ಐದು ಬಾರಿ ಹಾಡಿದರು ಮತ್ತು ಅವರನ್ನು ಅಡ್ಡಿಪಡಿಸದಿದ್ದರೆ ರಾತ್ರಿಯಿಡೀ ಹಾಡುವುದನ್ನು ಮುಂದುವರೆಸುತ್ತಿದ್ದರು. ದುರದೃಷ್ಟವಶಾತ್, ಗಲಾಟೆಯಿಂದ ಎಚ್ಚರಗೊಂಡ ಜೋನ್ಸ್ ಅವರು ಹಾಸಿಗೆಯಿಂದ ಹೊರಬಂದರು, ಅಂಗಳದಲ್ಲಿ ನರಿ ಇದೆ ಎಂದು ಭಾವಿಸಿಕೊಂಡು.ಅವನು ಯಾವಾಗಲೂ ತನ್ನ ಮಲಗುವ ಕೋಣೆಯ ಒಂದು ಮೂಲೆಯಲ್ಲಿ ಇದ್ದ ಬಂದೂಕನ್ನು ತೆಗೆದುಕೊಂಡನು ಮತ್ತು 6 ನೇ ಸಂಖ್ಯೆಯ ಗುಂಡನ್ನು ಕತ್ತಲೆಯಲ್ಲಿ ಹಾರಿಸಿದನು. ಗೋಲಿಗಳು ಕೊಟ್ಟಿಗೆಯ ಗೋಡೆಯಲ್ಲಿ ಹೂತುಹೋದವು ಮತ್ತು ಸಭೆಯು ಅವಸರದಲ್ಲಿ ಮುರಿದುಹೋಯಿತು. ಎಲ್ಲರೂ ತಮ್ಮ ತಮ್ಮ ಮಲಗುವ ಸ್ಥಳಕ್ಕೆ ಓಡಿಹೋದರು. ಪಕ್ಷಿಗಳು ತಮ್ಮ ನೆಲೆಗಳ ಮೇಲೆ ಹಾರಿದವು, ಪ್ರಾಣಿಗಳು ಒಣಹುಲ್ಲಿನಲ್ಲಿ ನೆಲೆಗೊಂಡವು ಮತ್ತು ಇಡೀ ಜಮೀನು ಒಂದು ಕ್ಷಣದಲ್ಲಿ ನಿದ್ರಿಸಿತು.

ಅಧ್ಯಾಯ II

ಮೂರು ರಾತ್ರಿಗಳ ನಂತರ ವಯಸ್ಸಾದ ಮೇಜರ್ ತನ್ನ ನಿದ್ರೆಯಲ್ಲಿ ಶಾಂತಿಯುತವಾಗಿ ನಿಧನರಾದರು. ಅವರ ದೇಹವನ್ನು ತೋಟದ ಬುಡದಲ್ಲಿ ಹೂಳಲಾಯಿತು. ಇದು ಮಾರ್ಚ್ ಆರಂಭದಲ್ಲಿತ್ತು. ನಂತರದ ಮೂರು ತಿಂಗಳಲ್ಲಿ ಹಲವು ರಹಸ್ಯ ಚಟುವಟಿಕೆಗಳು ನಡೆದವು. ಮೇಜರ್‌ನ ಭಾಷಣವು ಫಾರ್ಮ್ ನಲ್ಲಿರುವ ಹೆಚ್ಚು ಬುದ್ಧಿವಂತ ಪ್ರಾಣಿಗಳಿಗೆ ಜೀವನದ ಬಗ್ಗೆ ಸಂಪೂರ್ಣವಾಗಿ ಹೊಸ ದೃಷ್ಟಿಕೋನವನ್ನು ನೀಡಿತು.ಮೇಜರ್ ಭವಿಷ್ಯ ನುಡಿದ ದಂಗೆ ಯಾವಾಗ ನಡೆಯುತ್ತದೆ ಎಂದು ಅವರಿಗೆ ತಿಳಿದಿರಲಿಲ್ಲ, ಅದು ತಮ್ಮ ಸ್ವಂತ ಜೀವಿತಾವಧಿಯಲ್ಲಿ ಎಂದು ಯೋಚಿಸಲು ಅವರಿಗೆ ಯಾವುದೇ ಕಾರಣವಿಲ್ಲ, ಆದರೆ ಅದಕ್ಕೆ ತಯಾರಿ ಮಾಡುವುದು ಅವರ ಕರ್ತವ್ಯ ಎಂದು ಅವರು ಸ್ಪಷ್ಟವಾಗಿ ನೋಡಿದರು. ಇತರರಿಗೆ ಕಲಿಸುವ ಮತ್ತು ಸಂಘಟಿಸುವ ಕೆಲಸವು ಹಂದಿಗಳ ಮೇಲೆ ಸ್ವಾಭಾವಿಕವಾಗಿ ಬಿದ್ದಿತು, ಅವುಗಳು ಸಾಮಾನ್ಯವಾಗಿ ಪ್ರಾಣಿಗಳಲ್ಲಿ ಅತ್ಯಂತ ಬುದ್ಧಿವಂತ ಎಂದು ಗುರುತಿಸಲ್ಪಟ್ಟವು. ಹಂದಿಗಳ ಪೈಕಿ ಉತ್ತಮವಾದ ಸ್ನೋಬಾಲ್ ಮತ್ತು ನೆಪೋಲಿಯನ್ ಎಂಬ ಹೆಸರಿನ ಎರಡು ಎಳೆಯ ಹಂದಿಗಳನ್ನು, ಜೋನ್ಸ್ ಮಾರುವುದಕ್ಕೆ ಸಾಕುತ್ತಿದ್ದರು. ನೆಪೋಲಿಯನ್ ಒಂದು ದೊಡ್ಡ, ಬದಲಿಗೆ ಉಗ್ರವಾಗಿ ಕಾಣುವ ಬರ್ಕ್‌ಷೈರ್ ಹಂದಿಯಾಗಿದ್ದು, ಜಮೀನಿನಲ್ಲಿದ್ದ ಏಕೈಕ ಬರ್ಕ್‌ಷೈರ್, ಹೆಚ್ಚು ಮಾತನಾಡುತ್ತಿರಲಿಲ್ಲ, ಆದರೆ ತನ್ನದೇ ಆದ ಮಾರ್ಗವನ್ನು ಪಡೆಯುವ ಖ್ಯಾತಿಯನ್ನು ಹೊಂದಿತ್ತು. ಸ್ನೋಬಾಲ್ ನೆಪೋಲಿಯನ್ ಗಿಂತ ಹೆಚ್ಚು ಉತ್ಸಾಹಭರಿತ ಹಂದಿಯಾಗಿದ್ದು, ಭಾಷಣದಲ್ಲಿ ವೇಗವಾಗಿ ಮತ್ತು ಹೆಚ್ಚು ಸೃಜನಶೀಲವಾಗಿದೆ, ಆದರೆ ಪಾತ್ರದ ಅದೇ ಆಳವನ್ನು ಹೊಂದಿದೆ ಎಂದು ಪರಿಗಣಿಸಲಾಗಿಲ್ಲ. ಜಮೀನಿನಲ್ಲಿದ್ದ ಇತರ ಗಂಡು ಹಂದಿಗಳೆಲ್ಲ ಮಾಂಸಕ್ಕಾಗಿ ಸಾಕಲ್ಪಟ್ಟವು ಆಗಿದ್ದವು. ಅವುಗಳಲ್ಲಿ ಅತ್ಯಂತ ಪ್ರಸಿದ್ಧವಾದದ್ದು ಸ್ಕ್ವೀಲರ್ ಎಂಬ

ಹೆಸರಿನ ಸಣ್ಣ ದಪ್ಪ ಹಂದಿ, ತುಂಬಾ ದುಂಡಗಿನ ಕೆನ್ನೆಗಳು, ಮಿನುಗುವ ಕಣ್ಣುಗಳು, ವೇಗವುಳ್ಳ ಚಲನೆಗಳು ಮತ್ತು ಕಟುವಾದ ಧ್ವನಿಯನ್ನು ಹೊಂದಿದೆ. ಅವನು ಅದ್ಭುತ ಮಾತುಗಾರನಾಗಿದ್ದನು, ಮತ್ತು ಅವನು ಕೆಲವು ಕಷ್ಟಕರವಾದ ವಿಷಯವನ್ನು ವಾದಿಸುವಾಗ, ಅವನು ಅಕ್ಕಪಕ್ಕಕ್ಕೆ ಓಡಾಡುವ ಮತ್ತು ಬಾಲವನ್ನು ಬೀಸುವ ವಿಧಾನವನ್ನು ಹೊಂದಿದ್ದನು, ಅದು ಹೇಗಾದರೂ ಬಹಳ ಮನವೊಲಿಸುವಂತಿತ್ತು. ಇತರರು ಸ್ಕ್ವೀಲರ್ ಬಗ್ಗೆ ಹೇಳಿದರು, ಅವನು ಕಪ್ಪು ಬಣ್ಣವನ್ನು ಬಿಳಿಯನ್ನಾಗಿ ಮಾಡಬಲ್ಲಷ್ಟು ಬಲ್ಲವನಾಗಿದ್ದನು.

ಈ ಮೂವರು ವಯಸ್ಸಾದ ಮೇಜರ್‌ನ ಬೋಧನೆಗಳನ್ನು ಸಂಪೂರ್ಣ ಚಿಂತನೆಯ ವ್ಯವಸ್ಥೆಯಾಗಿ ವಿವರಿಸಿದರು, ಅದಕ್ಕೆ ಅವರು ಪ್ರಾಣಿವಾದದ ಹೆಸರನ್ನು ನೀಡಿದರು. ವಾರದಲ್ಲಿ ಹಲವಾರು ರಾತ್ರಿಗಳು, ಜೋನ್ಸ್ ನಿದ್ರಿಸಿದ ನಂತರ, ಅವರು ಕೊಟ್ಟಿಗೆಯಲ್ಲಿ ರಹಸ್ಯ ಸಭೆಗಳನ್ನು ನಡೆಸಿದರು ಮತ್ತು ಇತರರಿಗೆ ಪ್ರಾಣಿಗಳ ತತ್ವಗಳನ್ನು ವಿವರಿಸಿದರು. ಆರಂಭದಲ್ಲಿ ಅವರು ಹೆಚ್ಚು ಮೂರ್ಖತನ ಮತ್ತು ನಿರಾಸಕ್ತಿಯೊಂದಿಗೆ ಭೇಟಿಯಾದರು. ಕೆಲವು ಪ್ರಾಣಿಗಳು ಜೋನ್ಸ್‌ಗೆ ಕರ್ತವ್ಯ ನಿಷ್ಠೆಯ ಬಗ್ಗೆ ಮಾತನಾಡಿದವು, ಅವರನ್ನು ಅವುಗಳು "ಮಾಸ್ಟರ್" ಎಂದು ಕರೆಯುತ್ತವೆ ಅಥವಾ "ಜೋನ್ಸ್ ನಮಗೆ ಆಹಾರವನ್ನು ನೀಡುತ್ತಾನೆ ಎಂದು ಹೇಳಿದವು. ಅವನು ಹೋದರೆ, ನಾವು ಹಸಿವಿನಿಂದ ಸಾಯಬೇಕಾಗುತ್ತದೆ." ಇತರರು ಕೆಲವು ಪ್ರಶ್ನೆಗಳನ್ನು ಕೇಳಿದರು: "ನಾವು ಸತ್ತ ನಂತರ ಏನಾಗುತ್ತದೆ ಎಂದು ನಾವು ಏಕೆ ಕಾಳಜಿ ವಹಿಸಬೇಕೆಂದು?" ಅಥವಾ "ಈ ಬಂಡಾಯವು ಹೇಗಾದರೂ ಸಂಭವಿಸಬೇಕಾದರೆ, ನಾವು ಅದಕ್ಕಾಗಿ ಕೆಲಸ ಮಾಡುತ್ತೇವೋ ಇಲ್ಲವೋ ಅದು ಯಾವ ವ್ಯತ್ಯಾಸವನ್ನು ಮಾಡುತ್ತದೆ?", ಮತ್ತು ಇದು ಪ್ರಾಣಿಗಳ ಮನೋಭಾವಕ್ಕೆ ವಿರುದ್ಧವಾಗಿದೆ ಎಂದು ಹಂದಿಗಳು ನೋಡುವಂತೆ ಮಾಡಲು ಬಹಳ ಕಷ್ಟಪಟ್ಟವು. ಎಲ್ಲಕ್ಕಿಂತ ಮೂರ್ಖ ಪ್ರಶ್ನೆಗಳನ್ನು ಬಿಳಿ ಕುದುರೆ ಮೊಲ್ಲಿ ಕೇಳಿದಳು. ಅವಳು ಸ್ನೋಬಾಲ್‌ಗೆ ಕೇಳಿದ ಮೊದಲ ಪ್ರಶ್ನೆ: "ದಂಗೆಯ ನಂತರವು ಸಕ್ಕರೆ ಇರುತ್ತದೆಯೇ?"

"ಇಲ್ಲ," ಎಂದು ಸ್ನೋಬಾಲ್ ದೃಢವಾಗಿ ಹೇಳಿತು. “ಈ ಜಮೀನಿನಲ್ಲಿ ಸಕ್ಕರೆ ತಯಾರಿಸಲು ನಮಗೆ ಯಾವುದೇ ಸಾಧನವಿಲ್ಲ. ಇದಲ್ಲದೆ, ನಿನಗೆ ಸಕ್ಕರೆ ಅಗತ್ಯವಿಲ್ಲ. ನಿನಗೆ ಬೇಕಾದ ಓಟ್ಸ್ ಮತ್ತು ಒಣಹುಲ್ಲು ನಿನ್ನ ಬಳಿ ಇರುತ್ತದೆ.

"ಮತ್ತು ನನ್ನ ಕೂದಲಿನಲ್ಲಿ ರಿಬ್ಬನ್‌ಗಳನ್ನು ಧರಿಸಲು ನನಗೆ ಇನ್ನೂ ಅವಕಾಶವಿರುತ್ತದೆಯೇ?" ಎಂದು ಮೊಲ್ಲಿ ಕೇಳಿದಳು.

"ಒಡನಾಡಿಯೇ," ಸ್ನೋಬಾಲ್ ಹೇಳಿತು, "ನೀವು ತುಂಬಾ ಹಚ್ಚಿಕೊಂಡಿರುವ ಆ ರಿಬ್ಬನ್ಗಳು ಗುಲಾಮಗಿರಿಯ ಬ್ಯಾಡ್ಜ್‌ಗಳಾಗಿವೆ. ರಿಬ್ಬನ್‌ಗಳಿಗಿಂತ ಸ್ವಾತಂತ್ರ್ಯವು ಹೆಚ್ಚು ಮೌಲ್ಯಯುತವಾಗಿದೆ ಎಂದು ನಿನಗೆ ಅರ್ಥವಾಗುತ್ತಿಲ್ಲವೇ? ” ಮೊಲ್ಲಿ ಒಪ್ಪಿದಳು, ಆದರೆ ಅವಳಿಗೆ ತುಂಬಾ ಮನವರಿಕೆಯಾಗಲಿಲ್ಲ.

ಪಳಗಿದ ಕಾಗೆ ಮೊಸಸ್ನ ಸುಳ್ಳುಗಳನ್ನು ಎದುರಿಸಲು ಹಂದಿಗಳು ಇನ್ನೂ ಕಠಿಣ ಹೋರಾಟವನ್ನು ಹೊಂದಿದ್ದವು. ಜೋನ್ಸ್‌ರ ವಿಶೇಷ ಮುದ್ದಿನ ಪ್ರಾಣಿಯಾಗಿದ್ದ ಮೋಸೆಸ್ ಒಬ್ಬ ಗೂಢಚಾರ ಮತ್ತು ಸುಳ್ಳುಗಾರನಾಗಿದ್ದನು, ಆದರೆ ಅವನು ಬುದ್ಧಿವಂತ ಮಾತುಗಾರನಾಗಿದ್ದನು.ಸಕ್ಕರೆಯ ಮಿಠಾಯಿ ಪರ್ವತ ಎಂಬ ನಿಗೂಢ ದೇಶದ ಅಸ್ತಿತ್ವದ ಬಗ್ಗೆ ತನಗೆ ತಿಳಿದಿದೆ ಮತ್ತು ಎಲ್ಲಾ ಪ್ರಾಣಿಗಳು ಸತ್ತಾಗ ಅಲ್ಲಿಗೆ ಹೋದವು ಎಂದು ಅವನು ಹೇಳಿದನು. ಇದು ಮೋಡಗಳ ಆಚೆಗೆ ಸ್ವಲ್ಪ ದೂರದಲ್ಲಿ ಆಕಾಶದಲ್ಲಿ ಎಲ್ಲೋ ನೆಲೆಗೊಂಡಿದೆ ಎಂದು ಮೋಸೆಸ್ ಹೇಳಿದರು. ಸಕ್ಕರೆ ಮಿಠಾಯಿ ಪರ್ವತದಲ್ಲಿ ಅವತ್ತು ಭಾನುವಾರ ಮತ್ತು ವಾರದಲ್ಲಿ ಏಳು ದಿನಗಳು , ಕ್ಲೋವರ್ ವರ್ಷಪೂರ್ತಿ ಋತುವಿನಲ್ಲಿತ್ತು, ಮತ್ತು ಪೊದೆಗಳ ಮೇಲೆ ಉಂಡೆ ಸಕ್ಕರೆ ಮತ್ತು ಅಗಸೆ ಕೇಕ್ ಬೆಳೆಯಿತು. ಪ್ರಾಣಿಗಳು ಮೊಸಸ್ನನ್ನು ದ್ವೇಷಿಸುತ್ತಿದ್ದವು ಏಕೆಂದರೆ ಅವನು ಕಥೆಗಳನ್ನು ಹೇಳುತ್ತಿದ್ದನು ಮತ್ತು ಯಾವುದೇ ಕೆಲಸವನ್ನು ಮಾಡಲಿಲ್ಲ, ಆದರೆ ಅವುಗಳಲ್ಲಿ ಕೆಲವು ಸಕ್ಕರೆ ಮಿಠಾಯಿ ಪರ್ವತವನ್ನು ನಂಬಿದ್ದವು ಮತ್ತು ಅಂತಹ ಸ್ಥಳವಿಲ್ಲ ಎಂದು ಮನವೊಲಿಸಲು ಹಂದಿಗಳು ಬಹಳವಾಗಿ ವಾದಿಸಬೇಕಾಯಿತು.

ಅವರ ಅತ್ಯಂತ ನಿಷ್ಠಾವಂತ ಶಿಷ್ಯರು ಎರಡು ದಷ್ಟ ಕುದುರೆಗಳು, ಬಾಕ್ಸರ್ ಮತ್ತು ಕ್ಲೋವರ್.ಈ ಇಬ್ಬರಿಗೂ ತಮಗಾಗಿ ಏನನ್ನೂ ಯೋಚಿಸಲು ಬಹಳ ಕಷ್ಟವಾಗುತ್ತಿತ್ತು, ಆದರೆ ಒಮ್ಮೆ ಹಂದಿಗಳನ್ನು ತಮ್ಮ ಶಿಕ್ಷಕರಾಗಿ ಸ್ವೀಕರಿಸಿದ ನಂತರ, ಅವರು ಹೇಳಿದ ಎಲ್ಲವನ್ನೂ ತಿಳಿದುಕೊಳ್ಳುತ್ತಾರೆ ಮತ್ತು ಸರಳವಾದ ವಾದಗಳ ಮೂಲಕ ಅದನ್ನು ಇತರ ಪ್ರಾಣಿಗಳಿಗೆ ರವಾನಿಸಿದರು. ಅವರು ಕೊಟ್ಟಿಗೆಯಲ್ಲಿನ ರಹಸ್ಯ ಸಭೆಗಳಲ್ಲಿ ತಮ್ಮ ಹಾಜರಾತಿಯಲ್ಲಿ ತಪ್ಪದೇ ಇರುತ್ತಿದ್ದರು ಮತ್ತು 'ಇಂಗ್ಲೆಂಡಿನ ಮೃಗಗಳು' ಹಾಡನ್ನು ಮುನ್ನಡೆಸಿದರು, ಅದರೊಂದಿಗೆ ಸಭೆಗಳು ಯಾವಾಗಲೂ ಕೊನೆಗೊಳ್ಳುತ್ತಿದ್ದವು. ಈಗ, ಅದು ಬದಲಾದಂತೆ, ದಂಗೆಯನ್ನು ಯಾರೂ ನಿರೀಕ್ಷಿಸಿದ್ದಕ್ಕಿಂತ ಮುಂಚೆಯೇ ಮತ್ತು ಸುಲಭವಾಗಿ ಸಾಧಿಸಲಾಯಿತು. ಕಳೆದ ಕೆಲವು ವರ್ಷಗಳಲ್ಲಿ ಜೋನ್ಸ್, ಕಠಿಣ ಯಜಮಾನ ಆಗಿದ್ದರೂ, ಸಮರ್ಥ ರೈತರಾಗಿದ್ದರು, ಆದರೆ ತಡವಾಗಿ ಅವರು ಕೆಟ್ಟ ದಿನಗಳಲ್ಲಿ ಬಿದ್ದಿದ್ದರು. ಮೊಕದ್ದಮೆಯಲ್ಲಿ ಹಣವನ್ನು ಕಳೆದುಕೊಂಡ ನಂತರ ಅವನು ತುಂಬಾ ನಿರುತ್ಸಾಹಗೊಂಡಿದ್ದನು ಮತ್ತು ಹೆಚ್ಚು ಹೆಚ್ಚು ಕುಡಿಯಲು ಹೋದನು. ಒಂದು ಸಮಯದಲ್ಲಿ ಇಡೀ ದಿನ, ಅವನು ಅಡುಗೆಮನೆಯಲ್ಲಿ ತನ್ನ ವಿಂಡ್ಸರ್ ಕುರ್ಚಿಯಲ್ಲಿ ವಿಶ್ರಾಂತಿ ಪಡೆಯುತ್ತಿದ್ದನು, ಪತ್ರಿಕೆಗಳನ್ನು ಓದುತ್ತಿದ್ದನು, ಕುಡಿಯುತ್ತಿದ್ದನು ಮತ್ತು ಸಾಂದರ್ಭಿಕವಾಗಿ ಬಿಯರ್‌ನಲ್ಲಿ ನೆನೆಸಿದ ಬ್ರೆಡ್ಡಿನ ಗಟ್ಟಿ ಪದರವನ್ನು ಮೋಸೆಸ್‌ಗೆ ತಿನ್ನಿಸುತ್ತಿದ್ದನು. ಅವನ ಕೆಲಸಗಾರರು ನಿಷ್ಫಲರು ಮತ್ತು ಅಪ್ರಾಮಾಣಿಕರಾಗಿದ್ದರು, ಹೊಲಗಳು ಕಳೆಗಳಿಂದ ತುಂಬಿದ್ದವು, ಕಟ್ಟಡಗಳು ಛಾವಣಿಯನ್ನು ಬಯಸಿದವು, ಬೇಲಿಗಳು ನಿರ್ಲಕ್ಷಿಸಲ್ಪಟ್ಟವು ಮತ್ತು ಪ್ರಾಣಿಗಳಿಗೆ ಕಡಿಮೆ ಆಹಾರವನ್ನು ನೀಡಲಾಯಿತು.

ಜೂನ್ ಬಂದಿತು ಮತ್ತು ಹುಲ್ಲು ಕತ್ತರಿಸಲು ಬಹುತೇಕ ಸಿದ್ಧವಾಗಿದೆ. ಮಧ್ಯ ಬೇಸಿಗೆಯ ಸಂಜೆಯಂದು ಶನಿವಾರದಂದು, ಜೋನ್ಸ್ ವಿಲ್ಲಿಂಗ್‌ಡನ್‌ಗೆ ಹೋದರು ಮತ್ತು ರೆಡ್ ಲಯನ್‌ನಲ್ಲಿ ತುಂಬಾ ಕುಡಿದರು, ಅವರು ಭಾನುವಾರ ಮಧ್ಯಾಹ್ನದವರೆಗೆ ಹಿಂತಿರುಗಲಿಲ್ಲ. ಕೆಲಸಗಾರರು ಮುಂಜಾನೆ ಹಸುಗಳ ಹಾಲುಕರೆದು ಮತ್ತು ನಂತರ ಪ್ರಾಣಿಗಳಿಗೆ ಮೇವು ನೀಡಲು ಯೋಚಿಸದೆ

ಮೊಲಗಳನ್ನು ಬೇಟೆಯಾಡಲು ಹೋಗುತ್ತಿದ್ದರು. ಜೋನ್ಸ್ ಹಿಂತಿರುಗಿದಾಗ, ಅವರು ತಕ್ಷಣವೇ ಡ್ರಾಯಿಂಗ್ ರೂಮ್ ಸೋಫಾದ ಮೇಲೆ ನ್ಯೂಸ್ ಆಫ್ ದಿ ವರ್ಲ್ಡ್ ಅನ್ನು ಮುಖದ ಮೇಲೆ ಇಟ್ಟುಕೊಂಡು ಮಲಗಲು ಹೋದರು, ಆದ್ದರಿಂದ ಸಂಜೆ ಬಂದಾಗ, ಪ್ರಾಣಿಗಳಿಗೆ ಇನ್ನೂ ಆಹಾರವನ್ನು ನೀಡಲಾಗಿಲ್ಲ.ಅಂತಿಮವಾಗಿ, ಅವರು ಅದನ್ನು ಸಹಿಸಲು ಸಾಧ್ಯವಾಗಲಿಲ್ಲ. ಒಂದು ಹಸು ತನ್ನ ಕೊಂಬಿನಿಂದ ಅಂಗಡಿಯ ಶೆಡ್‌ನ ಬಾಗಿಲನ್ನು ಮುರಿಯಿತು ಬೇರೆ ಎಲ್ಲಾ ಪ್ರಾಣಿಗಳು ತಮ್ಮ ತೊಟ್ಟಿಗಳಿಂದ ಸಹಾಯ ಮಾಡಲು ಪ್ರಾರಂಭಿಸಿದವು. ಆಗಲೇ ಜೋನ್ಸ್‌ಗೆ ಎಚ್ಚರವಾಯಿತು. ಮುಂದಿನ ಕ್ಷಣದಲ್ಲಿ ಅವನು ಮತ್ತು ಅವನ ನಾಲ್ಕು ಜನರು ಶೆಡ್‌ನಲ್ಲಿ ತಮ್ಮ ಕೈಯಲ್ಲಿ ಚಾವಟಿಗಳನ್ನು ಹಿಡಿದು ಎಲ್ಲಾ ದಿಕ್ಕುಗಳಲ್ಲಿಯೂ ಹೊಡೆದರು. ಇದು ಹಸಿದ ಪ್ರಾಣಿಗಳು ಸಹಿಸುವುದಕ್ಕಿಂತ ಹೆಚ್ಚಾಗಿತ್ತು. ಒಂದು ಒಪ್ಪಂದದಿಂದ, ಈ ರೀತಿಯ ಯಾವುದನ್ನೂ ಮೊದಲೇ ಯೋಜಿಸದಿದ್ದರೂ, ಅವರು ತಮ್ಮನ್ನು ಹಿಂಸಿಸುವವರ ಮೇಲೆ ಹಾರಿದರು. ಜೋನ್ಸ್ ಮತ್ತು ಅವನ ಜನರು ಇದ್ದಕ್ಕಿದ್ದಂತೆ ತಮ್ಮನ್ನು ಎಲ್ಲಾ ಕಡೆಯಿಂದ ಹೊಡೆದು ಒದೆಯುವುದನ್ನು ಕಂಡುಕೊಂಡರು. ಪರಿಸ್ಥಿತಿ ಅವರ ಹಿಡಿತದಿಂದ ಹೊರಗಿತ್ತು. ಪ್ರಾಣಿಗಳು ಈ ರೀತಿ ವರ್ತಿಸುವುದನ್ನು ಅವರು ಹಿಂದೆಂದೂ ನೋಡಿರಲಿಲ್ಲ ಮತ್ತು ಅವರು ಆಯ್ಕೆಮಾಡಿದಂತೆಯೇ ಥಳಿಸಲು ಮತ್ತು ಹಿಂಸಿಸಲು ಬಳಸುತ್ತಿದ್ದ ಜೀವಿಗಳ ಈ ಹಠಾತ್ ದಂಗೆಯು ಅವರ ಬುದ್ಧಿವಂತಿಕೆಯಿಂದ ಬಹುತೇಕ ಭಯಭೀತಗೊಳಿಸಿತು. ಒಂದು ಅಥವಾ ಎರಡು ಕ್ಷಣಗಳ ನಂತರ ಅವರು ತಮ್ಮನ್ನು ತಾವು ರಕ್ಷಿಸಿಕೊಳ್ಳುವ ಪ್ರಯತ್ನವನ್ನು ಕೈಬಿಟ್ಟರು ಮತ್ತು ಓಡಿ ಹೋದರು. ಒಂದು ನಿಮಿಷದ ನಂತರ, ಎಲ್ಲಾ ಐವರೂ ಮುಖ್ಯ ರಸ್ತೆಗೆ ಹೋಗುವ ಗಾಡಿ ರಸ್ತೆಯಲ್ಲಿ ಹಾರುತ್ತಿದ್ದರು, ಪ್ರಾಣಿಗಳು ವಿಜಯೋತ್ಸವದಲ್ಲಿ ಅವರನ್ನು ಹಿಂಬಾಲಿಸಿದವು.

ಶ್ರೀಮತಿ ಜೋನ್ಸ್ ಮಲಗುವ ಕೋಣೆಯ ಕಿಟಕಿಯಿಂದ ಹೊರಗೆ ನೋಡಿದರು, ಏನಾಗುತ್ತಿದೆ ಎಂದು ನೋಡಿದರು, ಅವಸರದಿಂದ ಕೆಲವು ಆಸ್ತಿಗಳನ್ನು ಕಾರ್ಪೆಟ್ ಚೀಲಕ್ಕೆ ಹಾಕಿಕೊಂಡರು ಮತ್ತು ಬೇರೊಂದು ಮಾರ್ಗದಿಂದ ಜಮೀನಿನಿಂದ ಜಾರಿದರು. ಮೋಸೆಸ್ ತನ್ನ ಇರುವ ಜಾಗದಿಂದ ಹೊರಬಂದು ಅವಳ ಹಿಂದೆ

ಹೋದನು, ಜೋರಾಗಿ ಕೂಗಿದನು. ಏತನ್ಮಧ್ಯೆ, ಪ್ರಾಣಿಗಳು ಜೋನ್ಸ್ ಮತ್ತು ಅವನ ಜನರನ್ನು ರಸ್ತೆಗೆ ಓಡಿಸಿದವು ಮತ್ತು ಐದು ಕೋಲುಗಳ ಬಾಗಿಲನ್ನು ಮುಚ್ಚಿದವು.ಆದ್ದರಿಂದ, ಏನಾಗುತ್ತಿದೆ ಎಂದು ಅವರು ತಿಳಿದುಕೊಳ್ಳುವ ಮೊದಲು, ದಂಗೆಯನ್ನು ಯಶಸ್ವಿಯಾಗಿ ನಡೆಸಲಾಯಿತು: ಜೋನ್ಸ್ ಹೊರಹಾಕಲ್ಪಟ್ಟರು ಮತ್ತು ಮ್ಯಾನರ್ ಫಾರ್ಮ್ ಅವರದಾಗಿತ್ತು.

ಮೊದಲ ಕೆಲವು ನಿಮಿಷಗಳವರೆಗೆ ಪ್ರಾಣಿಗಳು ತಮ್ಮ ಅದೃಷ್ಟವನ್ನು ನಂಬಲು ಸಾಧ್ಯವಾಗಲಿಲ್ಲ. ಅವರ ಮೊದಲ ಕಾರ್ಯವು ಜಮೀನಿನ ಗಡಿಯ ಸುತ್ತಲೂ ಓಡುವುದು, ಯಾವುದೇ ಮನುಷ್ಯ ಅದರ ಮೇಲೆ ಎಲ್ಲಿಯೂ ಅಡಗಿಕೊಂಡಿಲ್ಲ ಎಂದು ಖಚಿತಪಡಿಸಿಕೊಳ್ಳುವುದು; ನಂತರ ಅವರು ಜೋನ್ಸ್‌ನ ದ್ವೇಷದ ಆಳ್ವಿಕೆಯ ಕೊನೆಯ ಕುರುಹುಗಳನ್ನು ಅಳಿಸಿಹಾಕಲು ಮತ್ತೆ ಕೃಷಿ ಕಟ್ಟಡಗಳ ಕಡೆಗೆ ಓಡಿದರು. ಅಶ್ವಶಾಲೆಯ ತುದಿಯಲ್ಲಿರುವ ಸರಂಜಾಮು ಕೋಣೆ ಮುರಿದು ತೆರೆಯಲಾಯಿತು; ಮೊಳೆಗಳು, ಮೂಗುತಿಗಳು, ನಾಯಿ ಸರಪಳಿಗಳು, ಹಂದಿಗಳು ಮತ್ತು ಕುರಿಮರಿಗಳ ಶಿಶ್ನ ತೆಗೆಯುವಿಕೆಗೆ ಜೋನ್ಸ್ ಬಳಸಿದ ಕ್ರೂರ ಚಾಕುಗಳು ಎಲ್ಲವನ್ನೂ ಬಾವಿಗೆ ಎಸೆಯಲಾಯಿತು. ಅಂಗಳದಲ್ಲಿ ಉರಿಯುತ್ತಿದ್ದ ಕಸದ ಬೆಂಕಿಗೆ ಲಗಾಮುಗಳು, ಹಾಲ್ಬರ್ ಹಗ್ಗಗಳು, ಬ್ಲಿಂಕರ್‌ಗಳು, ಅವಮಾನಕರ ಮೂಗುಚೀಲಗಳು ಎಸೆಯಲ್ಪಟ್ಟವು. ಹಾಗೆಯೇ ಚಾವಟಿಗಳೂ ಇದ್ದವು. ಚಾವಟಿಗಳು ಉರಿಯುತ್ತಿರುವುದನ್ನು ಕಂಡು ಎಲ್ಲಾ ಪ್ರಾಣಿಗಳು ಸಂತೋಷದಿಂದ ಮುದುರಿಹೋದವು. ಮಾರುಕಟ್ಟೆಯ ದಿನಗಳಲ್ಲಿ ಸಾಮಾನ್ಯವಾಗಿ ಕುದುರೆಗಳ ಕೂದಲು ಮತ್ತು ಬಾಲಗಳನ್ನು ಅಲಂಕರಿಸಿದ ರಿಬ್ಬನ್‌ಗಳನ್ನು ಸ್ನೋಬಾಲ್ ಬೆಂಕಿಗೆ ಎಸೆದಿತು.

"ರಿಬ್ಬನ್ಗಳು," ಅವನು ಹೇಳಿದನು, "ಮನುಷ್ಯನ ಗುರುತಾಗಿರುವ ಬಟ್ಟೆ ಎಂದು ಪರಿಗಣಿಸಬೇಕು. ಎಲ್ಲಾ ಪ್ರಾಣಿಗಳು ಬೆತ್ತಲೆಯಾಗಿರಬೇಕು.

ಇದನ್ನು ಕೇಳಿದ ಬಾಕ್ಸರ್, ಬೇಸಿಗೆಯಲ್ಲಿ ನೊಣಗಳು ತನ್ನ ಕಿವಿಗಳೊಳಗೆ ಬರದಂತೆ ಅವರು ಧರಿಸಿದ್ದ ಸಣ್ಣ ಒಣಹುಲ್ಲಿನ ಟೋಪಿಯನ್ನು ತಂದು ಉಳಿದವುಗಳೊಂದಿಗೆ ಬೆಂಕಿಯ ಮೇಲೆ ಎಸೆದರು.

ಕೆಲವೇ ಸಮಯದಲ್ಲಿ ಪ್ರಾಣಿಗಳು ಜೋನ್ಸ್ ಅವರನ್ನು ನೆನಪಿಸುವ ಎಲ್ಲವನ್ನೂ ನಾಶಪಡಿಸಿದವು. ನೆಪೋಲಿಯನ್ ನಂತರ ಅವರನ್ನು ಮತ್ತೆ ಶೆಡ್‌ಗೆ ಕರೆದೊಯ್ದನು ಮತ್ತು ಪ್ರತಿಯೊಬ್ಬರಿಗೂ ಎರಡರಷ್ಟು ಜೋಳವನ್ನು ಬಡಿಸಿದನು, ಜೊತೆಗೆ ಪ್ರತಿ ನಾಯಿಗೆ ಎರಡು ಬಿಸ್ಕತ್ತುಗಳನ್ನು ನೀಡುತ್ತಾನೆ. ನಂತರ ಅವರು 'ಇಂಗ್ಲೆಂಡಿನ ದೈತ್ಯರು' ಅನ್ನು ಮೊದಲಿನಿಂದ ಕೊನೆಯವರೆಗೆ ಏಳು ಬಾರಿ ಹಾಡಿದರು, ಮತ್ತು ನಂತರ ಅವರು ರಾತ್ರಿಯಾಗಿದ್ದಕ್ಕೆ ನೆಲೆಸಿದರು ಮತ್ತು ಹಿಂದೆಂದೂ ಮಲಗದಂತೆಯೇ ಮಲಗಿದರು. ಆದರೆ ಅವರು ಎಂದಿನಂತೆ ಮುಂಜಾನೆ ಎಚ್ಚರಗೊಂಡರು ಮತ್ತು ಇದ್ದಕ್ಕಿದ್ದಂತೆ ಸಂಭವಿಸಿದ ಅದ್ಭುತವಾದ ವಿಷಯವನ್ನು ನೆನಪಿಸಿಕೊಂಡರು, ಅವರೆಲ್ಲರೂ ಒಟ್ಟಿಗೆ ಹುಲ್ಲುಗಾವಲಿಗೆ ಓಡಿದರು. ಹುಲ್ಲುಗಾವಲಿನ ಕೆಳಗೆ ಸ್ವಲ್ಪ ದೂರದಲ್ಲಿ ಗದ್ದೆ ಇತ್ತು, ಅದು ಹೆಚ್ಚಿನ ಜಮೀನಿನ ನೋಟವನ್ನು ನೀಡುತ್ತದೆ. ಪ್ರಾಣಿಗಳು ಅದರ ಮೇಲಕ್ಕೆ ಧಾವಿಸಿ ಸ್ಪಷ್ಟವಾದ ಬೆಳಗಿನ ಬೆಳಕಿನಲ್ಲಿ ಸುತ್ತಲೂ ಮೇಯ್ದವು. ಹೌದು, ಅದು ಅವರದೇ, ಅವರು ನೋಡುವ ಎಲ್ಲವೂ ಅವರದೇ! ಆ ಆಲೋಚನೆಯ ಭಾವಪರವಶತೆಯಲ್ಲಿ ಅವರು ಸುತ್ತು ಸುತ್ತಿ ಜೂಜಾಡಿದರು, ಅವರು ಉತ್ಸಾಹದ ದೊಡ್ಡ ಗಾಳಿಯಲ್ಲಿ ತಮ್ಮನ್ನು ತಾವು ಚಿಮ್ಮಿ ಎಸೆದರು. ಅವರು ಇಬ್ಬನಿಯಲ್ಲಿ ಉರುಳಿದರು, ಅವರು ಸಿಹಿಯಾದ ಬೇಸಿಗೆಯ ಹುಲ್ಲನ್ನು ಮೇಯ್ದರು, ಅವರು ಕಪ್ಪು ಭೂಮಿಯ ಉಂಡೆಗಳನ್ನು ಒದ್ದು ಅದರ ಶ್ರೀಮಂತ ಪರಿಮಳವನ್ನು ಮೂಸಿದರು. ನಂತರ ಅವರು ಇಡೀ ಜಮೀನಿನಲ್ಲಿ ಪ್ರವಾಸ ಮಾಡಿದರು ಮತ್ತು ಉಳುಮೆ ಮಾಡುವ ಜಾಗ, ಹುಲ್ಲುಗಾವಲು, ಹಣ್ಣಿನ ತೋಟ, ಕೊಳ, ಚಿಕ್ಕ ಕಾಡನ್ನು ಮೂಕ ಮೆಚ್ಚುಗೆಯಿಂದ ಸಮೀಕ್ಷೆ ಮಾಡಿದರು. ಈ ಸಂಗತಿಗಳನ್ನು ಅವರು ಹಿಂದೆಂದೂ ನೋಡಿಲ್ಲ ಎಂಬಂತೆ ತೋರುತ್ತಿತ್ತು, ಮತ್ತು ಈಗ ಕೂಡ ಅದು ಅವರ ಸ್ವಂತದ್ದು ಎಂದು ಅವರು ನಂಬಲು ಸಾಧ್ಯವಾಗಲಿಲ್ಲ.

ನಂತರ ಅವರು ಕೃಷಿ ಕಟ್ಟಡಗಳಿಗೆ ಹಿಂತಿರುಗಿದರು ಮತ್ತು ತೋಟದ ಮನೆಯ ಬಾಗಿಲಿನ ಹೊರಗೆ ಮೌನವಾಗಿ ನಿಂತರು. ಅದೂ ಅವರದೇ ಆದರೆ ಒಳಗೆ ಹೋಗಲು ಭಯವಾಯಿತು.

ಆದಾಗ್ಯೂ, ಸ್ವಲ್ಪ ಸಮಯದ ನಂತರ, ಸ್ನೋಬಾಲ್ ಮತ್ತು ನೆಪೋಲಿಯನ್ ತಮ್ಮ ಭುಜಗಳಿಂದ ಬಾಗಿಲನ್ನು ತೆರೆದರು ಮತ್ತು ಪ್ರಾಣಿಗಳು ಒಬ್ಬೊಬ್ಬರಾಗಿ ಪ್ರವೇಶಿಸಿದವು, ಯಾವುದಕ್ಕೂ ತೊಂದರೆಯಾಗಬಹುದು ಎಂಬ ಭಯದಿಂದ ಅತ್ಯಂತ ಕಾಳಜಿಯಿಂದ ನಡೆದವು. ಅವರು ಕೋಣೆಯಿಂದ ಕೋಣೆಗೆ ತುದಿಗಾಲು ಹಾಕಿದರು, ಪಿಸುಮಾತುಗಳಿಗಿಂತ ಹೆಚ್ಚು ಮಾತನಾಡಲು ಹೆದರುತ್ತಿದ್ದರು ಮತ್ತು ನಂಬಲಾಗದ ಐಷಾರಾಮಿ, ಗರಿಗಳ ಹಾಸಿಗೆಗಳ ಹೊಂದಿರುವ ಮಂಚ, ಕನ್ನಡಿಗಳು, ಕುದುರೆ ಕೂದಲಿನ ಸೋಫಾ, ಬ್ರಸೆಲ್ಸ್ ಕಾರ್ಪೆಟ್, ದಿವಾನಖಾನೆಯಲ್ಲಿರುವ ಬೆಂಕಿಗೂಡಿನ ಬಳಿ ಇರುವ ರಾಣಿಯ ಲಿಥೋಗ್ರಾಫ್ ಅನ್ನು ಒಂದು ರೀತಿಯ ವಿಸ್ಮಯದಿಂದ ನೋಡುತ್ತಿದ್ದರು. ಮೊಲ್ಲಿ ಕಾಣೆಯಾಗಿರುವುದು ಪತ್ತೆಯಾದಾಗ ಅವರು ಮೆಟ್ಟಿಲುಗಳ ಕೆಳಗೆ ಬರುತ್ತಿದ್ದರು. ಹಿಂತಿರುಗಿ, ಅವಳು ಅತ್ಯುತ್ತಮ ಮಲಗುವ ಕೋಣೆಯಲ್ಲಿ ಹಿಂದೆ ಉಳಿದಿದ್ದಾಳೆಂದು ಇತರರು ಕಂಡುಕೊಂಡರು. ಅವಳು ಶ್ರೀಮತಿ ಜೋನ್ಸ್ ಅವರ ಡ್ರೆಸ್ಸಿಂಗ್ ಟೇಬಲ್‌ನಿಂದ ನೀಲಿ ಬಣ್ಣದ ರಿಬ್ಬನ್ ತುಂಡನ್ನು ತೆಗೆದುಕೊಂಡು ಅದನ್ನು ತನ್ನ ಭುಜದ ಮೇಲೆ ಹಿಡಿದುಕೊಂಡು ಗಾಜಿನಲ್ಲಿ ತನ್ನನ್ನು ತುಂಬಾ ಮೂರ್ಖತನದಿಂದ ಮೆಚ್ಚಿಕೊಳ್ಳುತ್ತಿದ್ದಳು. ಇತರರು ಅವಳನ್ನು ಕಟುವಾಗಿ ನಿಂದಿಸಿದರು ಮತ್ತು ಅವರು ಹೊರಗೆ ಹೋದರು. ಅಡುಗೆ ಮನೆಯಲ್ಲಿ ನೇತಾಡುವ ಕೆಲವು ಮಾಂಸವನ್ನು ಸಮಾಧಿ ಮಾಡಲು ಹೊರತೆಗೆಯಲಾಯಿತು, ಮತ್ತು ಬಾಕ್ಸರ್ ಗೊರಸಿನಿಂದ ಒದೆಯುವ ಮೂಲಕ ಅಡುಗೆ ಕೋಣೆಯಲ್ಲಿನ ಬಿಯರ್ ಬ್ಯಾರೆಲ್ ಅನ್ನು ಒಲೆಯಲ್ಲಿ ಹಾಕಲಾಯಿತು, ಇದನ್ನು ಬಿಟ್ಟು ಮನೆಯಲ್ಲಿ ಬೇರೆ ಏನನ್ನೂ ಮುಟ್ಟಲಿಲ್ಲ. ತೋಟದ ಮನೆಯನ್ನು ಮ್ಯೂಸಿಯಂ ಆಗಿ ಸಂರಕ್ಷಿಸಬೇಕು ಎಂದು ಸ್ಥಳದಲ್ಲೇ ಸರ್ವಾನುಮತದ ನಿರ್ಣಯ ಅಂಗೀಕರಿಸಲಾಯಿತು. ಅಲ್ಲಿ ಯಾವುದೇ ಪ್ರಾಣಿ ವಾಸಿಸಬಾರದು ಎಂದು ಎಲ್ಲರೂ ಒಪ್ಪಿಕೊಂಡರು.

ಪ್ರಾಣಿಗಳು ತಮ್ಮ ಉಪಹಾರವನ್ನು ಮಾಡಿದವು, ಮತ್ತು ನಂತರ ಸ್ನೋಬಾಲ್ ಮತ್ತು ನೆಪೋಲಿಯನ್ ಅವರನ್ನು ಮತ್ತೆ ಒಟ್ಟಿಗೆ ಕರೆದರು.

ಸ್ನೋಬಾಲ್ ಹೇಳಿದರು "ಒಡನಾಡಿಗಳೆ," "ಇದು ಸಮಯ ಆರುವರೆ ಗಂಟೆಯಾಗಿದೆ ಮತ್ತು ನಮಗೆ ಇಡೀ ದಿನವಿದೆ. ಇಂದು ನಾವು ಹುಲ್ಲು ಕೊಯ್ಲು ಪ್ರಾರಂಭಿಸುತ್ತೇವೆ. ಆದರೆ ಮೊದಲು ಗಮನಹರಿಸಬೇಕಾದ ಇನ್ನೊಂದು ವಿಷಯವಿದೆ.

ಕಳೆದ ಮೂರು ತಿಂಗಳ ಅವಧಿಯಲ್ಲಿ ಜೋನ್ಸ್ ಅವರ ಮಕ್ಕಳಿಗೆ ಸೇರಿದ್ದ ಮತ್ತು ಕಸದ ರಾಶಿಯ ಮೇಲೆ ಎಸೆದಿದ್ದ ಹಳೆಯ ಕಾಗುಣಿತ ಪುಸ್ತಕದಿಂದ ಅವರು ಓದಲು ಮತ್ತು ಬರೆಯಲು ಕಲಿತಿದ್ದಾರೆ ಎಂದು ಹಂದಿಗಳು ಈಗ ಬಹಿರಂಗಪಡಿಸಿವೆ. ನೆಪೋಲಿಯನ್ ಕಪ್ಪು ಮತ್ತು ಬಿಳಿ ಬಣ್ಣದ ಮಡಕೆಗಳನ್ನು ಕಳುಹಿಸಿದನು ಮತ್ತು ಐದು ಕಂಬಿ ಬಾಗಿಲು ಅದು ಮುಖ್ಯ ರಸ್ತೆಗೆ ಹೋಗುವ ದಾರಿ ಕಡೆಗೆ ನಡೆದನು. ನಂತರ ಸ್ನೋಬಾಲ್ (ಸ್ನೋಬಾಲ್ ಬರವಣಿಗೆಯಲ್ಲಿ ಅತ್ಯುತ್ತಮವಾಗಿತ್ತು) ತನ್ನ ಕಾಲಿನ ಎರಡು ಗೆಣ್ಣುಗಳ ನಡುವೆ ಬ್ರಷ್ ಅನ್ನು ತೆಗೆದುಕೊಂಡು, ಗೇಟ್‌ನ ಮೇಲಿನ ಬಾರ್‌ನಿಂದ ಮ್ಯಾನರ್ ಫಾರ್ಮ್ ಅನ್ನು ಅಳಿಸಿ ಮತ್ತು ಅದರ ಸ್ಥಳದಲ್ಲಿ ಅನಿಮಲ್ ಫಾರ್ಮ್ ಎಂದು ಬರೆದ. ಇನ್ನು ಮುಂದೆ ಹೊಲಕ್ಕೆ ಇದೇ ಹೆಸರಾಗಬೇಕು. ಇದರ ನಂತರ ಅವರು ಕೃಷಿ ಕಟ್ಟಡಗಳಿಗೆ ಹಿಂತಿರುಗಿದರು, ಅಲ್ಲಿ ಸ್ನೋಬಾಲ್ ಮತ್ತು ನೆಪೋಲಿಯನ್ ಅನ್ನು ದೊಡ್ಡ ಕೊಟ್ಟಿಗೆಯ ಕೊನೆಯ ಗೋಡೆಯ ವಿರುದ್ಧ ಏಣಿಯನ್ನು ಹಾಕಲು ಕಳಿಸಲಾಯಿತು. ಕಳೆದ ಮೂರು ತಿಂಗಳ ತಮ್ಮ ಅಧ್ಯಯನದ ಮೂಲಕ ಹಂದಿಗಳು ಪ್ರಾಣಿಗಳ ತತ್ವಗಳನ್ನು ಏಳು ಆಜ್ಞೆಗಳಿಗೆ ತಗ್ಗಿಸುವಲ್ಲಿ ಯಶಸ್ವಿಯಾಗಿದೆ ಎಂದು ಅವರು ವಿವರಿಸಿದರು. ಈ ಏಳು ಅನುಶಾಸನಗಳನ್ನು ಈಗ ಗೋಡೆಯ ಮೇಲೆ ಕೆತ್ತಲಾಗಿದೆ; ಅವರು ಅನಿಮಲ್ ಫಾರ್ಮ್‌ನಲ್ಲಿರುವ ಎಲ್ಲಾ ಪ್ರಾಣಿಗಳು ಎಂದೆಂದಿಗೂ ಈ ಅನುಶಾಸನಗಳ ಮೇಲೆ ಬದುಕಬೇಕು ಎಂದು ಬದಲಾಯಿಸಲಾಗದ ಕಾನೂನನ್ನು ರೂಪಿಸುತ್ತಾರೆ. ಸ್ವಲ್ಪ ಕಷ್ಟದಿಂದ (ಏಕೆಂದರೆ ಹಂದಿಯು ಏಣಿಯ ಮೇಲೆ ತನ್ನನ್ನು ತಾನು ಸಮತೋಲನಗೊಳಿಸಿಕೊಳ್ಳುವುದು

ಸುಲಭವಲ್ಲ) ಸ್ನೋಬಾಲ್ ಮೇಲಕ್ಕೆ ಏರಿತು ಮತ್ತು ಕೆಲಸ ಮಾಡಲು ಪ್ರಾರಂಭಿಸಿತು, ಸ್ಕ್ವೀಲರ್ ಅವನ ಕೆಳಗೆ ಕೆಲವು ಮೆಟ್ಟಿಲುಗಳ ಕೆಳಗೆ ಬಣ್ಣದ ಮಡಿಕೆಯನ್ನು ಹಿಡಿದಿದ್ದಾನೆ. ಮೂವತ್ತು ಗಜಗಳಷ್ಟು ದೂರದಲ್ಲಿ ಓದಬಹುದಾದ ದೊಡ್ಡ ಬಿಳಿ ಅಕ್ಷರಗಳಲ್ಲಿ ಟಾರ್ ಗೋಡೆಯ ಮೇಲೆ ಆಜ್ಞೆಗಳನ್ನು ಬರೆಯಲಾಗಿದೆ.

ಅದು ಹೀಗಿತ್ತು:

ಏಳು ಆಜ್ಞೆಗಳು

• ಎರಡು ಕಾಲುಗಳ ಮೇಲೆ ನಡೆಯುವುದೆಲ್ಲವು ಅದು ಶತ್ರುವಾಗಿದೆ.

• ನಾಲ್ಕು ಕಾಲುಗಳ ಮೇಲೆ ನಡೆಯುವುದು ಅಥವಾ ರೆಕ್ಕೆಗಳನ್ನು ಹೊಂದಿರುವ ಯಾವುದಿದ್ದರೂ ಅದು ಸ್ನೇಹಿತ.

• ಯಾವುದೇ ಪ್ರಾಣಿಯು ಬಟ್ಟೆಗಳನ್ನು ಧರಿಸಬಾರದು.

• ಯಾವುದೇ ಪ್ರಾಣಿಯು ಹಾಸಿಗೆಯಲ್ಲಿ ಮಲಗಬಾರದು.

• ಯಾವುದೇ ಪ್ರಾಣಿ ಮದ್ಯಪಾನ ಮಾಡಬಾರದು.

• ಯಾವುದೇ ಪ್ರಾಣಿಯು ಬೇರೆ ಯಾವುದೇ ಪ್ರಾಣಿಯನ್ನು ಕೊಲ್ಲಬಾರದು.

• ಎಲ್ಲಾ ಪ್ರಾಣಿಗಳು ಸಮಾನವಾಗಿವೆ.

ಇದನ್ನು ಬಹಳ ಅಚ್ಚುಕಟ್ಟಾಗಿ ಬರೆಯಲಾಗಿದೆ ಮತ್ತು "ಸ್ನೇಹಿತ" ಎಂದು ಬರೆಯುವಲ್ಲಿ ತಪ್ಪಾಗಿದೆ ಮತ್ತು "ಸ" ಗಳಲ್ಲಿ ಒಂದನ್ನು ತಪ್ಪಾಗಿ ಸುತ್ತಿನಲ್ಲಿ ಬರೆಯಲಾಗಿದೆ, ಕಾಗುಣಿತವು ಎಲ್ಲಾ ರೀತಿಯಲ್ಲಿ ಸರಿಯಾಗಿದೆ. ಇತರರ ಪ್ರಯೋಜನಕ್ಕಾಗಿ ಸ್ನೋಬಾಲ್ ಅದನ್ನು ಗಟ್ಟಿಯಾಗಿ ಓದುತ್ತದೆ. ಎಲ್ಲಾ ಪ್ರಾಣಿಗಳು ಸಂಪೂರ್ಣ ಒಪ್ಪಿಗೆಯಿಂದ ತಲೆಯಾಡಿಸಿದವು, ಮತ್ತು ಬುದ್ಧಿವಂತರು ತಕ್ಷಣವೇ ಆಜ್ಞೆಗಳನ್ನು ಬಾಯಿ ಪಾಠ ಮಾಡಲು ಪ್ರಾರಂಭಿಸಿದರು. ಪೇಂಟ್ ಬ್ರಷ್ ಅನ್ನು ಕೆಳಗೆ ಎಸೆದು ಸ್ನೋಬಾಲ್ ಅಳುತ್ತಾ "ಈಗ, ಒಡನಾಡಿಗಳೆ," "ಗದ್ದೆಗೆ! ಜೋನ್ಸ್ ಮತ್ತು ಅವನ ಜನರು ಮಾಡುವುದಕ್ಕಿಂತ ಹೆಚ್ಚು ಬೇಗನೆ ಕೊಯ್ಲಿಗೆ ಹೋಗುವುದನ್ನು ನಾವು ಗೌರವದ ವಿಷಯವಾಗಿ ಮಾಡೋಣ."

ಆದರೆ ಈ ಕ್ಷಣದಲ್ಲಿ ಕೆಲ ಸಮಯದಿಂದ ಅಸ್ವಸ್ಥಗೊಂಡಿದ್ದ ಮೂರು ಹಸುಗಳು ಜೋರಾಗಿ ತಗ್ಗು ಹಾಕಿದವು. ಇಪ್ಪತ್ನಾಲ್ಕು ಗಂಟೆಗಳ ಕಾಲ ಅವುಗಳ ಹಾಲು ಕರೆಯಲಿಲ್ಲ, ಮತ್ತು ಅವರ ಕೆಚ್ಚಲು ಬಹುತೇಕ ಒಡೆಯುತಿತ್ತು. ಸ್ವಲ್ಪ ಯೋಚಿಸಿದ ನಂತರ, ಹಂದಿಗಳು ಬಕೆಟ್‌ಗಳನ್ನು ಕಳುಹಿಸಿದವು ಮತ್ತು ಹಸುಗಳನ್ನು ತಕ್ಕಮಟ್ಟಿಗೆ ಯಶಸ್ವಿಯಾಗಿ ಹಾಲು ಕರೆದವು, ಅವರ ಕೈಗಳು ಈ ಕಾರ್ಯಕ್ಕೆ ಚೆನ್ನಾಗಿ ಹೊಂದಿಕೊಂಡಿದ್ದವು. ಶೀಘ್ರದಲ್ಲೇ ಐದು ಬಕೆಟ್ ನೊರೆ ಕೆನೆ ಹಾಲು ಬಂತು, ಅದನ್ನು ಅನೇಕ ಪ್ರಾಣಿಗಳು ಸಾಕಷ್ಟು ಆಸಕ್ತಿಯಿಂದ ನೋಡಿದವು.

"ಆ ಎಲ್ಲಾ ಹಾಲಿನ್ನು ಏನು ಮಾಡುವುದು?" ಎಂದು ಯಾರೋ ಹೇಳಿದರು.

"ಜೋನ್ಸ್ ಕೆಲವೊಮ್ಮೆ ನಮ್ಮ ಆಹಾರದಲ್ಲಿ ಸ್ವಲ್ಪ ಮಿಶ್ರಣ ಮಾಡಲು ಬಳಸುತ್ತಿದ್ದರು" ಎಂದು ಕೋಳಿಗಳಲ್ಲಿ ಒಂದು ಹೇಳಿತು.

"ಹಾಲಿನ ಬಗ್ಗೆ ಯೋಚಿಸಬೇಡಿ, ಒಡನಾಡಿಗಳೆ!" ಎಂದು ಬಕೆಟ್‌ಗಳ ಮುಂದೆ ನಿಂತು ನೆಪೋಲಿಯನ್ ಕೂಗಿದನು. "ಅದರ ಬಗ್ಗೆ ನೋಡಲಾಗುವುದು. ಕೊಯ್ಲು ಹೆಚ್ಚು ಮುಖ್ಯವಾಗಿದೆ. ಒಡನಾಡಿ ಸ್ನೋಬಾಲ್ ದಾರಿಯನ್ನು ಮುನ್ನಡೆಸುತ್ತದೆ. ನಾನು ಕೆಲವೇ ನಿಮಿಷಗಳಲ್ಲಿ ಅನುಸರಿಸುತ್ತೇನೆ. ಮುಂದಕ್ಕೆ ನಡೆಯಿರಿ, ಒಡನಾಡಿಗಳೆ! ಹುಲ್ಲು ಕಾಯುತ್ತಿದೆ."

ಆದ್ದರಿಂದ, ಪ್ರಾಣಿಗಳು ಕೊಯ್ಲು ಆರಂಭಿಸಲು ಹುಲ್ಲುಗಾವಲು ಕೆಳಗೆ ಗುಂಪಿನಲ್ಲಿ ಹೋದವು, ಮತ್ತು ಅವರು ಸಂಜೆ ಹಿಂತಿರುಗಿ ಬಂದಾಗ ಹಾಲು ಕಣ್ಮರೆಯಾಗಿರುವುದು ಗಮನಕ್ಕೆ ಬಂದಿತು.

ಅಧ್ಯಾಯ III

ಅವರು ಹುಲ್ಲು ಪಡೆಯಲು ಎಷ್ಟು ಶ್ರಮಿಸಿದರು ಮತ್ತು ಬೆವರು ಮಾಡಿದರು! ಆದರೆ ಅವರ ಪ್ರಯತ್ನಗಳಿಗೆ ಪ್ರತಿಫಲ ಸಿಕ್ಕಿತು, ಏಕೆಂದರೆ ಕೊಯ್ಲು ಅವರು ನಿರೀಕ್ಷಿಸಿದ್ದಕ್ಕಿಂತ ದೊಡ್ಡ ಯಶಸ್ಸನ್ನು ಕಂಡಿತು. ಕೆಲವೊಮ್ಮೆ ಕೆಲಸವು ಕಷ್ಟಕರವಾಗಿತ್ತು; ಉಪಕರಣಗಳನ್ನು ಮನುಷ್ಯರಿಗಾಗಿ ವಿನ್ಯಾಸಗೊಳಿಸಲಾಗಿದೆ ಮತ್ತು ಪ್ರಾಣಿಗಳಿಗಾಗಿ ಅಲ್ಲ, ಮತ್ತು ತನ್ನ ಹಿಂಗಾಲುಗಳ ಮೇಲೆ ನಿಲ್ಲುವ ಯಾವುದೇ ಪ್ರಾಣಿಯು ಯಾವುದೇ ಸಾಧನವನ್ನು ಬಳಸಲು ಸಾಧ್ಯವಾಗದಿರುವುದು ಒಂದು ದೊಡ್ಡ ನ್ಯೂನತೆಯಾಗಿದೆ. ಆದರೆ ಹಂದಿಗಳು ತುಂಬಾ ಬುದ್ಧಿವಂತರಾಗಿದ್ದವು, ಅವರು ಪ್ರತಿ ಕಷ್ಟಕ್ಕೆ ಮಾರ್ಗವನ್ನು ಯೋಚಿಸುತ್ತಿದ್ದರು. ಕುದುರೆಗಳಿಗೆ ಸಂಬಂಧಿಸಿದಂತೆ, ಅವರು ಮೈದಾನದ ಪ್ರತಿಯೊಂದು ಇಂಚಿನನ್ನೂ ತಿಳಿದಿದ್ದರು ಮತ್ತು ವಾಸ್ತವವಾಗಿ ಜೋನ್ಸ್ ಮತ್ತು ಅವನ ಜನರು ಮಾಡುವುದಕ್ಕಿಂತಲೂ ಉತ್ತಮವಾಗಿ ಹುಲ್ಲು ಕತ್ತರಿಸುವುದನ್ನು ಅರ್ಥಮಾಡಿಕೊಂಡರು. ಹಂದಿಗಳು ವಾಸ್ತವವಾಗಿ ಕೆಲಸ ಮಾಡಲಿಲ್ಲ, ಆದರೆ ಇತರರನ್ನು ನಿರ್ದೇಶಿಸುತ್ತವೆ ಮತ್ತು ಮೇಲ್ವಿಚಾರಣೆ ಮಾಡಿದವು. ಅವರ ಉನ್ನತ ಜ್ಞಾನದಿಂದ ಅವರು ನಾಯಕತ್ವವನ್ನು ವಹಿಸಿಕೊಳ್ಳುವುದು ಸಹಜ. ಬಾಕ್ಸರ್ ಮತ್ತು ಕ್ಲೋವರ್ ತಮ್ಮನ್ನು ಕತ್ತರಿಸುವ ಅಥವಾ ಕುದುರೆ-ಕುಂಟೆಗೆ ಸ್ವತಃ ಬಳಸಿಕೊಳ್ಳುತ್ತಾರೆ (ಈ ದಿನಗಳಲ್ಲಿ ಸಹಜವಾಗಿ ಯಾವುದೇ ಮೊಳೆಗಳು ಅಥವಾ ಲಗಾಮುಗಳ ಅಗತ್ಯವಿಲ್ಲ) ಮತ್ತು ಮೈದಾನದ ಸುತ್ತಲೂ ಸ್ಥಿರವಾಗಿ ಅಲೆದಾಡುತ್ತಾರೆ ಇವರ ಹಿಂದೆ ಹಂದಿಯು ನಡೆಯುತ್ತ “ಮುಂದೆ ನಡೆಯಿರಿ, ಒಡನಾಡಿ! ” ಅಥವಾ "ಓಹ್ ಹಿಂದೆ ಬನ್ನಿ, ಒಡನಾಡಿ!" ಅಂತ ಕರೆಯುತಿತ್ತು. ಮತ್ತು ಅತ್ಯಂತ ವಿನಮ್ರವಾಗಿರುವ ಪ್ರತಿಯೊಂದು ಪ್ರಾಣಿಯು ಹುಲ್ಲನ್ನು ತಿರುಗಿಸಲು ಮತ್ತು ಅದನ್ನು ಸಂಗ್ರಹಿಸಲು ಕೆಲಸ ಮಾಡಿದವು. ಬಾತುಕೋಳಿಗಳು ಮತ್ತು ಕೋಳಿಗಳು ಸಹ ಬಿಸಿಲಿನಲ್ಲಿ ದಿನವಿಡೀ ಶ್ರಮಿಸುತ್ತಿದ್ದವು,

ತಮ್ಮ ಕೊಕ್ಕಿನಲ್ಲಿ ಹುಲ್ಲಿನ ಸಣ್ಣ ಎಳೆಗಳನ್ನು ಹೊತ್ತೊಯ್ಯುತ್ತಿದ್ದವು. ಕೊನೆಯಲ್ಲಿ ಅವರು ಜೋನ್ಸ್ ಮತ್ತು ಅವನ ಜನರು ಸಾಮಾನ್ಯವಾಗಿ ತೆಗೆದುಕೊಂಡಿದ್ದಕ್ಕಿಂತ ಎರಡು ದಿನಗಳ ಕಡಿಮೆ ಸಮಯದಲ್ಲಿ ಕೊಯ್ಲು ಮುಗಿಸಿದರು.ಇದಲ್ಲದೆ, ಇದು ಫಾರ್ಮ್ ಹಿಂದೆಂದೂ ಕಂಡಿರದ ದೊಡ್ಡ ಸುಗ್ಗಿಯಾಗಿತ್ತು. ಯಾವುದೇ ವ್ಯರ್ಥವಾಗಲಿಲ್ಲ; ಕೋಳಿಗಳು ಮತ್ತು ಬಾತುಕೋಳಿಗಳು ತಮ್ಮ ತೀಕ್ಷ್ಣವಾದ ಕಣ್ಣುಗಳಿಂದ ಕೊನೆಯ ಕಾಂಡವನ್ನು ಕೂಡ ಸಂಗ್ರಹಿಸಿದವು. ಮತ್ತು ಜಮೀನಿನಲ್ಲಿದ್ದ ಒಂದು ಪ್ರಾಣಿಯೂ ಬಾಯಿಗೆ ಬಂದಷ್ಟು ಕದ್ದಿರಲಿಲ್ಲ.

ಆ ಬೇಸಿಗೆಯಲ್ಲಿ ಹೊಲದ ಕೆಲಸಗಳು ಗಡಿಯಾರದ ಕೆಲಸದಂತೆ ನಡೆಯುತ್ತಿತ್ತು. ಪ್ರಾಣಿಗಳು ಸಂತೋಷವಾಗಿದ್ದವು, ಏಕೆಂದರೆ ಅವು ಎಂದಿಗೂ ಸಾಧ್ಯ ಎಂದು ಅವರು ಭಾವಿಸಲಿಲ್ಲ. ಪ್ರತಿ ಬಾಯಿಯ ಆಹಾರವು ತೀವ್ರವಾದ ಧನಾತ್ಮಕ ಆನಂದವನ್ನು ನೀಡುತ್ತದೆ, ಈಗ ಅದು ನಿಜವಾಗಿಯೂ ಅವರ ಸ್ವಂತ ಆಹಾರವಾಗಿದೆ, ಸ್ವತಃ ಮತ್ತು ತಮಗಾಗಿಯೇ ಉತ್ಪಾದಿಸಲ್ಪಟ್ಟಿದೆ, ಅಸಹನೀಯ ಯಜಮಾನನಿಂದ ಅವರಿಗೆ ನೀಡಲಾಗಿಲ್ಲ. ನಿಷ್ಪ್ರಯೋಜಕ ಪರಾವಲಂಬಿ ಮನುಷ್ಯರು ಹೋದ ನಂತರ, ಎಲ್ಲರಿಗೂ ತಿನ್ನಲು ಹೆಚ್ಚು ಇತ್ತು. ಹೆಚ್ಚು ವಿರಾಮವೂ ಇತ್ತು, ಅನನುಭವಿ ಪ್ರಾಣಿಗಳಿದ್ದರೂ. ಅವರು ಅನೇಕ ತೊಂದರೆಗಳನ್ನು ಎದುರಿಸಿದರು, ಉದಾಹರಣೆಗೆ, ವರ್ಷದ ನಂತರ, ಅವರು ಜೋಳವನ್ನು ಕೊಯ್ಲು ಮಾಡಿದಾಗ, ಅವರು ಅದನ್ನು ಪ್ರಾಚೀನ ಶೈಲಿಯಲ್ಲಿ ಮೆಟ್ಟಬೇಕಿತ್ತು ಮತ್ತು ತಮ್ಮ ಉಸಿರಿನೊಂದಿಗೆ ಹುಳವನ್ನು ಊದಬೇಕಾಗಿತ್ತು, ಏಕೆಂದರೆ ಜಮೀನಿನಲ್ಲಿ ಯಾವುದೇ ಒಕ್ಕಲು ಯಂತ್ರವಿರಲ್ಲ, ಆದರೆ ಹಂದಿಗಳು ಅವರ ಬುದ್ಧಿವಂತಿಕೆ ಮತ್ತು ಬಾಕ್ಸರ್ ತನ್ನ ಪ್ರಚಂಡ ಸ್ನಾಯುಗಳೊಂದಿಗೆ ಯಾವಾಗಲೂ ಅವರನ್ನು ಆ ಕಷ್ಟದಿಂದ ಮುನ್ನಡೆಸಿದರು. ಬಾಕ್ಸರ್ ಎಲ್ಲರ ಮೆಚ್ಚುಗೆಗೆ ಪಾತ್ರರಾಗಿದ್ದರು. ಜೋನ್ಸ್ ನ ಸಮಯದಲ್ಲೂ ಅವನು ಕಠಿಣ ಕೆಲಸಗಾರನಾಗಿದ್ದನು, ಆದರೆ ಈಗ ಅವನು ಒಂದಕ್ಕಿಂತ ಮೂರು ಕುದುರೆಗಳಂತೆ ತೋರುತ್ತಿದ್ದನು; ಜಮೀನಿನ ಸಂಪೂರ್ಣ ಕೆಲಸವು ಅವನ ಪ್ರಬಲ ಹೆಗಲ ಮೇಲೆ ನಿಂತಂತೆ ತೋರುತ್ತಿದ್ದ ದಿನಗಳು ಇದ್ದವು. ಬೆಳಗ್ಗಿನಿಂದ ರಾತ್ರಿಯವರೆಗೂ ಯಾವತ್ತೂ ಕೆಲಸ ಕಷ್ಟವಾಗಿರುವ ಜಾಗದಲ್ಲಿ ತಳ್ಳಿ

ಎಳೆಯುತ್ತಿದ್ದ. ಅವನು ಎಲ್ಲರಿಗಿಂತಲೂ ಬೆಳಿಗ್ಗೆ ಅರ್ಧ ಗಂಟೆ ಮುಂಚಿತವಾಗಿ ಅವನನ್ನು ಕರೆಯಲು ಕೋಳಿಗಳಲ್ಲಿ ಒಬ್ಬರೊಂದಿಗೆ ವ್ಯವಸ್ಥೆಯನ್ನು ಮಾಡಿದ್ದನು ಮತ್ತು ಸಾಮಾನ್ಯ ದಿನದ ಕೆಲಸ ಪ್ರಾರಂಭವಾಗುವ ಮೊದಲು ಹೆಚ್ಚು ಅಗತ್ಯವಿರುವಂತೆ ತೋರುವಲ್ಲಿ ಕೆಲವು ಸ್ವಯಂಸೇವಕರನ್ನು ತೊಡಗಿಸುತ್ತಿದ್ದನು. ಪ್ರತಿ ಸಮಸ್ಯೆಗೆ, ಪ್ರತಿ ಹಿನ್ನಡೆಗೆ ಅವರ ಉತ್ತರ "ನಾನು ಹೆಚ್ಚು ಶ್ರಮಿಸುತ್ತೇನೆ!" ಎಂಬುದಾಗಿತ್ತು ಅದನ್ನು ಅವರು ತಮ್ಮ ವೈಯಕ್ತಿಕ ಧ್ಯೇಯವಾಗಿ ಅಳವಡಿಸಿಕೊಂಡಿದ್ದರು.

ಆದರೆ ಎಲ್ಲರೂ ಅವರವರ ಸಾಮರ್ಥ್ಯಕ್ಕೆ ತಕ್ಕಂತೆ ಕೆಲಸ ಮಾಡಿದರು. ಕೋಳಿಗಳು ಮತ್ತು ಬಾತುಕೋಳಿಗಳು, ಉದಾಹರಣೆಗೆ, ಬಿದ್ದಿರುವ ಧಾನ್ಯಗಳನ್ನು ಸಂಗ್ರಹಿಸುವ ಮೂಲಕ ಸುಗ್ಗಿಯ ಸಮಯದಲ್ಲಿ ಐದು ಪೊದೆ ಜೋಳವನ್ನು ಉಳಿಸಿದವು. ಯಾರೂ ಕಳ್ಳತನ ಮಾಡಲಿಲ್ಲ, ಯಾರೂ ಅವರ ಪಡಿತರದ ಬಗ್ಗೆ ಗೊಣಗಲಿಲ್ಲ, ಹಳೆಯ ದಿನಗಳಲ್ಲಿ ಜೀವನದ ಸಾಮಾನ್ಯ ಲಕ್ಷಣಗಳಾಗಿದ್ದ ಜಗಳ ಮತ್ತು ಕಚ್ಚುವಿಕೆ ಮತ್ತು ಅಸೂಯೆ ಬಹುತೇಕ ಕಣ್ಮರೆಯಾಯಿತು. ಯಾರೂ ನುಣುಚಿಕೊಳ್ಳಲಿಲ್ಲ ಅಥವಾ ಬಹುತೇಕ ಯಾರೂ ಇಲ್ಲ. ಮೊಲ್ಲಿ, ಇದು ನಿಜ, ಬೆಳಿಗ್ಗೆ ಎದ್ದೇಳುತ್ತಿರಲಿಲ್ಲ, ಮತ್ತು ತನ್ನ ಗೊರಸಿನಲ್ಲಿ ಕಲ್ಲು ಇದೆ ಎಂಬ ಕಾರಣಕ್ಕೆ ಬೇಗ ಕೆಲಸ ಬಿಡುವ ಮಾರ್ಗವನ್ನು ಹೊಂದಿದ್ದಳು. ಮತ್ತು ಬೆಕ್ಕಿನ ನಡವಳಿಕೆಯು ಸ್ವಲ್ಪ ವಿಚಿತ್ರವಾಗಿತ್ತು. ಕೆಲಸ ಮಾಡಬೇಕಾದಾಗ ಬೆಕ್ಕು ಸಿಗತಿರಲಿಲ್ಲ ಎಂಬುದು ಶೀಘ್ರದಲ್ಲೇ ಗಮನಕ್ಕೆ ಬಂದಿತು. ಅವಳು ಗಂಟೆಗಟ್ಟಲೆ ಕಣ್ಮರೆಯಾಗುತ್ತಿದ್ದಳು, ಮತ್ತು ನಂತರ ಊಟದ ಸಮಯದಲ್ಲಿ ಅಥವಾ ಸಂಜೆ ಕೆಲಸ ಮುಗಿದ ನಂತರ ಏನೂ ಸಂಭವಿಸಿಲ್ಲ ಎಂಬಂತೆ ಮತ್ತೆ ಕಾಣಿಸಿಕೊಳ್ಳುತ್ತಿದ್ದಳು. ಆದರೆ ಅವಳು ಯಾವಾಗಲೂ ಅಂತಹ ಅತ್ಯುತ್ತಮವಾದ ಮನ್ನಿಸುವಿಕೆಯನ್ನು ಮಾಡುತ್ತಿದ್ದಳು ಮತ್ತು ತುಂಬಾ ಪ್ರೀತಿಯಿಂದ ಎಲ್ಲರೊಡನೆ ಇರುತ್ತಿದ್ದಳು, ಅವಳ ಒಳ್ಳೆಯ ಉದ್ದೇಶಗಳನ್ನು ನಂಬದಿರುವುದು ಅಸಾಧ್ಯವಾಗಿತ್ತು. ವಯಸ್ಸಾದ ಬೆಂಜಮಿನ್, ಕತ್ತೆ, ದಂಗೆಯ ನಂತರ ಸಾಕಷ್ಟು ಬದಲಾಗಿಲ್ಲ. ಅವರು ಜೋನ್ಸ್‌ನ ಕಾಲದಲ್ಲಿ ಮಾಡಿದಂತೆಯೇ ನಿಧಾನವಾಗಿ ಹಠಮಾರಿ ರೀತಿಯಲ್ಲಿ ತಮ್ಮ ಕೆಲಸವನ್ನು

ಮಾಡಿದರು, ಎಂದಿಗೂ ನುಣುಚಿಕೊಳ್ಳಲಿಲ್ಲ ಮತ್ತು ಹೆಚ್ಚುವರಿ ಕೆಲಸಕ್ಕಾಗಿ ಸ್ವಯಂಸೇವಕರಾಗಲಿಲ್ಲ. ದಂಗೆ ಮತ್ತು ಅದರ ಫಲಿತಾಂಶಗಳ ಬಗ್ಗೆ, ಅವರು ಯಾವುದೇ ಅಭಿಪ್ರಾಯವನ್ನು ವ್ಯಕ್ತಪಡಿಸಲಿಲ್ಲ. ಜೋನ್ಸ್ ಹೋದ ನಂತರ ಈಗ ಅವರು ಸಂತೋಷವಾಗಿಲ್ಲವೇ ಎಂದು ಕೇಳಿದಾಗ, ಅವರು ಕೇವಲ "ಕತ್ತೆಗಳು ದೀರ್ಘಕಾಲ ಬದುಕುತ್ತವೆ. ನಿಮ್ಮಲ್ಲಿ ಯಾರೂ ಸತ್ತ ಕತ್ತೆಯನ್ನು ನೋಡಿಲ್ಲ," ಮತ್ತು ಇತರರು ಈ ರಹಸ್ಯ ಉತ್ತರದಿಂದ ತೃಪ್ತರಾಗಬೇಕಾಯಿತು. ಭಾನುವಾರ ಕೆಲಸ ಇರುತ್ತಿರಲಿಲ್ಲ. ಬೆಳಗಿನ ಉಪಾಹಾರವು ಸಾಮಾನ್ಯಕ್ಕಿಂತ ಒಂದು ಗಂಟೆ ತಡವಾಗುತಿತ್ತು ಮತ್ತು ಉಪಹಾರದ ನಂತರ ಪ್ರತಿ ವಾರ ತಪ್ಪದೆ ಆಚರಿಸುವ ಸಮಾರಂಭವಿತ್ತು. ಮೊದಲಿಗೆ ಧ್ವಜಾರೋಹಣ ನಡೆಯಿತು. ಸ್ನೋಬಾಲ್ ಸರಂಜಾಮು ಕೋಣೆಯಲ್ಲಿ ಶ್ರೀಮತಿ ಜೋನ್ಸ್ ಅವರ ಹಳೆಯ ಹಸಿರು ಮೇಜುಬಟ್ಟೆಯನ್ನು ನೋಡಿತ್ತು ಮತ್ತು ಅದರ ಮೇಲೆ ಗೊರಸು ಮತ್ತು ಕೊಂಬನ್ನು ಬಿಳಿ ಬಣ್ಣದಲ್ಲಿ ಚಿತ್ರಿಸಿತ್ತು. ಇದನ್ನು ಪ್ರತಿ ಭಾನುವಾರ ಬೆಳಿಗ್ಗೆ ತೋಟದ ಮನೆ ತೋಟದಲ್ಲಿ ಧ್ವಜಾರೋಹಣ ನಡೆಸಲಾಯಿತು. ಧ್ವಜವು ಹಸಿರು ಬಣ್ಣದ್ದಾಗಿತ್ತು, ಇಂಗ್ಲೆಂಡ್‌ನ ಹಸಿರು ಕ್ಷೇತ್ರಗಳನ್ನು ಪ್ರತಿನಿಧಿಸಲು ಎಂದು ಸ್ನೋಬಾಲ್ ವಿವರಿಸಿದರು, ಆದರೆ ಗೊರಸು ಮತ್ತು ಕೊಂಬು ಮಾನವ ಜನಾಂಗವನ್ನು ಅಂತಿಮವಾಗಿ ಉರುಳಿಸಿದಾಗ ಉದ್ಭವಿಸುವ ಪ್ರಾಣಿಗಳ ಭವಿಷ್ಯದ ಗಣರಾಜ್ಯವನ್ನು ಸೂಚಿಸುತ್ತದೆ ಎಂದರು. ಧ್ವಜಾರೋಹಣದ ನಂತರ ಎಲ್ಲಾ ಪ್ರಾಣಿಗಳು ಸಭೆ ಎಂದು ಕರೆಯಲ್ಪಡುವ ಸಾಮಾನ್ಯ ಸಭೆಗಾಗಿ ದೊಡ್ಡ ಕೊಟ್ಟಿಗೆಗೆ ಬಂದವು. ಇಲ್ಲಿ ಮುಂಬರುವ ವಾರದ ಕೆಲಸವನ್ನು ಯೋಜಿಸಲಾಯಿತು ಮತ್ತು ನಿರ್ಣಯಗಳನ್ನು ಮಂಡಿಸಲಾಯಿತು ಮತ್ತು ಚರ್ಚೆ ಮಾಡಲಾಯಿತು. ಯಾವಾಗಲೂ ಹಂದಿಗಳೇ ನಿರ್ಣಯಗಳನ್ನು ಮುಂದಿಡುತ್ತಿದ್ದವು. ಇತರ ಪ್ರಾಣಿಗಳು ಹೇಗೆ ಮತ ಚಲಾಯಿಸಬೇಕೆಂದು ಅರ್ಥಮಾಡಿಕೊಂಡಿವೆ ಆದರೆ ತಮ್ಮದೇ ಆದ ಯಾವುದೇ ನಿರ್ಣಯಗಳ ಬಗ್ಗೆ ಯೋಚಿಸಲು ಸಾಧ್ಯವಾಗಲಿಲ್ಲ. ಸ್ನೋಬಾಲ್ ಮತ್ತು ನೆಪೋಲಿಯನ್ ಚರ್ಚೆಗಳಲ್ಲಿ ಹೆಚ್ಚು ಸಕ್ರಿಯರಾಗಿದ್ದರು. ಆದರೆ ಈ ಇಬ್ಬರೂ ಎಂದಿಗೂ ಒಪ್ಪುತಿರಲಿಲ್ಲ ಎಂಬುದು ಗಮನಕ್ಕೆ ಬಂದಿತು: ಇಬ್ಬರೂ ಯಾವುದೇ

ಸಲಹೆಯನ್ನು ನೀಡಿದರೂ, ಇನ್ನೊಬ್ಬರು ಅದನ್ನು ವಿರೋಧಿಸುತ್ತಿದ್ದರು. ಅದು ಇತ್ಯರ್ಥವಾದಾಗಲೂ ಯಾರೊಬ್ಬರೂ ಆಕ್ಷೇಪಿಸದ ವಿಷಯವೆಂದರೆ ತೋಟದ ಹಿಂದಿನ ಸಣ್ಣ ಗದ್ದೆಯನ್ನು ಕೆಲಸದಲ್ಲಿ ಕಳೆದ ಪ್ರಾಣಿಗಳಿಗೆ ವಿಶ್ರಾಂತಿಯ ಮನೆಯಾಗಿ ಮೀಸಲಿಡಲು, ಪ್ರತಿ ವರ್ಗದ ಸರಿಯಾದ ನಿವೃತ್ತಿ ವಯಸ್ಸಿನ ಬಗ್ಗೆ ಬಿರುಸಿನ ಚರ್ಚೆ ನಡೆಯಿತು. ಪ್ರಾಣಿ. ಸಭೆಯು ಯಾವಾಗಲೂ 'ಇಂಗ್ಲೆಂಡಿನ ದೈತ್ಯರು' ಹಾಡುವುದರೊಂದಿಗೆ ಕೊನೆಗೊಂಡಿತು ಮತ್ತು ಮಧ್ಯಾಹ್ನವನ್ನು ಮನರಂಜನೆಗೆ ನೀಡಲಾಯಿತು. ಹಂದಿಗಳು ಸರಂಜಾಮು ಕೋಣೆಯನ್ನು ತಮಗಾಗಿ ಪ್ರಧಾನ ಕಛೇರಿಯಾಗಿ ಮೀಸಲಿಟ್ಟಿದ್ದವು. ಇಲ್ಲಿ, ಸಂಜೆ, ಅವರು ತೋಟದ ಮನೆಯಿಂದ ತಂದ ಪುಸ್ತಕಗಳಿಂದ ಕಮ್ಮಾರ, ಬಡಗಿ ಮತ್ತು ಇತರ ಅಗತ್ಯ ಕಲೆಗಳನ್ನು ಅಧ್ಯಯನ ಮಾಡಿದರು. ಸ್ನೋಬಾಲ್ ಅವರು ಇತರ ಪ್ರಾಣಿಗಳನ್ನು ಪ್ರಾಣಿಗಳ ಸಂಘಕ್ಕೆ ಸಂಘಟಿಸುವಲ್ಲಿ ನಿರತರಾಗಿದ್ದರು. ಇದರಲ್ಲಿ ಅವರುಯುತ್ತಿರಲಿಲ್ಲ. ಅವರು ಕೋಳಿಗಳಿಗಾಗಿ ಮೊಟ್ಟೆ ಉತ್ಪಾದನಾ ಸಮಿತಿ, ಹಸುಗಳಿಗೆ ಶುಚಿ ಬಾಲಗಳ ಪಂದ್ಯಾವಳಿ, ಕಾಡು ಒಡನಾಡಿಗಳ ಮರು ಶಿಕ್ಷಣ ಸಮಿತಿ (ಇದರ ಉದ್ದೇಶ ಇಲಿಗಳು ಮತ್ತು ಮೊಲಗಳನ್ನು ಪಳಗಿಸುವುದು), ಕುರಿಗಳಿಗೆ ಬಿಳಿ ಉಣ್ಣೆ ಚಳುವಳಿ ಮತ್ತು ಓದುವ ಮತ್ತು ಬರೆಯುವ ತರಗತಿಗಳನ್ನು ಸ್ಥಾಪಿಸುವುದರ ಜೊತೆಗೆ ವಿವಿಧ ಇತರವುಗಳು ಇದ್ದವು. ಒಟ್ಟಾರೆಯಾಗಿ, ಈ ಯೋಜನೆಗಳು ವಿಫಲವಾಗಿವೆ. ಉದಾಹರಣೆಗೆ, ಕಾಡು ಜೀವಿಗಳನ್ನು ಪಳಗಿಸುವ ಪ್ರಯತ್ನವು ತಕ್ಷಣವೇ ಬಿದ್ದುಹೋಯಿತು. ಅವರು ಮೊದಲಿನಂತೆಯೇ ವರ್ತಿಸುವುದನ್ನು ಮುಂದುವರೆಸಿದರು ಮತ್ತು ಉದಾರತೆಯಿಂದ ವರ್ತಿಸಿದಾಗ, ಅದರ ಲಾಭವನ್ನು ಸರಳವಾಗಿ ಪಡೆದರು. ಬೆಕ್ಕು ಮರು ಶಿಕ್ಷಣ ಸಮಿತಿಗೆ ಸೇರಿಕೊಂಡಿತು ಮತ್ತು ಕೆಲವು ದಿನಗಳವರೆಗೆ ಅದರಲ್ಲಿ ತುಂಬಾ ಸಕ್ರಿಯವಾಗಿತ್ತು. ಅವಳು ಒಂದು ದಿನ ಛಾವಣಿಯ ಮೇಲೆ ಕುಳಿತು ತನ್ನ ವ್ಯಾಪ್ತಿಯಿಂದ ದೂರವಿರುವ ಕೆಲವು ಗುಬ್ಬಚ್ಚಿಗಳೊಂದಿಗೆ ಮಾತನಾಡುತ್ತಿದ್ದಳು. ಎಲ್ಲಾ ಪ್ರಾಣಿಗಳು ಈಗ ಒಡನಾಡಿಗಳು ಮತ್ತು ಆಯ್ಕೆ ಮಾಡಿದ ಯಾವುದೇ ಗುಬ್ಬಚ್ಚಿ ತನ್ನ ಪಂಜದ ಮೇಲೆ ಬಂದು ಕುಳಿತುಕೊಳ್ಳಬಹುದು

ಎಂದು ಅವಳು ಅವರಿಗೆ ಹೇಳುತ್ತಿದ್ದಳು; ಆದರೆ ಗುಬ್ಬಚ್ಚಿಗಳು ಅಂತರ ಕಾಯ್ದುಕೊಂಡಿದ್ದವು.

ಆದಾಗ್ಯೂ ಓದುವ ಮತ್ತು ಬರೆಯುವ ತರಗತಿಗಳು ಉತ್ತಮ ಯಶಸ್ಸನ್ನು ಕಂಡವು. ಶರತ್ಕಾಲದ ವೇಳೆಗೆ ಜಮೀನಿನಲ್ಲಿದ್ದ ಪ್ರತಿಯೊಂದು ಪ್ರಾಣಿಗಳು ಸ್ವಲ್ಪ ಮಟ್ಟಿಗೆ ಸಾಕ್ಷರತೆಯನ್ನು ಹೊಂದಿದ್ದವು.

ಹಂದಿಗಳಿಗೆ ಸಂಬಂಧಿಸಿದಂತೆ, ಅವರು ಈಗಾಗಲೇ ಸಂಪೂರ್ಣವಾಗಿ ಓದುತ್ತಿದ್ದರು ಮತ್ತು ಬರೆಯುತ್ತಿದ್ದರು. ನಾಯಿಗಳು ತಕ್ಕಮಟ್ಟಿಗೆ ಓದಲು ಕಲಿತವು ಆದರೆ ಏಳು ಅನುಶಾಸನಗಳನ್ನು ಹೊರತುಪಡಿಸಿ ಏನನ್ನೂ ಓದಲು ಆಸಕ್ತಿ ಹೊಂದಿರಲಿಲ್ಲ. ಮೇಕೆ ಮ್ಯೂರಿಯಲ್ ನಾಯಿಗಳಿಗಿಂತ ಸ್ವಲ್ಪ ಚೆನ್ನಾಗಿ ಓದಬಲ್ಲದು ಮತ್ತು ಕೆಲವೊಮ್ಮೆ ಕಸದ ರಾಶಿಯ ಮೇಲೆ ಅವಳು ಕಂಡುಕೊಂಡ ವೃತ್ತಪತ್ರಿಕೆಯ ತುಣುಕುಗಳನ್ನು ಸಂಜೆ ಇತರರಿಗೆ ಓದುತ್ತಿದ್ದಳು. ಬೆಂಜಮಿನ್ ಯಾವುದೇ ಹಂದಿಯಂತೆ ಓದಬಲ್ಲವರಾಗಿದ್ದರು, ಆದರೆ ಅವರ ಆ ಜ್ಞಾನವನ್ನು ಎಂದಿಗೂ ಹೊಂದಲಿಲ್ಲ. ಅವರಿಗೆ ತಿಳಿದಂತೆ ಓದಲು ಯೋಗ್ಯವಾದುದೇನೂ ಇಲ್ಲ ಎಂದರು. ಕ್ಲೋವರ್ ಸಂಪೂರ್ಣ ವರ್ಣಮಾಲೆಯನ್ನು ಕಲಿತರು ಆದರೆ ಪದಗಳನ್ನು ಜೋಡಿಸಲು ಸಾಧ್ಯವಾಗಲಿಲ್ಲ. ಬಾಕ್ಸರ್ ಡಿ ಅಕ್ಷರವನ್ನು ಮೀರಿ ಹೆಚ್ಚಿನದನ್ನು ಕಲಿಯಲು ಸಾಧ್ಯವಾಗಲಿಲ್ಲ. ಅವನು ತನ್ನ ದೊಡ್ಡ ಗೊರಸಿನಿಂದ ಧೂಳಿನಲ್ಲಿ ಅ, ಬಿ, ಸಿ, ಡಿ ಅನ್ನು ಪತ್ತೆಹಚ್ಚಿದನು ಮತ್ತು ನಂತರ ತನ್ನ ಕಿವಿಗಳನ್ನು ಹಿಂದೆ ಇಟ್ಟುಕೊಂಡು ಅಕ್ಷರಗಳನ್ನು ದಿಟ್ಟಿಸುತ್ತಾ ನಿಂತನು, ಕೆಲವೊಮ್ಮೆ ಅವನ ಮುಂಗಾಲು ಅಲುಗಾಡಿಸುತ್ತಾನೆ, ಮುಂದೆ ಏನಾಯಿತು ಎಂದು ತನ್ನ ಶಕ್ತಿಯಿಂದ ನೆನಪಿಟ್ಟುಕೊಳ್ಳಲು ಪ್ರಯತ್ನಿಸುತ್ತಾನೆ ಮತ್ತು ಎಂದಿಗೂ ಯಶಸ್ವಿಯಾಗಲಿಲ್ಲ. ಹಲವಾರು ಸಂದರ್ಭಗಳಲ್ಲಿ, ವಾಸ್ತವವಾಗಿ, ಅವನು ಈ, ಎಫ್, ಜಿ, ಎಚ್ ಅನ್ನು ಕಲಿತರು, ಆದರೆ ಅವರು ಅದನ್ನು ಕಲಿತಿರುವ ಹೊತ್ತಿಗೆ, ಅವರು ಅ, ಬಿ, ಸಿ ಮತ್ತು ಡಿ ಅನ್ನು ಮರೆತಿದ್ದಾರೆ ಎಂದು ಯಾವಾಗಲೂ ಕಂಡುಹಿಡಿಯಲಾಯಿತು. ಅಂತಿಮವಾಗಿ, ಅವರು ತೃಪ್ತರಾಗಲು ನಿರ್ಧರಿಸಿದರು. ಮೊದಲ ನಾಲ್ಕು

ಅಕ್ಷರಗಳನ್ನು ಮತ್ತು ಅವನ ಸ್ಮರಣೆಯನ್ನು ತಾಜಾವಾಗಿ ಮಾಡಲು ಪ್ರತಿದಿನ ಒಂದು ಅಥವಾ ಎರಡು ಬಾರಿ ಬರೆಯುತ್ತಿದ್ದರು. ಮೊಲ್ಲಿ ತನ್ನ ಹೆಸರನ್ನು ಬರೆಯುವ ಆರು ಅಕ್ಷರಗಳನ್ನು ಹೊರತುಪಡಿಸಿ ಏನನ್ನೂ ಕಲಿಯಲು ನಿರಾಕರಿಸಿದಳು. ಅವಳು ರೆಂಬೆಯ ತುಂಡುಗಳಿಂದ ಇವುಗಳನ್ನು ಬಹಳ ಅಚ್ಚುಕಟ್ಟಾಗಿ ರೂಪಿಸುತ್ತಿದ್ದಳು ಮತ್ತು ನಂತರ ಅವುಗಳನ್ನು ಒಂದು ಅಥವಾ ಎರಡು ಹೂವಿನಿಂದ ಅಲಂಕರಿಸುತ್ತಾಳೆ ಮತ್ತು ಅವುಗಳನ್ನು ಮೆಚ್ಚಿಕೊಳ್ಳುತ್ತಾ ಸುತ್ತಾಡುತ್ತಿದ್ದಳು. ಫಾರ್ಮ್‌ನಲ್ಲಿರುವ ಇತರ ಯಾವುದೇ ಪ್ರಾಣಿಗಳು ಎ ಅಕ್ಷರಕ್ಕಿಂತ ಹೆಚ್ಚಿನದನ್ನು ಕಲಿಯಲು ಸಾಧ್ಯವಾಗಲಿಲ್ಲ. ಕುರಿಗಳು, ಕೋಳಿಗಳು ಮತ್ತು ಬಾತುಕೋಳಿಗಳಂತಹ ಮೂರ್ಖ ಪ್ರಾಣಿಗಳು ಏಳು ಅನುಶಾಸನಗಳನ್ನು ಬಾಯಿಪಾಠ ಮಾಡಲು ಅಸಮರ್ಥವಾಗಿವೆ ಎಂದು ಕಂಡುಬಂದಿದೆ. ಹೆಚ್ಚು ಯೋಚಿಸಿದ ನಂತರ ಸ್ನೋಬಾಲ್ ಏಳು ಅನುಶಾಸನಗಳನ್ನು ಒಂದೇ ಗರಿಷ್ಠಕ್ಕೆ ಇಳಿಸಬಹುದು ಎಂದು ಘೋಷಿಸಿತು, ಅವುಗಳೆಂದರೆ: "ನಾಲ್ಕು ಕಾಲುಗಳು ಒಳ್ಳೆಯದು, ಎರಡು ಕಾಲುಗಳು ಕೆಟ್ಟವು." ಇದು ಪ್ರಾಣಿಯತೆಯ ಅಗತ್ಯ ತತ್ವವನ್ನು ಒಳಗೊಂಡಿದೆ ಎಂದು ಅವರು ಹೇಳಿದರು. ಯಾರು ಅದನ್ನು ಸಂಪೂರ್ಣವಾಗಿ ಗ್ರಹಿಸಿದರೋ ಅವರು ಮಾನವ ಪ್ರಭಾವಗಳಿಂದ ಸುರಕ್ಷಿತವಾಗಿರುತ್ತಾರೆ. ಪಕ್ಷಿಗಳು ಮೊದಲಿಗೆ ಆಕ್ಷೇಪಿಸಿದವು, ಏಕೆಂದರೆ ಅವರಿಗೆ ಎರಡು ಕಾಲುಗಳಿವೆ ಎಂದು ಅವರಿಗೆ ತೋರುತ್ತದೆ, ಆದರೆ ಸ್ನೋಬಾಲ್ ಇದು ಹಾಗಲ್ಲ ಎಂದು ಅವರಿಗೆ ಸಾಬೀತುಪಡಿಸಿತು.

"ಹಕ್ಕಿಯ ರೆಕ್ಕೆ, ಒಡನಾಡಿಗಳೆ," ಎಂದು ಅವರು ಹೇಳಿದರು, "ಸಂಚಾಲನೆಯ ಅಂಗವಾಗಿದೆ ಮತ್ತು ಕುಶಲತೆಯಲ್ಲ. ಆದ್ದರಿಂದ ಇದನ್ನು ಕಾಲು ಎಂದು ಪರಿಗಣಿಸಬೇಕು. ಮನುಷ್ಯನ ವಿಶಿಷ್ಟ ಗುರುತು ಕೈ, ಅವನು ತನ್ನ ಎಲ್ಲಾ ದುಷ್ಕೃತ್ಯಗಳನ್ನು ಮಾಡುವ ಸಾಧನವಾಗಿದೆ. ಪಕ್ಷಿಗಳು ಸ್ನೋಬಾಲ್ನ ದೀರ್ಘ ಪದಗಳನ್ನು ಅರ್ಥಮಾಡಿಕೊಳ್ಳಲಿಲ್ಲ, ಆದರೆ ಅವರು ಅವನ ವಿವರಣೆಯನ್ನು ಒಪ್ಪಿಕೊಂಡರು, ಮತ್ತು ಎಲ್ಲಾ ವಿನಮ್ರ ಪ್ರಾಣಿಗಳು ಹೊಸ ಸೂತ್ರವನ್ನು ಬಾಯಿ ಪಾಠದಿಂದ ಕಲಿಯಲು ಪ್ರಾರಂಭಿಸಿದವು. ನಾಲ್ಕು ಕಾಲುಗಳು ಒಳ್ಳೆಯದು, ಎರಡು

ಕಾಲುಗಳು ಕೆಟ್ಟವು ಎಂದು ಕೊಟ್ಟಿಗೆಯ ಕೊನೆಯ ಗೋಡೆಯ ಮೇಲೆ, ಏಳು ಅನುಶಾಸನಗಳ ಮೇಲೆ ಮತ್ತು ದೊಡ್ಡ ಅಕ್ಷರಗಳಲ್ಲಿ ಕೆತ್ತಲಾಗಿದೆ, ಅವರು ಅದನ್ನು ಒಮ್ಮೆ ಬಾಯಿ ಪಾಠ ಮಾಡಿದಾಗ, ಕುರಿಗಳು ಈ ಸೂತ್ರವನ್ನು ಬಹಳ ಇಷ್ಟಪಡುತ್ತವೆ ಮತ್ತು ಆಗಾಗ್ಗೆ ಅವು ಗದ್ದೆಯಲ್ಲಿ ಮಲಗಿದ್ದಾಗ, ಅವರೆಲ್ಲರೂ "ನಾಲ್ಕು ಕಾಲುಗಳು ಒಳ್ಳೆಯದು, ಎರಡು ಕಾಲುಗಳು ಕೆಟ್ಟವು! ನಾಲ್ಕು ಕಾಲುಗಳು ಒಳ್ಳೆಯದು, ಎರಡು ಕಾಲುಗಳು ಕೆಟ್ಟವು! " ಅರಚುತ್ತಿದ್ದರು ಮತ್ತು ಅದನ್ನು ಗಂಟೆಗಟ್ಟಲೆ ಮುಂದುವರಿಸಿ, ಎಂದಿಗೂ ಆಯಾಸಗೊಳ್ಳುತ್ತಿರಲಿಲ್ಲ. ನೆಪೋಲಿಯನ್ ಸ್ನೋಬಾಲ್ನ ಸಮಿತಿಗಳಲ್ಲಿ ಆಸಕ್ತಿ ವಹಿಸಲಿಲ್ಲ. ಈಗಾಗಲೇ ಹಿರಿಯರಾದವರಿಗೆ ಏನೆಲ್ಲ ಮಾಡಬಹುದೋ ಅದಕ್ಕಿಂತ ಕಿರಿಯರ ಶಿಕ್ಷಣ ಮುಖ್ಯ ಎಂದರು. ಹುಲ್ಲು ಕೊಯ್ಲಿನ ನಂತರ ಜೆಸ್ಸಿ ಮತ್ತು ಬ್ಲೂಬೆಲ್ ಇಬ್ಬರೂ ಒಂಬತ್ತು ಗಟ್ಟಿಮುಟ್ಟಾದ ನಾಯಿಮರಿಗಳಿಗೆ ಜನ್ಮ ನೀಡಿದರು. ಅವರಿಗೆ ಹಾಲುಣಿಸಿದ ತಕ್ಷಣ, ನೆಪೋಲಿಯನ್ ಅವರನ್ನು ಅವರ ತಾಯಂದಿರಿಂದ ದೂರವಿಟ್ಟರು, ಅವರ ಶಿಕ್ಷಣದ ಜವಾಬ್ದಾರಿಯನ್ನು ತಾವೇ ವಹಿಸಿಕೊಳ್ಳುವುದಾಗಿ ಹೇಳಿದರು. ಅವರು ಅವರನ್ನು ಸರಂಜಾಮು ಕೋಣೆಯಿಂದ ಏಣಿಯಿಂದ ಮಾತ್ರ ತಲುಪಬಹುದಾದ ಮೇಲಂತಸ್ತಿಗೆ ಕರೆದೊಯ್ದರು ಮತ್ತು ಅಲ್ಲಿ ಅವರನ್ನು ಏಕಾಂತದಲ್ಲಿ ಇರಿಸಿದರು, ಉಳಿದ ಜಮೀ ನಿನ ಜಾಗ ಶೀಘ್ರದಲ್ಲೇ ತಮ್ಮ ಅಸ್ತಿತ್ವವನ್ನು ಮರೆತುಬಿಡಬೇಕು ಹಾಗೆ. ಹಾಲು ಎಲ್ಲಿಗೆ ಹೋಯಿತು ಎಂಬ ನಿಗೂಢ ಶೀಘ್ರವೇ ತೆರವಾಯಿತು. ಇದನ್ನು ಹಂದಿಗಳ ಮ್ಯಾಶ್‌ನಲ್ಲಿ ಪ್ರತಿದಿನ ಬೆರೆಸಲಾಗುತ್ತಿದೆ. ಮುಂಚಿನ ಸೇಬುಗಳು ಈಗ ಹಣ್ಣಾಗುತ್ತಿವೆ, ಮತ್ತು ತೋಟದ ಹುಲ್ಲು ಗಾಳಿಯಿಂದ ತುಂಬಿತ್ತು. ಇವುಗಳನ್ನು ಸಮಾನವಾಗಿ ಹಂಚಿಕೊಳ್ಳಲಾಗುವುದು ಎಂದು ಪ್ರಾಣಿಗಳು ಸಹಜವಾಗಿ ಊಹಿಸಿದ್ದವು; ಆದಾಗ್ಯೂ, ಒಂದು ದಿನ, ಉದುರಿದ ಹಣ್ಣುಗಳನ್ನು ಸಂಗ್ರಹಿಸಿ ಹಂದಿಗಳ ಬಳಕೆಗಾಗಿ ಸರಂಜಾಮು ಕೋಣೆಗೆ ತರಬೇಕೆಂದು ಆದೇಶವು ಹೊರಬಿತ್ತು. ಈ ವೇಳೆ ಇತರ ಕೆಲವು ಪ್ರಾಣಿಗಳು ಗೊಣಗಿದರೂ ಪ್ರಯೋಜನವಾಗಲಿಲ್ಲ. ಸ್ನೋಬಾಲ್ ಮತ್ತು ನೆಪೋಲಿಯನ್ ಸಹ ಈ ವಿಷಯದಲ್ಲಿ ಎಲ್ಲಾ ಹಂದಿಗಳು ಸಂಪೂರ್ಣ ಒಪ್ಪಿಗೆಯನ್ನು ಹೊಂದಿದ್ದವು. ಇತರರಿಗೆ ಅಗತ್ಯ ವಿವರಣೆಗಳನ್ನು ನೀಡಲು ಸ್ಕ್ವೀಲರ್ ಅನ್ನು

ಕಳುಹಿಸಲಾಗಿದೆ. "ಒಡನಾಡಿಗಳೆ!" ಅವನು ಅಳುತ್ತಾನೆ. "ನಾವು ಹಂದಿಗಳು ಸ್ವಾರ್ಥ ಮತ್ತು ಸವಲತ್ತುಗಳ ಉತ್ಸಾಹದಲ್ಲಿ ಇದನ್ನು ಮಾಡುತ್ತಿದ್ದೇವೆ ಎಂದು ನೀವು ಊಹಿಸುವುದಿಲ್ಲ ತಾನೇ? ನಮ್ಮಲ್ಲಿ ಹಲವರು ಹಾಲು ಮತ್ತು ಸೇಬುಗಳನ್ನು ಇಷ್ಟಪಡುವುದಿಲ್ಲ. ನಾನೇ ಅವನ್ನು ಇಷ್ಟಪಡುವುದಿಲ್ಲ. ಈ ವಸ್ತುಗಳನ್ನು ತೆಗೆದುಕೊಳ್ಳುವ ನಮ್ಮ ಏಕೈಕ ಉದ್ದೇಶ ನಮ್ಮ ಆರೋಗ್ಯವನ್ನು ಕಾಪಾಡುವುದು. ಹಾಲು ಮತ್ತು ಸೇಬುಗಳು (ಇದು ವಿಜ್ಞಾನದಿಂದ ಸಾಬೀತಾಗಿದೆ, ಒಡನಾಡಿಗಳೆ) ಹಂದಿಯ ಯೋಗಕ್ಷೇಮಕ್ಕೆ ಸಂಪೂರ್ಣವಾಗಿ ಅಗತ್ಯವಾದ ವಸ್ತುಗಳನ್ನು ಹೊಂದಿರುತ್ತದೆ. ನಾವು ಹಂದಿಗಳು ಮೆದುಳಿನ ಕೆಲಸಗಾರರು. ಈ ಫಾರ್ಮ್‌ನ ಸಂಪೂರ್ಣ ನಿರ್ವಹಣೆ ಮತ್ತು ಸಂಘಟನೆಯು ನಮ್ಮ ಮೇಲೆ ಅವಲಂಬಿತವಾಗಿದೆ. ಹಗಲಿರುಳು ನಿಮ್ಮ ಯೋಗಕ್ಷೇಮವನ್ನು ನೋಡುತ್ತಿದ್ದೇವೆ. ನಿಮ್ಮ ಸಲುವಾಗಿಯೇ ನಾವು ಆ ಹಾಲನ್ನು ಕುಡಿಯುತ್ತೇವೆ ಮತ್ತು ಆ ಸೇಬುಗಳನ್ನು ತಿನ್ನುತ್ತೇವೆ. ನಾವು ಹಂದಿಗಳು ನಮ್ಮ ಕರ್ತವ್ಯದಲ್ಲಿ ವಿಫಲರಾದರೆ ಏನಾಗಬಹುದು ಗೊತ್ತಾ? ಜೋನ್ಸ್ ಹಿಂತಿರುಗುತ್ತಾನೆ! ಹೌದು, ಜೋನ್ಸ್ ಮರಳಿ ಬರುತ್ತಾನೆ! ಖಂಡಿತವಾಗಿ, ಒಡನಾಡಿಗಳೆ," ಸ್ಕ್ವೀಲರ್ ಬಹುತೇಕ ಮನವಿ ಮಾಡುತ್ತಾ, ಅಕ್ಕಪಕ್ಕಕ್ಕೆ ಹಾರಿದ ಮತ್ತು ಅವನ ಬಾಲವನ್ನು ಬೀಸುತ್ತಾ, "ಖಂಡಿತವಾಗಿಯೂ ಜೋನ್ಸ್ ಹಿಂತಿರುಗುವುದನ್ನು ನೋಡಲು ಬಯಸುವವರು ನಿಮ್ಮಲ್ಲಿ ಯಾರೂ ಇಲ್ಲವೇ?" ಕೇಳುತ್ತಾನೆ.

ಈಗ ಪ್ರಾಣಿಗಳು ಸಂಪೂರ್ಣವಾಗಿ ಖಚಿತವಾಗಿರುವ ಒಂದು ವಿಷಯವಿದ್ದರೆ, ಅದು ಜೋನ್ಸ್ ಅವರನ್ನು ಮರಳಿ ಬಯಸುವುದಿರುವುದು. ಈ ರೀತಿಯಲ್ಲಿ ಅವರಿಗೆ ಹೇಳಿದಾಗ, ಅವರು ಹೆಚ್ಚು ಹೇಳಲು ಇರಲಿಲ್ಲ. ಹಂದಿಗಳನ್ನು ಉತ್ತಮ ಆರೋಗ್ಯದಲ್ಲಿ ಇಟ್ಟುಕೊಳ್ಳುವುದರ ಪ್ರಾಮುಖ್ಯತೆಯು ತುಂಬಾ ಸ್ಪಷ್ಟವಾಗಿತ್ತು. ಆದ್ದರಿಂದ, ಹಾಲು ಮತ್ತು ಗಾಳಿಯಿಂದ ಬೀಳುವ ಸೇಬುಗಳು (ಸೇಬುಗಳು ಅವು ಹಣ್ಣಾದಾಗ ಅವುಗಳನ್ನು ಕೊಯ್ಲು ಮಾಡಲಾಗುವುದು) ಹಂದಿಗಳಿಗೆ ಮಾತ್ರ ಮೀಸಲಿಡಬೇಕೆಂದು ಹೆಚ್ಚಿನ ವಾದವಿಲ್ಲದೆ ಒಪ್ಪಲಾಯಿತು.

ಅಧ್ಯಾಯ IV

ಬೇಸಿಗೆಯ ಅಂತ್ಯದ ವೇಳೆಗೆ ಪ್ರಾಣಿಗಳ ಫಾರ್ಮ್‌ನಲ್ಲಿ ಏನಾಯಿತು ಎಂಬ ಸುದ್ದಿಯು ಅರ್ಧದಷ್ಟು ದೇಶದಲ್ಲಿ ಹರಡಿತು. ಪ್ರತಿದಿನ ಸ್ನೋಬಾಲ್ ಮತ್ತು ನೆಪೋಲಿಯನ್ ಪಾರಿವಾಳಗಳನ್ನು ಕಳುಹಿಸಿದರು, ಅದರ ಸೂಚನೆಗಳು ಪಕ್ಕದ ಜಮೀನುಗಳಲ್ಲಿ ಪ್ರಾಣಿಗಳೊಂದಿಗೆ ಬೆರೆಯಲು, ಅವುಗಳಿಗೆ ದಂಗೆಯ ಕಥೆಯನ್ನು ಹೇಳಲು ಮತ್ತು ಅವರಿಗೆ 'ಇಂಗ್ಲೆಡಿನ ದೈತ್ಯರು' ರಾಗವನ್ನು ಕಲಿಸುವುದು. ಈ ಸಮಯದಲ್ಲಿ ಹೆಚ್ಚಿನ ಸಮಯವನ್ನು ಜೋನ್ಸ್ ಅವರು ವಿಲ್ಲಿಂಗ್ಡನ್‌ನಲ್ಲಿರುವ ರೆಡ್ ಲಯನ್‌ನ ಸಾರ್ವಜನಿಕ ಕೊಠಡಿಯಲ್ಲಿ ಕುಳಿತುಕೊಂಡು, ಯಾವುದಕ್ಕೂ ಪ್ರಯೋಜನವಲ್ಲದ ಪ್ರಾಣಿಗಳ ಗುಂಪು ತನ್ನ ಆಸ್ತಿಯಿಂದ ಹೊರತೆಗೆದು ತಾನು ಅನುಭವಿಸಿದ ದೈತ್ಯಾಕಾರದ ಅನ್ಯಾಯದ ಬಗ್ಗೆ ಕೇಳುವವರು ಯಾರಾದರೂ ಇದ್ದರೆ ಹೇಳುತ್ತಿದ್ದ. ಇತರ ರೈತರು ತಾತ್ವಿಕವಾಗಿ ಸಹಾನುಭೂತಿ ತೋರಿಸಿದರು, ಆದರೆ ಅವರು ಮೊದಲಿಗೆ ಅವನಿಗೆ ಹೆಚ್ಚಿನ ಸಹಾಯವನ್ನು ನೀಡಲಿಲ್ಲ. ಹೃದಯದಲ್ಲಿ, ಪ್ರತಿಯೊಬ್ಬರೂ ಜೋನ್ಸ್ ಅವರ ದುರದೃಷ್ಟವನ್ನು ಹೇಗಾದರೂ ತಮ್ಮ ಅನುಕೂಲಕ್ಕೆ ತಿರುಗಿಸಲು ಸಾಧ್ಯವಿಲ್ಲವೇ ಎಂದು ರಹಸ್ಯವಾಗಿ ಆಶ್ಚರ್ಯ ಪಡುತ್ತಿದ್ದರು. ಅನಿಮಲ್ ಫಾರ್ಮ್‌ಗೆ ಹೊಂದಿಕೊಂಡಿರುವ ಎರಡು ಫಾರ್ಮ್‌ಗಳ ಮಾಲೀಕರು ಶಾಶ್ವತವಾಗಿ ಕೆಟ್ಟ ಸಂಬಂಧ ಹೊಂದಿದ್ದರು ಅದು ಅದೃಷ್ಟವಾಗಿತ್ತು. ಅವುಗಳಲ್ಲಿ ಒಂದು, ಫಾಕ್ಸ್‌ವುಡ್ ಎಂದು ಹೆಸರಿಸಲ್ಪಟ್ಟ, ದೊಡ್ಡದಾದ, ನಿರ್ಲಕ್ಷಿಸಲ್ಪಟ್ಟ, ಹಳೆಯ-ಶೈಲಿಯ ಫಾರ್ಮ್, ಕಾಡುಪ್ರದೇಶದಿಂದ ಹೆಚ್ಚು ಬೆಳೆದಿದೆ, ಅದರ ಎಲ್ಲಾ ಹುಲ್ಲುಗಾವಲುಗಳು ಮತ್ತು ಅದರ ಬೇಲಿಗಳು ಕೆಟ್ಟ ಸ್ಥಿತಿಯಲ್ಲಿದೆ. ಅದರ ಮಾಲೀಕ, ಪಿಲ್ಕಿಂಗ್‌ಟನ್, ಸಂಭಾವಿತ ರೈತರಾಗಿದ್ದರು, ಅವರು ಋತುಮಾನಕ್ಕೆ ಅನುಗುಣವಾಗಿ ಮೀನುಗಾರಿಕೆ ಅಥವಾ ಬೇಟೆಯಲ್ಲಿ ಹೆಚ್ಚಿನ ಸಮಯವನ್ನು ಕಳೆದರು. ಪಿಂಚ್‌ಫೀಲ್ಡ್ ಎಂದು ಕರೆಯಲ್ಪಡುವ ಇತರ ಫಾರ್ಮ್

ಚಿಕ್ಕದಾಗಿತ್ತು ಮತ್ತು ಉತ್ತಮವಾಗಿ ಇರಿಸಲಾಗಿತ್ತು. ಇದರ ಮಾಲೀಕರು ಫ್ರೆಡೆರಿಕ್, ಕಠಿಣ, ಚಾಣಾಕ್ಷ ವ್ಯಕ್ತಿ, ಶಾಶ್ವತವಾಗಿ ಮೊಕದ್ದಮೆಗಳಲ್ಲಿ ತೊಡಗಿಸಿಕೊಂಡಿದ್ದರು ಮತ್ತು ಕಠಿಣ ಚೌಕಾಶಿಗಳನ್ನು ಚಾಲನೆ ಮಾಡುವ ಹೆಸರನ್ನು ಹೊಂದಿದ್ದರು. ಈ ಇಬ್ಬರೂ ಒಬ್ಬರನ್ನೊಬ್ಬರು ಸ್ವಲ್ಪವೂ ಇಷ್ಟಪಡುತ್ತಿರಲಿಲ್ಲ, ತಮ್ಮ ಸ್ವಂತ ಹಿತಾಸಕ್ತಿಗಳ ರಕ್ಷಣೆಗಾಗಿಯು ಯಾವುದೇ ಒಪ್ಪಂದಕ್ಕೆ ಬರಲು ಅವರಿಗೆ ಕಷ್ಟವಾಯಿತು.

ಅದೇನೇ ಇದ್ದರೂ, ಅನಿಮಲ್ ಫಾರ್ಮ್‌ನಲ್ಲಿನ ದಂಗೆಯಿಂದ ಅವರಿಬ್ಬರೂ ಸಂಪೂರ್ಣವಾಗಿ ಭಯಭೀತರಾಗಿದ್ದರು ಮತ್ತು ತಮ್ಮ ಸ್ವಂತ ಪ್ರಾಣಿಗಳು ಅದರ ಬಗ್ಗೆ ಹೆಚ್ಚು ಕಲಿಯುವುದನ್ನು ತಡೆಯಲು ಬಹಳ ಹೆದರಿದ್ದರು. ಮೊದಲಿಗೆ, ಪ್ರಾಣಿಗಳು ತಮಗಾಗಿ ಫಾರ್ಮ್ ಅನ್ನು ನಿರ್ವಹಿಸುವ ಕಲ್ಪನೆಯನ್ನು ತಿರಸ್ಕರಿಸಲು ಅವರು ನಗುವಂತೆ ನಟಿಸಿದರು. ಹದಿನೈದು ದಿನಗಳಲ್ಲಿ ಇಡೀ ವಿಷಯ ಮುಗಿಯುತ್ತದೆ ಎಂದು ಅವರು ಹೇಳಿದರು. ಮ್ಯಾನರ್ ಫಾರ್ಮ್‌ನಲ್ಲಿರುವ ಪ್ರಾಣಿಗಳು (ಅದನ್ನು ಮ್ಯಾನರ್ ಫಾರ್ಮ್ ಎಂದು ಕರೆಯಲು ಅವರು ಒತ್ತಾಯಿಸಿದರು; ಅವರು "ಅನಿಮಲ್ ಫಾರ್ಮ್" ಎಂಬ ಹೆಸರನ್ನು ಸಹಿಸಲಿಲ್ಲ) ನಿರಂತರವಾಗಿ ತಮ್ಮ ನಡುವೆ ಜಗಳವಾಡುತ್ತಿವೆ ಮತ್ತು ವೇಗವಾಗಿ ಹಸಿವಿನಿಂದ ಸಾಯುತ್ತಿದ್ದಾವೆ ಎಂದು ಅವರು ಎಲ್ಲ ಕಡೆ ಹೇಳಿದರು. ಸಮಯ ಕಳೆದುಹೋದಾಗ ಮತ್ತು ಪ್ರಾಣಿಗಳು ಹಸಿವಿನಿಂದ ಸಾಯದಿರುವಾಗ, ಫ್ರೆಡೆರಿಕ್ ಮತ್ತು ಪಿಲ್ಕಿಂಗ್ಟನ್ ತಮ್ಮ ರಾಗವನ್ನು ಬದಲಾಯಿಸಿದರು ಮತ್ತು ಈಗ ಅನಿಮಲ್ ಫಾರ್ಮ್‌ನಲ್ಲಿ ಪ್ರವರ್ಧಮಾನಕ್ಕೆ ಬಂದ ಭಯಾನಕ ದುಷ್ಟತನದ ಬಗ್ಗೆ ಮಾತನಾಡಲು ಪ್ರಾರಂಭಿಸಿದರು. ಅಲ್ಲಿನ ಪ್ರಾಣಿಗಳು ನರಭಕ್ಷಕತೆಯನ್ನು ಅಭ್ಯಾಸ ಮಾಡುತ್ತಿದ್ದವು, ಬಿಸಿ ಕೆಂಪು ಕುದುರೆಗಾಲುಗಳಿಂದ ಪರಸ್ಪರ ಹಿಂಸಿಸುತ್ತವೆ ಮತ್ತು ಎಲ್ಲರೂ ಹೆಣ್ಣುಗಳನ್ನು ಸಾಮಾನ್ಯವಾಗಿ ಹೊಂದಿದ್ದವು ಎಂದು ಸುದ್ದಿ ಹಬ್ಬಿಸಲಾಯಿತು. ಇದು ಪ್ರಕೃತಿಯ ನಿಯಮಗಳ ವಿರುದ್ಧ ಬಂಡಾಯವೆದ್ದಿದ್ದಕ್ಕೆ ಆದದ್ದು ಎಂದು ಫ್ರೆಡೆರಿಕ್ ಮತ್ತು ಪಿಲ್ಕಿಂಗ್ಟನ್ ಹೇಳಿದರು. ಆದಾಗ್ಯೂ, ಈ ಕಥೆಗಳನ್ನು ಸಂಪೂರ್ಣವಾಗಿ ನಂಬಲಾಗಲಿಲ್ಲ. ಅದ್ಭುತವಾದ ಫಾರ್ಮ್‌ನ ವದಂತಿಗಳು, ಅಲ್ಲಿ ಮನುಷ್ಯರನ್ನು

ಓಡಿಸಲಾಯಿತು ಮತ್ತು ಪ್ರಾಣಿಗಳು ತಮ್ಮ ವ್ಯವಹಾರಗಳನ್ನು ನಿರ್ವಹಿಸುತ್ತಿದ್ದವು, ಅಸ್ಪಷ್ಟ ಮತ್ತು ವಿಕೃತ ರೂಪಗಳಲ್ಲಿ ಪ್ರಸಾರವಾಗುತ್ತಲೇ ಇದ್ದವು ಮತ್ತು ಆ ವರ್ಷದುದ್ದಕ್ಕೂ ದಂಗೆಯ ಅಲೆಯು ಗ್ರಾಮಾಂತರದಲ್ಲಿ ಹರಿಯಿತು. ಯಾವಾಗಲೂ ಹಿಡಿಯಬಹುದಾದ ಎತ್ತುಗಳು ಇದ್ದಕ್ಕಿದ್ದಂತೆ ಕ್ರೂರವಾಗಿ ಮಾರ್ಪಟ್ಟವು, ಕುರಿಗಳು ಬೇಲಿಗಳನ್ನು ಒಡೆದು ಸಸ್ಯವನ್ನು ಅನ್ನು ತಿನ್ನುತ್ತವೆ, ಹಸುಗಳು ಬಟ್ಟಲನ್ನು ಒದೆಯುತ್ತವೆ, ಬೇಟೆಗಾರ ಕುದುರೆಗಳು ತಮ್ಮ ಬೇಲಿಗಳನ್ನು ನಿರಾಕರಿಸಿದರು ಮತ್ತು ತಮ್ಮ ಸವಾರರನ್ನು ಇನ್ನೊಂದು ಬದಿಗೆ ಎಸೆದರು. ಎಲ್ಲಕ್ಕಿಂತ ಮಿಗಿಲಾಗಿ, 'ಇಂಗ್ಲೆಂಡಿನ ದೈತ್ಯರು' ಸಂಗೀತ ಮತ್ತು ಪದಗಳು ಸಹ ಎಲ್ಲೆಡೆ ತಿಳಿದಿದ್ದವು. ಇದು ಬೆರಗುಗೊಳಿಸುವ ವೇಗದಲ್ಲಿ ಹರಡಿತು. ಈ ಹಾಡನ್ನು ಕೇಳಿದಾಗ ಮನುಷ್ಯರು ತಮ್ಮ ಕೋಪವನ್ನು ತಡೆಯಲು ಸಾಧ್ಯವಾಗಲಿಲ್ಲ, ಆದರೂ ಅವರು ಅದನ್ನು ಹಾಸ್ಯಾಸ್ಪದವೆಂದು ಭಾವಿಸುತ್ತಾರೆ. ಪ್ರಾಣಿಗಳು ಸಹ ಇಂತಹ ಅವಹೇಳನಕಾರಿ ಅರ್ಥವಿಲ್ಲದ ಹಾಡನ್ನು ಹಾಡುತ್ತವೆ ಎಂದು ಅವರು ಅರ್ಥಮಾಡಿಕೊಳ್ಳಲು ಸಾಧ್ಯವಾಗಲಿಲ್ಲ. ಯಾವುದೇ ಪ್ರಾಣಿ ಹಾಡಲು ಸಿಕ್ಕಿಬಿದ್ದರೆ ಸ್ಥಳದಲ್ಲೇ ಥಳಿಸಲಾಯಿತು. ಮತ್ತು ಆದರೂ ಹಾಡು ಅದಮ್ಯವಾಗಿತ್ತು. ಕಪ್ಪುಹಕ್ಕಿಗಳು ಅದನ್ನು ಬೇಲಿಗಳಲ್ಲಿ ಶಿಳ್ಳೆ ಹೊಡೆದವು, ಪಾರಿವಾಳಗಳು ಅದನ್ನು ಮರದಲ್ಲಿ ಕೂಗಿದವು, ಅದು ಕಮ್ಮಾರರ ಸದ್ದು ಮತ್ತು ಚರ್ಚ್ ಘಂಟೆಗಳ ರಾಗಕ್ಕೆ ಸಿಕ್ಕಿತು. ಮತ್ತು ಮಾನವರು ಅದನ್ನು ಕೇಳಿದಾಗ, ಅವರು ರಹಸ್ಯವಾಗಿ ನಡುಗಿದರು, ಅದರಲ್ಲಿ ತಮ್ಮ ಭವಿಷ್ಯದ ವಿನಾಶದ ಭವಿಷ್ಯವಾಣಿಯನ್ನು ಕೇಳಿದರು.

ಅಕ್ಟೋಬರ್ ತಿಂಗಳ ಆರಂಭದಲ್ಲಿ, ಜೋಳವನ್ನು ಕತ್ತರಿಸಿ ಪೇರಿಸಿದಾಗ ಮತ್ತು ಅದರಲ್ಲಿ ಸ್ವಲ್ಪವನ್ನು ಆಗಾಗಲೇ ಬೇರ್ಪಡಿಸಲಾಗಿತ್ತು ಕೆಲವು ಪಾರಿವಾಳಗಳು ಗಾಳಿಯಲ್ಲಿ ಗಿರಕಿ ಹೊಡೆಯುತ್ತಾ ಬಂದು ಅತ್ಯಂತ ಉತ್ಸಾಹದಿಂದ ಅನಿಮಲ್ ಫಾರ್ಮ್ನ ಅಂಗಳದಲ್ಲಿ ಇಳಿದವು. ಜೋನ್ಸ್ ಮತ್ತು ಅವನ ಎಲ್ಲಾ ಜನರು, ಫಾಕ್ಸ್ ವುಡ್ ಮತ್ತು ಪಿಂಚ್‌ಫೀಲ್ಡ್‌ನ ಅರ್ಧ ಡಜನ್ ಇತರರೊಂದಿಗೆ, ಐದು ಕೋಲುಗಳ ಬಾಗಿಲಿಗೆ ಪ್ರವೇಶಿಸಿದರು ಮತ್ತು ಫಾರ್ಮ್‌ಗೆ ಕರೆದೊಯ್ಯುವ ಗಾಡಿ ದಾರಿಯಲ್ಲಿ ಬರುತ್ತಿದ್ದರು. ಕೈಯಲ್ಲಿ ಬಂದೂಕನ್ನು ಹಿಡಿದುಕೊಂಡು ಮುಂದೆ ಸಾಗುತ್ತಿದ್ದ ಜೋನ್ಸ್

ಹೊರತುಪಡಿಸಿ ಎಲ್ಲರೂ ಕೋಲುಗಳನ್ನು ಹೊತ್ತಿದ್ದರು. ನಿಸ್ಸಂಶಯವಾಗಿ, ಅವರು ಫಾರ್ಮ್ ಅನ್ನು ಮರು ವಶಪಡಿಸಿಕೊಳ್ಳಲು ಪ್ರಯತ್ನಿಸುತ್ತಿದ್ದಾರೆ.

ಇದನ್ನು ಬಹಳ ದಿನಗಳಿಂದ ನಿರೀಕ್ಷಿಸಲಾಗಿತ್ತು ಮತ್ತು ಎಲ್ಲಾ ಸಿದ್ಧತೆಗಳನ್ನು ಮಾಡಲಾಗಿತ್ತು. ಫಾರ್ಮ್‌ಹೌಸ್‌ನಲ್ಲಿ ಸಿಕ್ಕ ಜೂಲಿಯಸ್ ಸೀಸರ್‌ನ ಪ್ರಚಾರಗಳ ಹಳೆಯ ಪುಸ್ತಕವನ್ನು ಅಧ್ಯಯನ ಮಾಡಿದ ಸ್ನೋಬಾಲ್, ರಕ್ಷಣಾತ್ಮಕ ಕಾರ್ಯಾಚರಣೆಗಳ ಉಸ್ತುವಾರಿ ವಹಿಸಿತ್ತು. ಅವನು ತನ್ನ ಆದೇಶವನ್ನು ತ್ವರಿತವಾಗಿ ನೀಡಿದನು ಮತ್ತು ಒಂದೆರಡು ನಿಮಿಷಗಳಲ್ಲಿ ಪ್ರತಿ ಪ್ರಾಣಿಯು ಅವನ ಪೋಸ್ಟ್‌ಗೆ ಬಂದವು. ಮಾನವರು ಕೃಷಿ ಕಟ್ಟಡಗಳನ್ನು ಸಮೀಪಿಸುತ್ತಿದ್ದಂತೆ, ಸ್ನೋಬಾಲ್ ತನ್ನ ಮೊದಲ ದಾಳಿಯನ್ನು ಪ್ರಾರಂಭಿಸಿತು. ಎಲ್ಲಾ ಪಾರಿವಾಳಗಳು, ಮೂವತ್ತೈದು ಸಂಖ್ಯೆ ಇದ್ದವು ಮನುಷ್ಯರ ತಲೆಯ ಮೇಲೆ ಹಾರಿ ಮತ್ತು ಗಾಳಿಯ ಮಧ್ಯದಿಂದ ಅವರ ಮೇಲೆ ಮೌನ ದಾಳಿ ಮಾಡಿದವು; ಮತ್ತು ಮನುಷ್ಯರು ಇದನ್ನು ನಿಭಾಯಿಸುತ್ತಿರುವಾಗ, ಬೇಲಿಯ ಹಿಂದೆ ಅಡಗಿಕೊಂಡಿದ್ದ ಹೆಬ್ಬಾತುಗಳು ಹೊರಗೆ ಧಾವಿಸಿ ತಮ್ಮ ಕಾಲುಗಳ ಹಿಂಬಾಗಕ್ಕೆ ಕಚ್ಚಿದವು. ಆದಾಗ್ಯೂ, ಇದು ಸ್ವಲ್ಪ ಅಸ್ವಸ್ಥತೆಯನ್ನು ಸೃಷ್ಟಿಸಲು ಉದ್ದೇಶಿಸಿರುವ ಲಘುವಾದ ಚಕಮಕಿಯ ತಂತ್ರವಾಗಿತ್ತು, ಮತ್ತು ಮನುಷ್ಯರು ತಮ್ಮ ಕೋಲುಗಳಿಂದ ಹೆಬ್ಬಾತುಗಳನ್ನು ಸುಲಭವಾಗಿ ಓಡಿಸಿದರು. ಸ್ನೋಬಾಲ್ ಈಗ ತನ್ನ ಎರಡನೇ ಸಾಲಿನ ದಾಳಿಯನ್ನು ಪ್ರಾರಂಭಿಸಿತು. ಬೆಂಜಮಿನ್ ಮೇಕೆ ಮತ್ತು ಎಲ್ಲಾ ಕುರಿಗಳು, ಸ್ನೋಬಾಲ್ ಅನ್ನು ತಮ್ಮ ತಲೆಯ ಮೇಲೆ ಇಟ್ಟುಕೊಂಡು, ಮುಂದೆ ಧಾವಿಸಿ, ಪ್ರತಿ ಬದಿಯಿಂದಲೂ ಜನರನ್ನು ಪ್ರಚೋದಿಸಿದರು ಮತ್ತು ಹೊಡೆದರು, ಆದರೆ ಬೆಂಜಮಿನ್ ತಿರುಗಿ ತನ್ನ ಸಣ್ಣ ಗೊರಸುಗಳಿಂದ ಅವರನ್ನು ಹೊಡೆದನು. ಆದರೆ ಮತ್ತೊಮ್ಮೆ ಪುರುಷರು, ತಮ್ಮ ಕೋಲುಗಳು ಮತ್ತು ತಮ್ಮ ಮೊಳೆಗಳ ಬೂಟುಗಳೊಂದಿಗೆ, ಅವರಿಗೆ ತುಂಬಾ ಬಲಶಾಲಿಯಾಗಿದ್ದರು; ಮತ್ತು ಇದ್ದಕ್ಕಿದ್ದಂತೆ, ಸ್ನೋಬಾಲ್ ಹಿಮ್ಮೆಟ್ಟುವಿಕೆಯ ಸಂಕೇತವಾಗಿ ಕಿರುಚಿದಾಗ, ಎಲ್ಲಾ ಪ್ರಾಣಿಗಳು ತಿರುಗಿ ಗೇಟ್‌ವೇ ಮೂಲಕ ಅಂಗಳಕ್ಕೆ ಓಡಿಹೋದವು.

ಪುರುಷರು ಜಯಘೋಷ ಹಾಕಿದರು. ಅವರು ಊಹಿಸಿದಂತೆ, ತಮ್ಮ ಶತ್ರುಗಳನ್ನು ಓದುವುದನ್ನು ನೋಡಿದರು ಮತ್ತು ಅವರು ಅಸ್ವಸ್ಥತೆಯಿಂದ ಅವರ ಹಿಂದೆ ಧಾವಿಸಿದರು. ಇದು ಸ್ನೋಬಾಲ್‌ನ ಉದ್ದೇಶವಾಗಿತ್ತು. ಅವರು ಅಂಗಳದೊಳಗೆ ಬಂದಾಗ, ದನದ ಕೊಟ್ಟಿಗೆಯಲ್ಲಿ ಹೊಂಚು ಹಾಕಿ ಮಲಗಿದ್ದ ಮೂರು ಕುದುರೆಗಳು, ಮೂರು ಹಸುಗಳು ಮತ್ತು ಉಳಿದ ಹಂದಿಗಳು ಇದ್ದಕ್ಕಿದ್ದಂತೆ ಅವರ ಹಿಂಭಾಗದಲ್ಲಿ ಕಾಣಿಸಿಕೊಂಡವು, ಅವರನ್ನು ಬೇರ್ಪಡಿಸಿದವು. ಸ್ನೋಬಾಲ್ ಈಗ ಚಾರ್ಜ್‌ಗೆ ಸಂಕೇತವನ್ನು ನೀಡಿತು. ಅವನೇ ನೇರವಾಗಿ ಜೋನ್ಸ್‌ಗೆ ಗುದ್ದಿದನು. ಜೋನ್ಸ್ ಅವರು ಬರುವುದನ್ನು ನೋಡಿ, ಬಂದೂಕು ಎತ್ತಿ ಗುಂಡು ಹಾರಿಸಿದರು. ಗೋಲಿಗಳು ಸ್ನೋಬಾಲ್‌ನ ಹಿಂಭಾಗದಲ್ಲಿ ರಕ್ತಸಿಕ್ತ ಗೆರೆಗಳನ್ನು ಹೊಡೆದವು ಮತ್ತು ಕುರಿಯು ಸತ್ತಿತು. ಒಂದು ಕ್ಷಣವೂ ನಿಲ್ಲದೆ, ಸ್ನೋಬಾಲ್ ತನ್ನ ಹದಿನೈದು ಕಲ್ಲನ್ನು ಜೋನ್ಸ್‌ನ ಕಾಲುಗಳ ಮೇಲೆ ಎಸೆದನು. ಜೋನ್ಸ್‌ನನ್ನು ಸಗಣಿ ರಾಶಿಗೆ ಎಸೆಯಲಾಯಿತು ಮತ್ತು ಅವನ ಗನ್ ಅವನ ಕೈಯಿಂದ ಹಾರಿಹೋಯಿತು. ಆದರೆ ಎಲ್ಲಕ್ಕಿಂತ ಅತ್ಯಂತ ಭಯಾನಕ ಚಮತ್ಕಾರವೆಂದರೆ ಬಾಕ್ಸರ್, ತನ್ನ ಹಿಂಗಾಲುಗಳನ್ನು ಮೇಲಕ್ಕೆತ್ತಿ ತನ್ನ ದೊಡ್ಡ ಕಬ್ಬಿಣದ ಗೊರಸುಗಳಿಂದ ಸ್ಟಾಲಿಯನ್‌ನಂತೆ ಹೊಡೆಯಿತು. ಅವನ ಮೊದಲ ಹೊಡೆತವು ತಲೆಬುರುಡೆಯ ಮೇಲೆ ಫಾಕ್ಸ್‌ವುಡ್‌ನಿಂದ ಸಿಕ್ಕಿತು ಮತ್ತು ಅವನನ್ನು ಕೆಸರಿನಲ್ಲಿ ನಿರ್ಜೀವವಾಗಿ ಹಾಕಿತು. ನೋಡಿದಾಗ, ಹಲವಾರು ಮನುಷ್ಯರು ತಮ್ಮ ಕೋಲುಗಳನ್ನು ಬಿಟ್ಟು ಓಡಲು ಪ್ರಯತ್ನಿಸಿದರು. ಭಯವು ಅವರನ್ನು ಆವರಿಸಿತು ಮತ್ತು ಮುಂದಿನ ಕ್ಷಣದಲ್ಲಿ ಎಲ್ಲಾ ಪ್ರಾಣಿಗಳು ಒಟ್ಟಾಗಿ ಅಂಗಳದ ಸುತ್ತಲೂ ಅವರನ್ನು ಬೆನ್ನಟ್ಟಿದವು. ಅವರನ್ನು ಕೆರಳಿಸಲಾಯಿತು, ಒದೆಯಲಾಯಿತು, ಕಚ್ಚಲಾಯಿತು, ತುಳಿದು ಹಾಕಲಾಯಿತು. ತನ್ನದೇ ಆದ ಶೈಲಿಯ ಮುಖೇನ ಅವರ ಮೇಲೆ ಸೇಡು ತೀರಿಸಿಕೊಳ್ಳದ ಯಾವುದೇ ಪ್ರಾಣಿ ಜಮೀನಿನಲ್ಲಿ ಇರಲಿಲ್ಲ. ಬೆಕ್ಕು ಕೂಡ ಹಠಾತ್ತನೆ ಮೇಲ್ಛಾವಣಿಯಿಂದ ದನಗಾಹಿಯ ಭುಜದ ಮೇಲೆ ಹಾರಿ ತನ್ನ ಉಗುರುಗಳನ್ನು ಅವನ ಕುತ್ತಿಗೆಯಲ್ಲಿ ಮುಳುಗಿಸಿತು, ಅದಕ್ಕೆ ಅವನು ಭಯಂಕರವಾಗಿ ಕೂಗಿದನು. ತೆರೆಯುವಿಕೆಯು ಸ್ಪಷ್ಟವಾದ ಕ್ಷಣದಲ್ಲಿ, ಮನುಷ್ಯರು ಅಂಗಳದಿಂದ ಧಾವಿಸಿ ಮುಖ್ಯ ರಸ್ತೆಗೆ ಓಡಿದ್ದಕ್ಕೆ ಸಾಕಷ್ಟು

ಸಂತೋಷಪಟ್ಟರು. ಮತ್ತು ಅವರ ಆಕ್ರಮಣದ ಐದು ನಿಮಿಷಗಳಲ್ಲಿ, ಅವರು ಬಂದ ರೀತಿಯಲ್ಲಿಯೇ, ಹೆಬ್ಬಾತುಗಳ ಹಿಂಡು ಕೂಗುತ್ತ ಮತ್ತು ಅವರ ಕಾಲಿನ ಹಿಂಬಾಗವನ್ನು ಕಚ್ಚುತ್ತ ಮಾಡುವುದರೊಂದಿಗೆ ಅವರನ್ನು ಅಮಾನುಷವಾಗಿ ಹಿಮ್ಮೆಟ್ಟಿದರು. ಒಬ್ಬರನ್ನು ಹೊರತುಪಡಿಸಿ ಎಲ್ಲಾ ಮನುಷ್ಯರು ಹೋಗಿದ್ದರು.

ಮತ್ತೆ ಅಂಗಳದಲ್ಲಿ ಬಾಕ್ಸರ್ ತನ್ನ ಗೊರಸಿನಿಂದ ಕೆಸರಿನಲ್ಲಿ ಮುಖಮಾಡಿಕೊಂಡು ಮಲಗಿದ್ದ ಸ್ಥಿರ ಹುಡುಗನ ಕಡೆಗೆ ತನ್ನ ಗೊರಸಿನಿಂದ ಒಡೆಯುತ್ತಿದ್ದನು. ಹುಡುಗ ಕದಲಲಿಲ್ಲ.

"ಅವನು ಸತ್ತಿದ್ದಾನೆ," ಎಂದು ಬಾಕ್ಸರ್ ದುಃಖದಿಂದ ಹೇಳಿದರು. "ನನಗೆ ಹಾಗೆ ಮಾಡುವ ಉದ್ದೇಶವಿರಲಿಲ್ಲ. ನಾನು ಕಬ್ಬಿಣದ ಬೂಟುಗಳನ್ನು ಧರಿಸಿದ್ದೇನೆ ಎಂದು ನಾನು ಮರೆತಿದ್ದೇನೆ. ನಾನು ಇದನ್ನು ಉದ್ದೇಶಪೂರ್ವಕವಾಗಿ ಮಾಡಿಲ್ಲ ಎಂದು ಯಾರು ನಂಬುತ್ತಾರೆ?"

"ಭಾವನಾತ್ಮಕತೆ ಇರಬಾರದು, ಒಡನಾಡಿ!" ಸ್ನೋಬಾಲ್ ಕೂಗಿತು, ಅದರ ಗಾಯಗಳಿಂದ ರಕ್ತ ಇನ್ನೂ ತೊಟ್ಟಿಕ್ಕುತ್ತಿತ್ತು. "ಯುದ್ಧವು ಯುದ್ಧವಾಗಿದೆ. ಒಳ್ಳೆಯ ಮನುಷ್ಯ ಒಬ್ಬನೇ ಅವನೇ ಸತ್ತವನು."

"ನನಗೆ ಜೀವ ತೆಗೆಯುವ ಇಚ್ಛೆ ಇಲ್ಲ,ಕೇವಲ ಮನುಷ್ಯರ ಪ್ರಾಣವೂ ಅಲ್ಲ" ಎಂದು ಬಾಕ್ಸರ್ ಪುನರಾವರ್ತಿತವಾಗಿ ಹೇಳಿದಾಗ ಅವನ ಕಣ್ಣುಗಳು ಕಣ್ಣೀರಿನಿಂದ ತುಂಬಿದ್ದವು.

"ಮೊಲ್ಲಿ ಎಲ್ಲಿದ್ದಾಳೆ?" ಯಾರೋ ಉದ್ಗರಿಸಿದರು.

ವಾಸ್ತವವಾಗಿ ಮೊಲ್ಲಿ ಕಾಣೆಯಾಗಿದ್ದಳು. ಒಂದು ಕ್ಷಣ ದೊಡ್ಡ ಎಚ್ಚರಿಕೆ ಇತ್ತು; ಮನುಷ್ಯರು ಅವಳನ್ನು ಯಾವುದಾದರೂ ರೀತಿಯಲ್ಲಿ ಹಾನಿಗೊಳಿಸಿರಬಹುದು ಅಥವಾ ಅವಳನ್ನು ತಮ್ಮೊಂದಿಗೆ ಕರೆದೊಯ್ದಿರಬಹುದು ಎಂದು ಭಯವಾಯಿತು. ಆದರೆ ಕೊನೆಯಲ್ಲಿ, ಅವಳು ತನ್ನ ಗೂಡಿನಲ್ಲಿ ಅಡಗಿಕೊಂಡಿದ್ದು, ಅವಳ ತಲೆಯನ್ನು ತೊಟ್ಟಿಯಲ್ಲಿ ಹುಲ್ಲಿನ ನಡುವೆ ಹೂತುಹೋಗಿತ್ತು. ಗನ್ ಆರಿದ ತಕ್ಷಣ ಅವಳು ಓಡಿ

ಹೋಗಿದ್ದಳು. ಮತ್ತು ಇತರರು ಅವಳನ್ನು ಹುಡುಕುತ್ತಾ ಹಿಂತಿರುಗಿದಾಗ, ವಾಸ್ತವದಲ್ಲಿ ದಿಗ್ಭ್ರಮೆಗೊಂಡಿದ್ದ ಸ್ಥಿರವಾದ ಹುಡುಗ, ಆಗಲೇ ಚೇತರಿಸಿಕೊಂಡಿದ್ದ ಮತ್ತು ಹೊರಟುಹೋಗಿತ್ತು.

ಪ್ರಾಣಿಗಳು ಈಗ ಅತ್ಯಂತ ಉತ್ಸಾಹದಲ್ಲಿ ಮರುಜೋಡಿಸಿದವು, ಪ್ರತಿಯೊಂದೂ ತನ್ನ ಧ್ವನಿಯ ಏರಿದ ಧ್ವನಿಯಲ್ಲಿ ಯುದ್ಧದಲ್ಲಿ ಆದ ತನ್ನದೇ ಶೋಷಣೆಯನ್ನು ವಿವರಿಸುತ್ತದೆ. ತಕ್ಷಣವೇ ವಿಜಯೋತ್ಸವದ ಸಂಭ್ರಮಾಚರಣೆ ನಡೆಸಲಾಯಿತು. ಧ್ವಜವನ್ನು ಹಾರಿಸಲಾಯಿತು ಮತ್ತು 'ಇಂಗ್ಲೆಂಡಿನ ದೈತ್ಯರು' ಹಾಡನ್ನು ಹಲವಾರು ಬಾರಿ ಹಾಡಲಾಯಿತು, ನಂತರ ಕೊಲ್ಲಲ್ಪಟ್ಟ ಕುರಿಗಳಿಗೆ ಗಂಭೀರವಾದ ಅಂತ್ಯಕ್ರಿಯೆಯನ್ನು ನೀಡಲಾಯಿತು, ಅವಳ ಸಮಾಧಿಯ ಮೇಲೆ ಹಾಥಾರ್ನ್ ಪೊದೆಯನ್ನು ನೆಡಲಾಯಿತು. ಸಮಾಧಿಯಲ್ಲಿ ಸ್ನೋಬಾಲ್ ಒಂದು ಸಣ್ಣ ಭಾಷಣವನ್ನು ಮಾಡಿತು, ಅಗತ್ಯವಿದ್ದರೆ ಪ್ರಾಣಿ ಫಾರ್ಮ್‌ಗಾಗಿ ಎಲ್ಲಾ ಪ್ರಾಣಿಗಳು ಸzಯಲು ಸಿದ್ಧರಾಗಿರಬೇಕು ಎಂದು ಒತ್ತಿ ಹೇಳಿದರು.

"ಪ್ರಾಣಿ ನಾಯಕ, ಮೊದಲ ದರ್ಜೆ" ಎಂಬ ಮಿಲಿಟರಿ ಅಲಂಕಾರವನ್ನು ರಚಿಸಲು ಪ್ರಾಣಿಗಳು ಸರ್ವಾನುಮತದಿಂದ ನಿರ್ಧರಿಸಿದವು, ಅದನ್ನು ಅಲ್ಲಿ ಮತ್ತು ನಂತರ ಸ್ನೋಬಾಲ್ ಮತ್ತು ಬಾಕ್ಸರ್ ಮೇಲೆ ನೀಡಲಾಯಿತು. ಇದು ಹಿತ್ತಾಳೆಯ ಪದಕವನ್ನು ಒಳಗೊಂಡಿತ್ತು (ಅವು ನಿಜವಾಗಿಯೂ ಕೆಲವು ಹಳೆಯ ಕುದುರೆಯ-ಹಿತ್ತಾಳೆಗಳು ಸರಂಜಾಮು-ಕೋಣೆಯಲ್ಲಿ ಕಂಡುಬಂದಿವೆ), ಭಾನುವಾರ ಮತ್ತು ರಜಾದಿನಗಳಲ್ಲಿ ಧರಿಸಲಾಗುತ್ತದೆ. ಸತ್ತ ಕುರಿಗಳಿಗೆ ಮರಣೋತ್ತರವಾಗಿ ನೀಡಲಾದ "ಪ್ರಾಣಿ ನಾಯಕ, ಎರಡನೇ ದರ್ಜೆ" ಕೂಡ ಇತ್ತು.

ಯುದ್ಧವನ್ನು ಏನೆಂದು ಕರೆಯಬೇಕು ಎಂಬುದರ ಕುರಿತು ಸಾಕಷ್ಟು ಚರ್ಚೆಗಳು ನಡೆದವು. ಕೊನೆಯಲ್ಲಿ, ಹೊಂಚುದಾಳಿಯು ಅಲ್ಲಿಯೇ ಹುಟ್ಟಿಕೊಂಡಿದ್ದರಿಂದ ಅದನ್ನು ಗೋಶಾಲೆಯ ಕದನ ಎಂದು ಹೆಸರಿಸಲಾಯಿತು. ಶ್ರೀ. ಜೋನ್ಸ್ ಅವರ ಗನ್ ಮಣ್ಣಿನಲ್ಲಿ ಬಿದ್ದಿರುವುದು ಕಂಡುಬಂದಿದೆ ಮತ್ತು ತೋಟದ ಮನೆಯಲ್ಲಿ ಕಾರ್ಟ್ರಿಡ್ಜ್‌ಗಳ ಸರಬರಾಜು ಇತ್ತು ಎಂದು ತಿಳಿದುಬಂದಿದೆ. ಫಿರಂಗಿ ತುಂಡಿನಂತೆ ಧ್ವಜಸ್ತಂಭದ

ಬುಡದಲ್ಲಿ ಬಂದೂಕನ್ನು ಸ್ಥಾಪಿಸಲು ಮತ್ತು ಅದನ್ನು ವರ್ಷಕ್ಕೆ ಎರಡು ಬಾರಿ ಗುಂಡು ಹಾರಿಸಲು ನಿರ್ಧರಿಸಲಾಯಿತು, ಒಮ್ಮೆ ಅಕ್ಟೋಬರ್ ಹನ್ನೆರಡನೇ ತಾರೀಖಿನಂದು, ಗೋಶಾಲೆಯ ಕದನದ ವಾರ್ಷಿಕೋತ್ಸವದಂದು ಮತ್ತೊಮ್ಮೆ ಮಧ್ಯ ಬೇಸಿಗೆಯ ದಿನದ ದಂಗೆಯ ವಾರ್ಷಿಕೋತ್ಸವಕ್ಕೆ.

ಅಧ್ಯಾಯ V

ಚಳಿಗಾಲವು ಬರುತ್ತಿದ್ದಂತೆ, ಮೊಲ್ಲಿಯು ಹೆಚ್ಚು ಹೆಚ್ಚು ತೊಂದರೆಗೀಡಾದಳು. ಅವಳು ಪ್ರತಿದಿನ ಬೆಳಿಗ್ಗೆ ಕೆಲಸಕ್ಕೆ ತಡವಾಗಿ ಬರುತ್ತಿದ್ದಳು ಮತ್ತು ಅವಳು ಹೆಚ್ಚು ನಿದ್ದೆ ಮಾಡುತ್ತಿದ್ದಾಳೆ ಎಂದು ಹೇಳುವ ಮೂಲಕ ನೆಪ ಹೇಳುತ್ತಿದ್ದಳು ಮತ್ತು ಅವಳ ಹಸಿವು ಅತ್ಯುತ್ತಮವಾಗಿದ್ದರೂ ಅವಳು ನಿಗೂಢ ನೋವಿನ ಬಗ್ಗೆ ದೂರು ಹೇಳಿದಳು. ಪ್ರತಿಯೊಂದು ರೀತಿಯ ನೆಪದಲ್ಲಿ, ಅವಳು ಕೆಲಸದಿಂದ ಓಡಿಹೋಗಿ ಕುಡಿಯುವ ಕೊಳಕ್ಕೆ ಹೋಗುತ್ತಿದ್ದಳು, ಅಲ್ಲಿ ಅವಳು ನೀರಿನಲ್ಲಿ ತನ್ನ ಪ್ರತಿಬಿಂಬವನ್ನು ಮೂರ್ಖತನದಿಂದ ನೋಡುತ್ತಿದ್ದಳು. ಆದರೆ ಹೆಚ್ಚು ಗಂಭೀರವಾದ ವದಂತಿಗಳೂ ಇದ್ದವು. ಒಂದು ದಿನ, ಮೊಲ್ಲಿ ತನ್ನ ಉದ್ದನೆಯ ಬಾಲದಿಂದ ಚೆಲ್ಲಾಟವಾಡುತ್ತಾ, ಹುಲ್ಲುಗಾವಲಿನ ಕಾಂಡವನ್ನು ಅಗಿಯುತ್ತಾ ಅಂಗಳದಲ್ಲಿ ವಿಹರಿಸುತ್ತಿದ್ದಾಗ, ಕ್ಲೋವರ್ ಅವಳನ್ನು ಪಕ್ಕಕ್ಕೆ ಕರೆದೊಯ್ದಳು.

"ಮೊಲ್ಲಿ," ಅವಳು ಹೇಳಿದಳು, "ನಾನು ನಿಮಗೆ ಹೇಳಲು ತುಂಬಾ ಗಂಭೀರವಾದ ವಿಚಾರವಿದೆ. ಇಂದು ಬೆಳಿಗ್ಗೆ ನೀವು ಅನಿಮಲ್ ಫಾರ್ಮ್ ಮತ್ತು ಫಾಕ್ಸ್‌ವುಡ್ ಅನ್ನು ವಿಭಜಿಸುವ ಬೇಲಿಯ ಮೇಲೆ ನೋಡುತ್ತಿರುವುದನ್ನು ನಾನು ನೋಡಿದೆ. ಪಿಲ್ಕಿಂಗ್ ಟನ್‌ನ ವ್ಯಕ್ತಿಗಳಲ್ಲಿ ಒಬ್ಬರು ಬೇಲಿಯ ಇನ್ನೊಂದು ಬದಿಯಲ್ಲಿ ನಿಂತಿದ್ದರು. ಮತ್ತು ನಾನು ಬಹಳ ದೂರದಲ್ಲಿದ್ದೆ, ಆದರೆ ನಾನು ಇದನ್ನು ನೋಡಿದ್ದೇನೆ ಎಂದು ನನಗೆ ಖಚಿತವಾಗಿದೆ, ಅವನು ನಿಮ್ಮೊಂದಿಗೆ ಮಾತನಾಡುತ್ತಿದ್ದನು ಮತ್ತು ನಿಮ್ಮ ಮೂಗಿಗೆ ಹೊಡೆಯಲು ನೀವು ಅವನಿಗೆ ಅವಕಾಶ ನೀಡುತ್ತಿದ್ದೀರಿ. ಇದರ ಅರ್ಥವೇನು, ಮೊಲ್ಲಿ?

"ಅವನು ಮಾಡಲಿಲ್ಲ! ನಾನು ಇರಲಿಲ್ಲ! ಇದು ನಿಜವಲ್ಲ! " ಎಂದು ಮೊಲ್ಲಿ ಅಳುತ್ತಾಳೆ, ನೆಲದ ಮೇಲೆ ಕುಣಿಯಲು ಪ್ರಾರಂಭಿಸಿದಳು.

“ಮೊಲ್ಲಿ! ನನ್ನ ಮುಖ ನೋಡು. ಆ ಮನುಷ್ಯನು ನಿನ್ನ ಮೂಗಿಗೆ ಬಡಿಯುತ್ತಿರಲಿಲ್ಲವೆಂಬ ನಿನ್ನ ಪ್ರಮಾಣದ ಮಾತನ್ನು ನೀನು ನನಗೆ ಕೊಡುವೆಯಾ?”

"ಇದು ನಿಜವಲ್ಲ!" ಮೊಲ್ಲಿ ಪುನರಾವರ್ತಿಸಿದಳು, ಆದರೆ ಅವಳು ಕ್ಲೋವರ್‌ನ ಮುಖವನ್ನು ನೋಡಲು ಸಾಧ್ಯವಾಗಲಿಲ್ಲ, ಮತ್ತು ಮುಂದಿನ ಕ್ಷಣದಲ್ಲಿ ಅವಳು ಮೈದಾನಕ್ಕೆ ಓಡಿದಳು.

ಕ್ಲೋವರ್‌ಗೆ ಒಂದು ಆಲೋಚನೆ ಬಡಿಯಿತು. ಇತರರಿಗೆ ಏನನ್ನೂ ಹೇಳದೆ, ಅವಳು ಮೊಲ್ಲಿಯ ಕೊಟ್ಟಿಗೆಗೆ ಹೋಗಿ ತನ್ನ ಗೊರಸಿನಿಂದ ಹುಲ್ಲು ತಿರುಗಿಸಿದಳು. ಒಣಹುಲ್ಲಿನ ಕೆಳಗೆ ಬಚ್ಚಿಟ್ಟಿದ್ದ ಸಕ್ಕರೆಯ ಸಣ್ಣ ರಾಶಿ ಮತ್ತು ವಿವಿಧ ಬಣ್ಣಗಳ ರಿಬ್ಬನ್ ನ ಹಲವಾರು ಗೊಂಚಲುಗಳನ್ನು ಕಂಡಳು. ಮೂರು ದಿನಗಳ ನಂತರ ಮೊಲ್ಲಿ ನಾಪತ್ತೆಯಾದಳು. ಕೆಲವು ವಾರಗಳವರೆಗೆ ಅವಳ ಇರುವಿಕೆಯ ಬಗ್ಗೆ ಏನೂ ತಿಳಿದಿರಲಿಲ್ಲ, ನಂತರ ಪಾರಿವಾಳಗಳು ವಿಲ್ಲಿಂಗ್ಡನ್‌ನ ಇನ್ನೊಂದು ಬದಿಯಲ್ಲಿ ಅವಳನ್ನು ನೋಡಿರುವುದಾಗಿ ವರದಿ ಮಾಡಿದವು. ಅವಳು ಸಾರ್ವಜನಿಕ ಮನೆಯ ಹೊರಗೆ ನಿಂತಿದ್ದ ಕೆಂಪು ಮತ್ತು ಕಪ್ಪು ಕುದುರೆ ಗಾಡಿಯ ನಡುವೆ ಇದ್ದಳು. ಚೆಕ್ ಬ್ರೀಚ್ ಮತ್ತು ಗೈಟರ್‌ಗಳನ್ನು ದರಿಸ್ಸಿದ ದಪ್ಪನಾದ ಕೆಂಪು ಮುಖದ ವ್ಯಕ್ತಿ, ಸಾರ್ವಜನಿಕರಂತೆ ಕಾಣುತ್ತಿದ್ದನು, ಅವಳ ಮೂಗನ್ನು ಹೊಡೆಯುತ್ತಿದ್ದನು ಮತ್ತು ಅವಳಿಗೆ ಸಕ್ಕರೆಯನ್ನು ತಿನ್ನಿಸುತ್ತಿದ್ದನು. ಅವಳ ಕೋಟ್ ಅನ್ನು ಹೊಸದಾಗಿ ಕ್ಲಿಪ್ ಮಾಡಲಾಗಿತ್ತು, ಮತ್ತು ಅವಳು ತನ್ನ ಮುಂದೋಳಿನ ಸುತ್ತ ಕಡುಗೆಂಪು ಬಣ್ಣದ ರಿಬ್ಬನ್ ಅನ್ನು ಧರಿಸಿದ್ದಳು. ಅವಳು ಸ್ವತಃ ಆನಂದಿಸುತ್ತಿರುವಂತೆ ಕಾಣಿಸಿಕೊಂಡಳು, ಆದ್ದರಿಂದ ಪಾರಿವಾಳಗಳು ಹೇಳಿದವು. ಯಾವುದೇ ಪ್ರಾಣಿಗಳು ಮತ್ತೆ ಮೊಲ್ಲಿಯನ್ನು ಉಲ್ಲೇಖಿಸಲಿಲ್ಲ.

ಜನವರಿಯಲ್ಲಿ ಕಠಿಣ ಹವಾಮಾನ ಬಂದಿತು. ಭೂಮಿ ಕಬ್ಬಿಣದಂತಿತ್ತು, ಹೊಲಗಳಲ್ಲಿ ಏನೂ ಮಾಡಲಾಗಲಿಲ್ಲ. ದೊಡ್ಡ ಕೊಟ್ಟಿಗೆಯಲ್ಲಿ ಅನೇಕ ಸಭೆಗಳನ್ನು ನಡೆಸಲಾಯಿತು, ಮತ್ತು ಮುಂಬರುವ ಋತುವಿನ ಕೆಲಸವನ್ನು

ಯೋಜಿಸುವುದರೊಂದಿಗೆ ಹಂದಿಗಳು ತಮ್ಮನ್ನು ತಾವು ಆಕ್ರಮಿಸಿಕೊಂಡವು. ಇತರ ಪ್ರಾಣಿಗಳಿಗಿಂತ ಸ್ಪಷ್ಟವಾಗಿ ಬುದ್ಧಿವಂತರಾಗಿರುವ ಹಂದಿಗಳು ಕೃಷಿ ನೀತಿಯ ಎಲ್ಲಾ ಪ್ರಶ್ನೆಗಳನ್ನು ನಿರ್ಧರಿಸಬೇಕು ಎಂದು ಒಪ್ಪಿಕೊಳ್ಳಲಾಯಿತು, ಆದರೂ ತಮ್ಮ ನಿರ್ಧಾರಗಳನ್ನು ಬಹುಮತದ ಮತದಿಂದ ಅನುಮೋದಿಸಬೇಕಾಗಿತ್ತು. ಸ್ನೋಬಾಲ್ ಮತ್ತು ನೆಪೋಲಿಯನ್ ನಡುವೆ ವಿವಾದಗಳು ಇಲ್ಲದಿದ್ದರೆ ಈ ವ್ಯವಸ್ಥೆಯು ಸಾಕಷ್ಟು ಚೆನ್ನಾಗಿ ಕೆಲಸ ಮಾಡುತ್ತಿತ್ತು. ಭಿನ್ನಾಭಿಪ್ರಾಯ ಸಾಧ್ಯವಿರುವ ಪ್ರತಿ ಹಂತದಲ್ಲೂ ಈ ಇಬ್ಬರೂ ಒಪ್ಪಲಿಲ್ಲ. ಅವರಲ್ಲಿ ಒಬ್ಬರು ದೊಡ್ಡ ಎಕರೆಯಲ್ಲಿ ಬಾರ್ಲಿಯನ್ನು ಬಿತ್ತಲು ಸಲಹೆ ನೀಡಿದರೆ, ಇನ್ನೊಬ್ಬರು ಹೆಚ್ಚಿನ ಎಕರೆ ಓಟ್ಸ್ಗೆ ಬೇಡಿಕೆಯಿಡುವುದು ಖಚಿತ, ಮತ್ತು ಅವರಲ್ಲಿ ಒಬ್ಬರು ಎಲೆಕೋಸಿಗೆ ಸರಿಯಾಗಿದೆ ಎಂದು ಹೇಳಿದರೆ, ಇನ್ನೊಬ್ಬರು ಅದು ನಿಷ್ಪ್ರಯೋಜಕವಾಗಿದೆ ಎಂದು ಘೋಷಿಸಿದರು. ಇನ್ನೊಬರು ಬೇರುಗಳ ಬೆಳೆಯನ್ನು ಹೊರತುಪಡಿಸಿ ಯಾವುದಕ್ಕೂ ಇದು ನಿಷ್ಪ್ರಯೋಜಕ ಎಂದರು. ಪ್ರತಿಯೊಂದೂ ತನ್ನದೇ ಆದ ಅನುಸರಣೆಯನ್ನು ಹೊಂದಿತ್ತು ಮತ್ತು ಕೆಲವು ಹಿಂಸಾತ್ಮಕ ಚರ್ಚೆಗಳು ಇದ್ದವು. ಸಭೆಗಳಲ್ಲಿ ಸ್ನೋಬಾಲ್ ತನ್ನ ಅದ್ಭುತ ಭಾಷಣಗಳಿಂದ ಬಹುಮತವನ್ನು ಗೆದ್ದುಕೊಂಡಿತು, ಆದರೆ ನೆಪೋಲಿಯನ್ ಕೆಲವು ಸಮಯಗಳಲ್ಲಿ ತನ್ನ ಬೆಂಬಲವನ್ನು ಪ್ರಚಾರ ಮಾಡುವಲ್ಲಿ ಉತ್ತಮನಾಗಿದ್ದನು. ಅವರು ವಿಶೇಷವಾಗಿ ಕುರಿಗಳೊಂದಿಗೆ ಯಶಸ್ವಿಯಾದರು. ತಡವಾಗಿ, ಕುರಿಗಳು "ನಾಲ್ಕು ಕಾಲುಗಳು ಒಳ್ಳೆಯದು, ಎರಡು ಕಾಲುಗಳು ಕೆಟ್ಟವು" ಎಂದು ಎಲ್ಲ ಋತುವಿನಲ್ಲೂ ಕೂಗಿದವು, ಮತ್ತು ಇದರೊಂದಿಗೆ ಅವರು ಆಗಾಗ್ಗೆ ಸಭೆಯನ್ನು ಅಡ್ಡಿಪಡಿಸಿದರು. ಸ್ನೋಬಾಲ್‌ನ ಭಾಷಣಗಳಲ್ಲಿ ನಿರ್ಣಾಯಕ ಕ್ಷಣಗಳಲ್ಲಿ "ನಾಲ್ಕು ಕಾಲುಗಳು ಒಳ್ಳೆಯದು, ಎರಡು ಕಾಲುಗಳು ಕೆಟ್ಟವು" ಎಂದು ಕೂಗಲು ಅವರು ವಿಶೇಷವಾಗಿ ಜವಾಬ್ದಾರರಾಗಿರುತ್ತಾರೆ ಎಂದು ಗಮನಿಸಲಾಗಿದೆ. ಸ್ನೋಬಾಲ್ ಅವರು ಫಾರ್ಮ್‌ಹೌಸ್‌ನಲ್ಲಿ ಕಂಡುಕೊಂಡ 'ರೈತ ಮತ್ತು ಜಾನುವಾರು ಸಾಕುವ ರೈತ' ನ ಕೆಲವು ಹಿಂದಿನ ಸಂಖ್ಯೆಗಳ ನಿಕಟ ಅಧ್ಯಯನವನ್ನು ಮಾಡಿದರು ಮತ್ತು ನಾವೀನ್ಯತೆಗಳು ಮತ್ತು ಸುಧಾರಣೆಗಳ ಯೋಜನೆಗಳನ್ನು ಹೊಂದಿದ್ದರು. ಅವರು ಹೊಲದ ಚರಂಡಿಗಳು, ಮೇವು ಮತ್ತು ಮೂಲ ಸ್ಲ್ಯಾಗ್ ಬಗ್ಗೆ ಕಲಿತುಕೊಂಡರು

ಮತ್ತು ಸಗಣಿ ಹೊಲಕ್ಕೆ ಹಾಕುವ ಸಮಯವನ್ನು ಉಳಿಸಲು ಎಲ್ಲಾ ಪ್ರಾಣಿಗಳು ತಮ್ಮ ಸಗಣಿಗಳನ್ನು ನೇರವಾಗಿ ಹೊಲಗಳಲ್ಲಿ, ಪ್ರತಿದಿನ ಬೇರೆ ಬೇರೆ ಸ್ಥಳದಲ್ಲಿ ಬಿಡಲು ಸಂಕೀರ್ಣವಾದ ಯೋಜನೆಯನ್ನು ರೂಪಿಸಿದರು. ನೆಪೋಲಿಯನ್ ತನ್ನದೇ ಆದ ಯಾವುದೇ ಯೋಜನೆಗಳನ್ನು ರೂಪಿಸಲಿಲ್ಲ, ಆದರೆ ಸ್ನೋಬಾಲ್ ಯಾವುದಕ್ಕೂ ಪ್ರಜೋನವಿಲ್ಲ ಎಂದು ಸದ್ದಿಲ್ಲದೆ ಹೇಳಿದನು ಮತ್ತು ಅವನ ಸಮಯವನ್ನು ವ್ಯರ್ಥ ಮಾಡುತ್ತಿದ್ದನಂತೆ. ಆದರೆ ಅವರ ಎಲ್ಲಾ ವಿವಾದಗಳಲ್ಲಿ, ಗಾಳಿಯಂತ್ರದ ಮೇಲೆ ನಡೆದ ವಿವಾದದಷ್ಟು ಕಹಿಯಾಗಿರಲಿಲ್ಲ.

ಉದ್ದನೆಯ ಹುಲ್ಲುಗಾವಲಿನಲ್ಲಿ, ಕೃಷಿ ಕಟ್ಟಡಗಳಿಂದ ಸ್ವಲ್ಪ ದೂರದಲ್ಲಿ, ಜಮೀನಿನ ಅತಿ ಎತ್ತರದ ಸ್ಥಳವಾದ ಒಂದು ಸಣ್ಣ ಗುಳ್ಳೆ ಇತ್ತು. ನೆಲವನ್ನು ಸಮೀಕ್ಷೆ ಮಾಡಿದ ನಂತರ, ಸ್ನೋಬಾಲ್ ಇದು ಕೇವಲ ವಿಂಡ್‌ಮಿಲ್‌ನ ಸ್ಥಳವಾಗಿದೆ ಎಂದು ಘೋಷಿಸಿತು, ಇದನ್ನು ಡೈನಮೋವನ್ನು ಕಾರ್ಯನಿರ್ವಹಿಸಲು ಮತ್ತು ಫಾರ್ಮ್‌ಗೆ ವಿದ್ಯುತ್ ಶಕ್ತಿ ಪೂರೈಸಲು ಮಾಡಬಹುದು ಎಂದಿತು. ಇದು ಕೊಟ್ಟಿಗೆಯನ್ನು ಬೆಳಗಿಸುತ್ತದೆ ಮತ್ತು ಚಳಿಗಾಲದಲ್ಲಿ ಅವುಗಳನ್ನು ಬೆಚ್ಚಗಾಗಿಸುತ್ತದೆ ಮತ್ತು ವೃತ್ತಾಕಾರದ ಗರಗಸ, ಮೇವು ಕತ್ತಿರಿಸುವ ಯಂತ್ರ, ಗೆಣಸು ಕತ್ತಿರಿಸುವ ಯಂತ್ರ ಮತ್ತು ವಿದ್ಯುತ್ ಹಾಲುಕರೆಯುವ ಯಂತ್ರವನ್ನು ಸಹ ನಡೆಸುತ್ತದೆ. ಪ್ರಾಣಿಗಳು ಈ ರೀತಿಯ ಯಾವುದನ್ನಾದರೂ ಹಿಂದೆಂದೂ ಕೇಳಿರಲಿಲ್ಲ (ಯಾಕೆಂದರೆ ಹೊಲವು ಹಳೆಯ-ಶೈಲಿಯದ್ದಾಗಿತ್ತು ಮತ್ತು ಅತ್ಯಂತ ಪ್ರಾಚೀನ ಯಂತ್ರೋಪಕರಣಗಳನ್ನು ಮಾತ್ರ ಹೊಂದಿತ್ತು), ಮತ್ತು ತಮ್ಮ ಕೆಲಸವನ್ನು ಮಾಡುವಂತ ಅದ್ಭುತವಾದ ಯಂತ್ರಗಳ ಚಿತ್ರಗಳನ್ನು ಸ್ನೋಬಾಲ್ ತೋರಿಸುವಾಗ ಅವರು ಆಶ್ಚರ್ಯದಿಂದ ಆಲಿಸಿದರು ಜೊತೆಗೆ ಅವರು ಹೊಲಗಳಲ್ಲಿ ಸರಾಗವಾಗಿ ಮೇಯುತ್ತಿದ್ದರು ಅಥವಾ ಓದುವಿಕೆ ಮತ್ತು ಸಂಭಾಷಣೆಯೊಂದಿಗೆ ತಮ್ಮ ಮನಸ್ಸನ್ನು ಸುಧಾರಿಸಿಕೊಂಡರು.

ಕೆಲವೇ ವಾರಗಳಲ್ಲಿ ವಿಂಡ್‌ಮಿಲ್‌ಗಾಗಿ ಸ್ನೋಬಾಲ್‌ನ ಯೋಜನೆಗಳು ಸಂಪೂರ್ಣವಾಗಿ ಕಾರ್ಯರೂಪಕ್ಕೆ ಬಂದವು. ಯಾಂತ್ರಿಕ ವಿವರಗಳು ಹೆಚ್ಚಾಗಿ ಜೋನ್ಸ್ ಅವರ 'ಮನೆಯ ಬಗ್ಗೆ ಮಾಡಲು ಒಂದು ಸಾವಿರ ಉಪಯುಕ್ತ

ವಿಷಯಗಳು', 'ಪ್ರತಿ ಮನುಷ್ಯ ಮತ್ತು ಅವನ ಇಟ್ಟಿಗೆ' ಮತ್ತು 'ಆರಂಭಿಕರಿಗಾಗಿ ವಿದ್ಯುತ್' ಎಂಬ ಮೂರು ಪುಸ್ತಕಗಳಿಂದ ಬಂದವು. ಸ್ನೋಬಾಲ್ ತನ್ನ ಅಧ್ಯಯನವಾಗಿ ಒಂದು ಶೆಡ್ ಅನ್ನು ಬಳಸಿಕೊಂಡಿತು, ಅದನ್ನು ಒಮ್ಮೆ ಕೋಳಿ ಮೊಟ್ಟೆಗಳನ್ನು ಕಾವು ಕೊಡಲು ಬಳಸಲಾಗುತ್ತಿತ್ತು ಮತ್ತು ನಯವಾದ ಮರದ ನೆಲವನ್ನು ಹೊಂದಿತ್ತು, ಇದು ಚಿತ್ರಿಸಲು ಸೂಕ್ತವಾಗಿದೆ. ಅವರು ಒಂದು ಸಮಯದಲ್ಲಿ ಗಂಟೆಗಳ ಕಾಲ ಅಲ್ಲಿ ಕೂತಿರುತ್ತಿದ್ದರು. ಅವನ ಪುಸ್ತಕಗಳನ್ನು ಕಲ್ಲಿನಿಂದ ತೆರೆದಿಡಲಾಗುತ್ತಿತ್ತು, ಮತ್ತು ಅವನ ಕೈನ ಗೆಣ್ಣುಗಳ ನಡುವೆ ಸೀಮೆಸುಣ್ಣದ ತುಂಡನ್ನು ಹಿಡಿದಿಟ್ಟುಕೊಂಡು, ಅವನು ವೇಗವಾಗಿ ಹೋಗುತ್ತಿದ್ದನು, ಸಾಲು ಸಾಲಾಗಿ ಎಳೆಯುತ್ತಿದ್ದನು ಮತ್ತು ಉತ್ಸಾಹದಲ್ಲಿ ಸಣ್ಣದಾಗಿ ಕಿರುಚಾಡುತ್ತಿದ್ದನು. ಕ್ರಮೇಣ ಕ್ರ್ಯಾಂಕ್‌ಗಳು ಮತ್ತು ಕಾಗ್‌ವೀಲ್‌ಗಳು ಸಂಕೀರ್ಣ ದ್ರವ್ಯರಾಶಿಯಾಗಿ ಬೆಳೆದವು, ಅರ್ಧಕ್ಕಿಂತ ಹೆಚ್ಚು ನೆಲವನ್ನು ಆವರಿಸಿದವು, ಇತರ ಪ್ರಾಣಿಗಳಿಗೆ ಇದು ಸಂಪೂರ್ಣವಾಗಿ ಅರ್ಥವಾಗಲಿಲ್ಲ ಆದರೆ ಬಹಳ ಖುಷಿಪಟ್ಟರು. ಅವರೆಲ್ಲರೂ ದಿನಕ್ಕೆ ಒಮ್ಮೆಯಾದರೂ ಸ್ನೋಬಾಲ್‌ನ ರೇಖಾಚಿತ್ರಗಳನ್ನು ನೋಡಲು ಬಂದರು. ಕೋಳಿಗಳು ಮತ್ತು ಬಾತುಕೋಳಿಗಳು ಸಹ ಬಂದು ಸೀಮೆಸುಣ್ಣದ ಗುರುತುಗಳನ್ನು ತುಳಿಯದೆ ಆಸಕ್ತಿ ತೋರಿಸಿದವು. ನೆಪೋಲಿಯನ್ ಮಾತ್ರ ದೂರವಿದ್ದ. ಅವರು ಮೊದಲಿನಿಂದಲೂ ಗಾಳಿ ಯಂತ್ರವನ್ನು ವಿರೋಧಿಸಿದನು. ಆದಾಗ್ಯೂ, ಒಂದು ದಿನ, ಅವರು ಯೋಜನೆಗಳನ್ನು ಪರೀಕ್ಷಿಸಲು ಅನಿರೀಕ್ಷಿತವಾಗಿ ಬಂದರು. ಅವನು ಶೆಡ್‌ನ ಸುತ್ತಲೂ ಹೆಚ್ಚು ನಡೆದನು, ಯೋಜನೆಗಳ ಪ್ರತಿಯೊಂದು ವಿವರವನ್ನು ಹತ್ತಿರದಿಂದ ನೋಡಿದನು ಮತ್ತು ಅವುಗಳನ್ನು ಒಮ್ಮೆ ಅಥವಾ ಎರಡು ಬಾರಿ ನೋಡಿದನು, ನಂತರ ಅವನ ಕಣ್ಣಿನಿಂದ ಅವುಗಳನ್ನು ನೋಡುತ್ತಾ ನಿಂತನು; ನಂತರ ಇದ್ದಕ್ಕಿದ್ದಂತೆ ಅವನು ತನ್ನ ಕಾಲು ಎತ್ತಿದನು, ಯೋಜನೆಗಳ ಮೇಲೆ ಮೂತ್ರ ವಿಸರ್ಜನೆ ಮಾಡಿದನು ಮತ್ತು ಒಂದು ಮಾತನ್ನೂ ಹೇಳದೆ ಹೊರನಡೆದನು.

ಗಾಳಿಯಂತ್ರದ ವಿಷಯದ ಮೇಲೆ ಇಡೀ ಜಮೀನು ವಿಂಗಡವಾಯಿತು. ಸ್ನೋಬಾಲ್ ಅದನ್ನು ನಿರ್ಮಿಸುವುದು ಕಷ್ಟಕರವಾದ ವ್ಯವಹಾರವಾಗಿದೆ ಎಂದು ನಿರಾಕರಿಸಲಿಲ್ಲ.

ಕಲ್ಲು ಒಯ್ಯಬೇಕು ಮತ್ತು ಗೋಡೆಗಳನ್ನು ನಿರ್ಮಿಸಬೇಕು, ನಂತರ ನೌಕಾಯಾನವನ್ನು ಮಾಡಬೇಕು ಮತ್ತು ಅದರ ನಂತರ ಡೈನಮೋಗಳು ಮತ್ತು ಕೇಬಲ್‌ಗಳ ಅವಶ್ಯಕತೆ ಇರುತ್ತದೆ. (ಇವುಗಳನ್ನು ಹೇಗೆ ಸಂಗ್ರಹಿಸಬೇಕು ಎಂದು, ಸ್ನೋಬಾಲ್ ಹೇಳಲಿಲ್ಲ.) ಆದರೆ ಒಂದು ವರ್ಷದಲ್ಲಿ ಎಲ್ಲವನ್ನೂ ಮಾಡಬಹುದು ಎಂದು ಅವರು ಸಮರ್ಥಿಸಿಕೊಂಡರು. ಮತ್ತು ಅದರ ನಂತರ, ಅವರು ಘೋಷಿಸಿದರು, ಪ್ರಾಣಿಗಳು ವಾರದಲ್ಲಿ ಮೂರು ದಿನ ಮಾತ್ರ ಕೆಲಸ ಮಾಡುವುದಾಗುವುದು ಹಾಗು ಹೆಚ್ಚು ಶ್ರಮ ಪಡುವುದು ಬೇಕಾಗುವುದಿಲ್ಲ. ಮತ್ತೊಂದೆಡೆ, ನೆಪೋಲಿಯನ್, ಆಹಾರ ಉತ್ಪಾದನೆಯನ್ನು ಹೆಚ್ಚಿಸುವುದು ಈ ಕ್ಷಣದ ಅಗತ್ಯವಾಗಿದೆ ಮತ್ತು ಗಾಳಿಯಂತ್ರದಲ್ಲಿ ಸಮಯವನ್ನು ವ್ಯರ್ಥ ಮಾಡಿದರೆ, ಅವರೆಲ್ಲರೂ ಹಸಿವಿನಿಂದ ಸಾಯುತ್ತಾರೆ ಎಂದು ವಾದಿಸಿದರು. "ಸ್ನೋಬಾಲ್ ಮತ್ತು ಮೂರು ದಿನಗಳ ವಾರಕ್ಕೆ ಮತ ನೀಡಿ" ಮತ್ತು "ನೆಪೋಲಿಯನ್ ಮತ್ತು ಪೂರ್ಣ ಆಹಾರಕ್ಕೆ ಮತ ನೀಡಿ" ಎಂಬ ಘೋಷಣೆಯಡಿಯಲ್ಲಿ ಪ್ರಾಣಿಗಳು ತಮ್ಮನ್ನು ತಾವು ಎರಡು ಬಣಗಳಾಗಿ ರಚಿಸಿದವು. ಬೆಂಜಮಿನ್ ಮಾತ್ರ ಎರಡೂ ಬಣಗಳ ಪರವಾಗಿ ನಿಲ್ಲದ ಏಕೈಕ ಪ್ರಾಣಿ. ಆಹಾರವು ಹೆಚ್ಚು ಸಿಗುತ್ತದೆ ಅಥವಾ ಗಾಳಿ ಯಂತ್ರ ಕೆಲಸವನ್ನು ಉಳಿಸುತ್ತದೆ ಎಂದು ಅವರು ನಂಬಲು ನಿರಾಕರಿಸಿದರು. ಗಾಳಿ ಯಂತ್ರ ಇದ್ದರು ಇರದಿದ್ದರೂ, ಅವರು ಹೇಳಿದರು, ಜೀವನವು ಯಾವಾಗಲೂ ನಡೆಯುತ್ತದೆ, ಅಂದರೆ, ಕೆಟ್ಟದಾಗಿ ನಡೆಯುತ್ತದೆ. ಗಾಳಿಯಂತ್ರದ ವಿವಾದಗಳ ಹೊರತಾಗಿ, ಜಮೀನಿನ ರಕ್ಷಣೆಯ ಪ್ರಶ್ನೆಯೂ ಇತ್ತು. ಗೋಶಾಲೆಯ ಕದನದಲ್ಲಿ ಮಾನವರು ಸೋತಿದ್ದರೂ ಅವರು ಜಮೀನನ್ನು ಪುನಃ ವಶಪಡಿಸಿಕೊಳ್ಳಲು ಮತ್ತು ಜೋನ್ಸ್ ಅವರನ್ನು ಮರುಸ್ಥಾಪಿಸಲು ಮತ್ತೊಂದು ಮತ್ತು ಹೆಚ್ಚು ದೃಢವಾದ ಪ್ರಯತ್ನವನ್ನು ಮಾಡಬಹುದು ಎಂದು ಸಂಪೂರ್ಣವಾಗಿ ಅರಿತುಕೊಂಡರು.ಅವರು ಹಾಗೆ ಮಾಡಲು ಹೆಚ್ಚಿನ ಕಾರಣವನ್ನು ಹೊಂದಿದ್ದರು ಏಕೆಂದರೆ ಅವರ ಸೋಲಿನ ಸುದ್ದಿಯು ಹಳ್ಳಿಗಾಡಿನಾದ್ಯಂತ ಹರಡಿತು ಮತ್ತು ನೆರೆಯ ಜಮೀನುಗಳಲ್ಲಿನ ಪ್ರಾಣಿಗಳನ್ನು ಎಂದಿಗಿಂತಲೂ ಹೆಚ್ಚು ಪ್ರಕ್ಷುಬ್ಧಗೊಳಿಸಿತು. ಎಂದಿನಂತೆ, ಸ್ನೋಬಾಲ್ ಮತ್ತು ನೆಪೋಲಿಯನ್ ಭಿನ್ನಾಭಿಪ್ರಾಯ ಹೊಂದಿದ್ದರು. ನೆಪೋಲಿಯನ್ ಪ್ರಕಾರ,

ಪ್ರಾಣಿಗಳು ಮಾಡಬೇಕಾದುದು ಬಂದೂಕುಗಳನ್ನು ಸಂಗ್ರಹಿಸುವುದು ಮತ್ತು ಅವುಗಳ ಬಳಕೆಯಲ್ಲಿ ತರಬೇತಿ ಪಡೆಯುವುದು. ಸ್ನೋಬಾಲ್ ಪ್ರಕಾರ, ಅವರು ಹೆಚ್ಚು ಹೆಚ್ಚು ಪಾರಿವಾಳಗಳನ್ನು ಕಳುಹಿಸಬೇಕು ಮತ್ತು ಇತರ ಫಾರ್ಮ್‌ಗಳಲ್ಲಿ ಪ್ರಾಣಿಗಳ ನಡುವೆ ದಂಗೆಯನ್ನು ಪ್ರಚೋದಿಸಬೇಕು. ಒಬ್ಬರು ತಮ್ಮನ್ನು ತಾವು ರಕ್ಷಿಸಿಕೊಳ್ಳಲು ಸಾಧ್ಯವಾಗದಿದ್ದರೆ, ಅವರು ವಶವಾಗುವುದು ಖಚಿತ ಎಂದು ವಾದಿಸಿದರು, ಇನ್ನೊಬ್ಬರು ದಂಗೆಗಳು ಎಲ್ಲೆಡೆ ನಡೆದರೆ ಅವರು ತಮ್ಮನ್ನು ತಾವು ರಕ್ಷಿಸಿಕೊಳ್ಳುವ ಅಗತ್ಯವಿಲ್ಲ ಎಂದು ವಾದಿಸಿದರು. ಪ್ರಾಣಿಗಳು ಮೊದಲು ನೆಪೋಲಿಯನ್, ನಂತರ ಸ್ನೋಬಾಲ್ ಅನ್ನು ಆಲಿಸಿದವು ಮತ್ತು ಅವರ ಸರಿಯಾದ ನಿರ್ಧಾರ ಮಾಡಲು ಸಾಧ್ಯವಾಗಲಿಲ್ಲ; ವಾಸ್ತವವಾಗಿ, ಅವರು ಯಾವಾಗಲೂ ಆ ಸಮಯದಲ್ಲಿ ಮಾತನಾಡುವವರೊಂದಿಗೆ ತಮ್ಮನ್ನು ತಾವು ಒಪ್ಪುತ್ತಾರೆ. ಅಂತಿಮವಾಗಿ, ಸ್ನೋಬಾಲ್ನ ಯೋಜನೆಗಳು ಪೂರ್ಣಗೊಂಡ ದಿನ ಬಂದಿತು. ಮುಂದಿನ ಭಾನುವಾರದ ಸಭೆಯಲ್ಲಿ ಗಾಳಿ ಯಂತ್ರದ ಕೆಲಸವನ್ನು ಪ್ರಾರಂಭಿಸಬೇಕೆ ಅಥವಾ ಬೇಡವೇ ಎಂಬ ಪ್ರಶ್ನೆಯನ್ನು ಮತಕ್ಕೆ ಹಾಕಲಾಯಿತು. ದೊಡ್ಡ ಕೊಟ್ಟಿಗೆಯಲ್ಲಿ ಪ್ರಾಣಿಗಳು ಒಟ್ಟುಗೂಡಿದಾಗ, ಸ್ನೋಬಾಲ್ ಎದ್ದುನಿಂತು, ಕುರಿಯ ಕೂಗುವಿಕೆ ಕೆಲವೊಮ್ಮೆ ಅಡ್ಡಿಪಡಿಸಿದರು, ಗಾಳಿಯಂತ್ರದ ನಿರ್ಮಾಣವನ್ನು ಪ್ರತಿಪಾದಿಸಲು ತನ್ನ ಕಾರಣಗಳನ್ನು ಮುಂದಿಟ್ಟನು. ಆಗ ನೆಪೋಲಿಯನ್ ಪ್ರತ್ಯುತ್ತರಕ್ಕೆ ಎದ್ದು ನಿಂತ. ಗಾಳಿಯಂತ್ರವು ಅಸಂಬದ್ಧವೆಂದು ಅವರು ಬಹಳ ಸದ್ದಿಲ್ಲದೆ ಹೇಳಿದರು ಮತ್ತು ಯಾರೂ ಅದಕ್ಕೆ ಮತ ಹಾಕಬೇಡಿ ಎಂದು ಸಲಹೆ ನೀಡಿದರು ಮತ್ತು ತಕ್ಷಣವೇ ಮತ್ತೆ ಕುಳಿತುಕೊಂಡರು; ಅವರು ಕೇವಲ ಮೂವತ್ತು ಸೆಕೆಂಡುಗಳ ಕಾಲ ಮಾತನಾಡಿದ್ದರು ಮತ್ತು ಅವರು ಉಂಟುಮಾಡಿದ ಪರಿಣಾಮದ ಬಗ್ಗೆ ಬಹುತೇಕ ಅಸಡ್ಡೆ ತೋರುತ್ತಿದ್ದರು. ಈ ಸಮಯದಲ್ಲಿ ಸ್ನೋಬಾಲ್ ಅವನ ಪಾದಗಳೆಡೆಗೆ ಚಿಮ್ಮಿತು, ಮತ್ತು ಮತ್ತೆ ಕೂಗಲು ಪ್ರಾರಂಭಿಸಿದ ಕುರಿಗಳೆಡೆಗೆ ಕೂಗುತ್ತಾ, ಗಾಳಿಯಂತ್ರದ ಪರವಾಗಿ ಭಾವೋದ್ರಿಕ್ತ ಮನವಿ ಮಾಡಿತು. ಇಲ್ಲಿಯವರೆಗೆ ಪ್ರಾಣಿಗಳು ತಮ್ಮ ಸಹಾನುಭೂತಿಯಲ್ಲಿ ಸಮಾನವಾಗಿ ವಿಭಜಿಸಲ್ಪಟ್ಟಿದ್ದವು, ಆದರೆ ಒಂದು ಕ್ಷಣದಲ್ಲಿ ಸ್ನೋಬಾಲ್ನ ವಾಕ್ಚಾತುರ್ಯವು

ಅವುಗಳನ್ನು ಕೊಂಡೊಯ್ಯಿತು. ಪ್ರಜ್ವಲಿಸುವ ವಾಕ್ಯಗಳಲ್ಲಿ, ಪ್ರಾಣಿಗಳ ಬೆನ್ನುಮೂಳೆಯಿಂದ ಹೆಚ್ಚಿನ ಶ್ರಮವನ್ನು ಎತ್ತಿದಾಗ ಹೇಗಿರುತ್ತದೆಯೋ ಹಾಗೆ ಅನಿಮಲ್ ಫಾರ್ಮ್ನ ಚಿತ್ರವನ್ನು ಚಿತ್ರಿಸಿತು. ಅವರ ಕಲ್ಪನೆಯು ಈಗ ಹುಲ್ಲು ಕತ್ತರಿಸುವ ಯಂತ್ರವನ್ನು ಮತ್ತು ಗೆಡ್ಡೆ ಕತ್ತರಿಸುವ ಮೀರಿ ಓಡಿದೆ. ವಿದ್ಯುಚ್ಛಕ್ತಿಯು ಒಕ್ಕಲು ಯಂತ್ರಗಳು, ನೇಗಿಲುಗಳು, ಬೇಸಾಯದ ಯಂತ್ರಗಳು, ರೋಲರ್‌ಗಳು ಮತ್ತು ಕೊಯ್ಲಿನ ಯಂತ್ರವನ್ನು ನಿರ್ವಹಿಸಬಹುದು, ಜೊತೆಗೆ ಪ್ರತಿ ಕೊಟ್ಟಿಗೆಗೆ ತನ್ನದೇ ಆದ ವಿದ್ಯುತ್ ದೀಪ, ಬಿಸಿ ಮತ್ತು ತಣ್ಣೀರು ಮತ್ತು ವಿದ್ಯುತ್ ಚಾಲಿತ ಕಾಯಿಸುವ ಯಂತ್ರ ಅನ್ನು ಪೂರೈಸುತ್ತದೆ ಎಂದು ಅವರು ಹೇಳಿದರು. ಮಾತು ಮುಗಿಸುವಷ್ಟರಲ್ಲಿ ಮತ ಯಾವ ದಾರಿಯಲ್ಲಿ ಸಾಗುತ್ತದೆ ಎಂಬ ಅನುಮಾನ ಕಾಡಲಿಲ್ಲ. ಆದರೆ ಈ ಕ್ಷಣದಲ್ಲಿ ನೆಪೋಲಿಯನ್ ಎದ್ದುನಿಂತು, ಸ್ನೋಬಾಲ್‌ನತ್ತ ಒಂದು ವಿಲಕ್ಷಣವಾದ ಉದ್ದನೆಯ ನೋಟವನ್ನು ಎರಕಹೊಯ್ದನು, ಅವನು ಹಿಂದೆಂದೂ ಯಾರು ಕೇಳದಂತಹ ಎತ್ತರದ ಧ್ವನಿಯಲ್ಲಿ ಗುಸುಗುಟ್ಟಿದ್ದನು. ಈ ಸಮಯದಲ್ಲಿ ಹೊರಗೆ ಭಯಂಕರವಾದ ಶಬ್ದ ಕೇಳಿಸಿತು, ಮತ್ತು ಒಂಬತ್ತು ದೊಡ್ಡ ನಾಯಿಗಳು ಹಿತ್ತಾಳೆಯಿಂದ ಹೊದಿಸಿದ ಕೊರಳಪಟ್ಟಿಗಳನ್ನು ಧರಿಸಿ ಕೊಟ್ಟಿಗೆಯೊಳಗೆ ಬಂದವು. ಅವರು ಸ್ನೋಬಾಲ್ ಕಡೆಗೆ ನೇರವಾಗಿ ಧಾವಿಸಿದರು, ಅವರು ನಾಯಿಗಳ ದವಡೆಯಿಂದ ಬಚಾವಾಗಿ ಸಮಯಕ್ಕೆ ಅವರ ಸ್ಥಳದಿಂದ ಹೊರಬಂದರು. ಒಂದು ಕ್ಷಣದಲ್ಲಿ ಅವನು ಬಾಗಿಲಿನಿಂದ ಹೊರಬಂದನು, ಮತ್ತು ಅವುಗಳು ಅವನ ಹಿಂದೆ ಬಂದವು. ಮಾತನಾಡಲು ತುಂಬಾ ಆಶ್ಚರ್ಯ ಮತ್ತು ಭಯಭೀತರಾದರು, ಎಲ್ಲಾ ಪ್ರಾಣಿಗಳು ಬೆನ್ನಟ್ಟುವಿಕೆಯನ್ನು ವೀಕ್ಷಿಸಲು ಬಾಗಿಲಿನ ಮೂಲಕ ನೆರೆದಿದ್ದವು. ಸ್ನೋಬಾಲ್ ರಸ್ತೆಗೆ ಹೋಗುವ ಉದ್ದನೆಯ ಹುಲ್ಲುಗಾವಲಿನ ಉದ್ದಕ್ಕೂ ಓಡುತ್ತಿತ್ತು. ಹಂದಿ ಮಾತ್ರ ಓಡಬಹುದೇನೋ ಅನ್ನುವ ರೀತಿಯಲ್ಲಿ ಅವನು ಓಡುತ್ತಿದ್ದನು, ಆದರೆ ನಾಯಿಗಳು ಅವನ ಬಹಳ ಹತ್ತಿರದಲ್ಲಿವೆ. ಇದ್ದಕ್ಕಿದ್ದಂತೆ ಅವನು ಜಾರಿದನು ಮತ್ತು ಅವರು ಅವನನ್ನು ಹೊಂದಿದ್ದಾರೆಂದು ಖಚಿತವಾಗಿ ತೋರುತ್ತದೆ. ನಂತರ ಅವನು ಮತ್ತೆ ಎದ್ದನು, ಎಂದಿಗಿಂತಲೂ ವೇಗವಾಗಿ ಓಡಿದನು, ನಂತರ ನಾಯಿಗಳು ಅವನ ಹತ್ತಿರ ಹತ್ತಿರಕ್ಕೆ ಬಂದವು. ಅವರಲ್ಲಿ ಒಬ್ಬರು

ಸ್ನೋಬಾಲ್‌ನ ಬಾಲದ ಮೇಲೆ ತನ್ನ ದವಡೆಗಳಿಂದ ಕಚ್ಚಿದರೂ, ಆದರೆ ಸ್ನೋಬಾಲ್ ಸಮಯಕ್ಕೆ ಅದರಿಂದ ಮುಕ್ತಗೊಳಿಸಿಕೊಂಡಿತು. ನಂತರ ಅವನು ಹೆಚ್ಚುವರಿ ಚುರುಕನ್ನು ಹಾಕಿದನು ಮತ್ತು ಕೆಲವು ಇಂಚುಗಳು ಉಳಿದಿರುವಾಗ, ಬೇಲಿಯಲ್ಲಿರುವ ರಂಧ್ರದಿಂದ ಜಾರಿಬಿದ್ದರು ಮತ್ತು ನಂತರ ಮುಂದೆ ಕಾಣಿಸಲಿಲ್ಲ.

ಮೌನ ಮತ್ತು ಭಯಭೀತರಾದ ಪ್ರಾಣಿಗಳು ಮತ್ತೆ ಕೊಟ್ಟಿಗೆಯೊಳಗೆ ನುಸುಳಿದವು. ಒಂದು ಕ್ಷಣದಲ್ಲಿ ನಾಯಿಗಳು ಮತ್ತೆ ಬಂದವು. ಮೊದಲಿಗೆ ಈ ಜೀವಿಗಳು ಎಲ್ಲಿಂದ ಬಂದವು ಎಂದು ಯಾರೂ ಊಹಿಸಲು ಸಾಧ್ಯವಾಗಲಿಲ್ಲ, ಆದರೆ ಸಮಸ್ಯೆಯನ್ನು ಶೀಘ್ರದಲ್ಲೇ ಪರಿಹರಿಸಲಾಯಿತು: ನೆಪೋಲಿಯನ್ ತಮ್ಮ ತಾಯಂದಿರಿಂದ ಬೇರೆ ಮಾಡಿದ್ದ ಖಾಸಗಿಯಾಗಿ ಬೆಳೆಸಿದ್ದ ನಾಯಿಮರಿಗಳಾಗಿದ್ದವು. ಇನ್ನೂ ಪೂರ್ಣವಾಗಿ ಬೆಳೆದಿಲ್ಲವಾದರೂ, ಅವು ದೊಡ್ಡ ನಾಯಿಗಳು ಮತ್ತು ತೋಳಗಳಂತೆ ಉಗ್ರವಾಗಿ ಕಾಣುತ್ತಿದ್ದವು. ನೆಪೋಲಿಯನ್ಗೆ ಹತ್ತಿರದಲ್ಲಿ ಇದ್ದವು. ಇತರ ನಾಯಿಗಳು ಜೋನ್ಸ್‌ಗೆ ಬಾಲ ಅಲ್ಲಾಡಿಸಿದಂತೆ ತಮ್ಮ ಬಾಲಗಳನ್ನು ಅವನಿಗೆ ಅಲ್ಲಾಡಿಸುತ್ತಿರುವುದು ಗಮನಕ್ಕೆ ಬಂದಿತು.

ನೆಪೋಲಿಯನ್, ನಾಯಿಗಳು ಅವನನ್ನು ಹಿಂಬಾಲಿಸುತ್ತಿದ್ದವು, ಈಗ ಮೇಜರ್ ತನ್ನ ಭಾಷಣವನ್ನು ನೀಡಲು ನಿಲ್ಲುತ್ತಿದ್ದ ನೆಲದ ಎತ್ತರದ ಭಾಗಕ್ಕೆ ಏರಿದನು. ಇಂದಿನಿಂದ ಭಾನುವಾರ-ಬೆಳಿಗ್ಗೆ ಸಭೆಗಳು ಮುಕ್ತಾಯಗೊಳ್ಳಲಿವೆ ಎಂದು ಅವರು ಘೋಷಿಸಿದರು. ಇವು ಅನಗತ್ಯ ಮತ್ತು ಸಮಯ ವ್ಯರ್ಥ, ಎಂದು ಹೇಳಿದರು. ಭವಿಷ್ಯದಲ್ಲಿ ಫಾರ್ಮ್ನ ಕೆಲಸಕ್ಕೆ ಸಂಬಂಧಿಸಿದ ಎಲ್ಲಾ ಪ್ರಶ್ನೆಗಳನ್ನು ಸ್ವತಃ ಅಧ್ಯಕ್ಷತೆ ವಹಿಸಿರುವ ಹಂದಿಗಳ ವಿಶೇಷ ಸಮಿತಿಯು ವಹಿಸುತ್ತದೆ. ಅವರು ಖಾಸಗಿಯಾಗಿ ಭೇಟಿಯಾಗುತ್ತಾರೆ ಮತ್ತು ನಂತರ ತಮ್ಮ ನಿರ್ಧಾರಗಳನ್ನು ಇತರರಿಗೆ ತಿಳಿಸುತ್ತಾರೆ. ಪ್ರಾಣಿಗಳು ಭಾನುವಾರ ಬೆಳಿಗ್ಗೆ ಧ್ವಜವನ್ನು ವಂದಿಸಲು, 'ಇಂಗ್ಲೆಂಡಿನ ದೈತ್ಯರು' ಹಾಡಲು ಮತ್ತು ಆ ವಾರದ ತಮ್ಮ ಆದೇಶಗಳನ್ನು ಸ್ವೀಕರಿಸಲು ಸೇರುತ್ತವೆ; ಆದರೆ ಇದರ ಬಗ್ಗೆ ಹೆಚ್ಚಿನ ಚರ್ಚೆಗಳು ಇರುವುದಿಲ್ಲ. ಸ್ನೋಬಾಲ್‌ನ ಹೊರಹಾಕುವಿಕೆಯು ಅವರಿಗೆ ನೀಡಿದ ಆಘಾತದ ಹೊರತಾಗಿಯೂ, ಈ

ಪ್ರಕಟಣೆಯಿಂದ ಪ್ರಾಣಿಗಳು ದಿಗ್ಭ್ರಮೆಗೊಂಡವು. ಸರಿಯಾದ ವಾದಗಳನ್ನು ಕಂಡುಕೊಂಡಿದ್ದರೆ ಅವರಲ್ಲಿ ಹಲವರು ಪ್ರತಿಭಟಿಸುತ್ತಿದ್ದರು. ಬಾಕ್ಸರ್ ಕೂಡ ಅಸ್ಪಷ್ಟವಾಗಿ ತೊಂದರೆಗೊಳಗಾಗಿದ್ದರು. ಅವನು ತನ್ನ ಕಿವಿಗಳನ್ನು ಹಿಂದಕ್ಕೆ ಹಾಕಿದನು, ಅವನ ಮುಂಗಾಲನ್ನು ಹಲವಾರು ಬಾರಿ ಅಲ್ಲಾಡಿಸಿದನು ಮತ್ತು ಅವನ ಆಲೋಚನೆಗಳನ್ನು ಸ್ಪಷ್ಟವಾಗಿ ಮಾಡಲು ಕಷ್ಟಪಟ್ಟು ಪ್ರಯತ್ನಿಸಿದನು; ಆದರೆ ಕೊನೆಗೆ ಏನನ್ನೂ ಹೇಳಲು ತೋಚಲಿಲ್ಲ. ಆದಾಗ್ಯೂ, ಕೆಲವು ಹಂದಿಗಳು ಹೆಚ್ಚು ಸ್ಪಷ್ಟವಾಗಿವೆ. ಮುಂದಿನ ಸಾಲಿನಲ್ಲಿದ್ದ ನಾಲ್ವರು ಹಂದಿಗಳು ಅಸಮ್ಮತಿಯ ಚೀತ್ಕಾರವನ್ನು ಕೂಗಿದರು ಮತ್ತು ನಾಲ್ವರೂ ತಮ್ಮ ಕಾಲಿಗೆ ಏರಿ ಒಮ್ಮೆಲೇ ಮಾತನಾಡತೊಡಗಿದರು. ಆದರೆ ಇದ್ದಕ್ಕಿದ್ದಂತೆ ನೆಪೋಲಿಯನ್ ಸುತ್ತಲೂ ಕುಳಿತಿರುವ ನಾಯಿಗಳು ಆಳವಾದ, ಭಯಾನಕ ಗೊಣಗಾಟವನ್ನು ಹೊರಹಾಕಿದವು, ಮತ್ತು ಹಂದಿಗಳು ಮೌನವಾಗಿ ಮತ್ತೆ ಕುಳಿತುಕೊಂಡವು. ಆಗ ಕುರಿಯು "ನಾಲ್ಕು ಕಾಲುಗಳು ಒಳ್ಳೆಯದು, ಎರಡು ಕಾಲುಗಳು ಕೆಟ್ಟವು!" ಎಂಬ ಪ್ರಚಂಡ ಘೀಳಿಡಿತು. ಇದು ಸುಮಾರು ಕಾಲು ಗಂಟೆಗಳ ಕಾಲ ನಡೆಯಿತು ಮತ್ತು ಯಾವುದೇ ಚರ್ಚೆಯ ಅವಕಾಶವನ್ನು ಕೊಡಲಿಲ್ಲ.

ನಂತರ ಇತರರಿಗೆ ಹೊಸ ವ್ಯವಸ್ಥೆಯನ್ನು ವಿವರಿಸಲು ಸ್ಕ್ವೀಲರ್ ಅನ್ನು ಜಮೀನಿನ ಸುತ್ತ ಕಳುಹಿಸಲಾಯಿತು.

"ಒಡನಾಡಿಗಳೇ," ಅವರು ಹೇಳಿದರು, "ಇಲ್ಲಿನ ಪ್ರತಿಯೊಂದು ಪ್ರಾಣಿಯು ಒಡನಾಡಿ ನೆಪೋಲಿಯನ್ ತನ್ನ ಮೇಲೆ ಹೆಚ್ಚುವರಿ ಶ್ರಮವನ್ನು ತೆಗೆದುಕೊಳ್ಳುವಲ್ಲಿ ಮಾಡಿದ ತ್ಯಾಗವನ್ನು ಮೆಚ್ಚುತ್ತದೆ ಎಂದು ನಾನು ನಂಬುತ್ತೇನೆ. ಊಹಿಸಬೇಡಿ, ಒಡನಾಡಿಗಳೇ, ನಾಯಕತ್ವವು ಬಹಳ ಖುಷಿತರುವಂತಹದ್ದು ಎಂದು! ಇದಕ್ಕೆ ವಿರುದ್ಧವಾಗಿ, ಇದು ಆಳವಾದ ಮತ್ತು ಭಾರವಾದ ಜವಾಬ್ದಾರಿಯಾಗಿದೆ. ಎಲ್ಲಾ ಪ್ರಾಣಿಗಳು ಸಮಾನವೆಂದು ಒಡನಾಡಿ ನೆಪೋಲಿಯನ್ ಗಿಂತ ಹೆಚ್ಚು ದೃಢವಾಗಿ ಯಾರೂ ನಂಬುವುದಿಲ್ಲ. ನಿಮ್ಮ ನಿರ್ಧಾರಗಳನ್ನು ನಿಮಗಾಗಿ ಮಾಡಲು ಅವಕಾಶ ಮಾಡಿಕೊಡಲು ಅವನು ತುಂಬಾ ಸಂತೋಷಪಡುತ್ತಾನೆ. ಆದರೆ ಕೆಲವೊಮ್ಮೆ ನೀವು

ತಪ್ಪು ನಿರ್ಧಾರಗಳನ್ನು ತೆಗೆದುಕೊಳ್ಳಬಹುದು, ಒಡನಾಡಿಗಳೆ, ಮತ್ತು ನಂತರ ನಾವು ಎಲ್ಲಿರಬೇಕು? ನೀವು ಸ್ನೋಬಾಲ್ ಅನ್ನು ಅನುಸರಿಸಲು ನಿರ್ಧರಿಸಿದ್ದೀರಿ ಎಂದು ಭಾವಿಸೋಣ, ಅವನ ಚಕಮಕಿಸುವ ಗಾಳಿ ಯಂತ್ರದೊಂದಿಗೆ, ಸ್ನೋಬಾಲ್, ನಮಗೆ ಈಗ ತಿಳಿದಿರುವಂತೆ, ಒಬ್ಬ ಅಪರಾಧಿ?

"ಅವನು ಗೋಶಾಲೆಯ ಕದನದಲ್ಲಿ ಧೈರ್ಯದಿಂದ ಹೋರಾಡಿದನು" ಎಂದು ಯಾರೋ ಹೇಳಿದರು.

"ಶೌರ್ಯ ಸಾಕಾಗುವುದಿಲ್ಲ," ಸ್ಕ್ವೀಲರ್ ಹೇಳಿದರು. "ನಿಷ್ಠೆ ಮತ್ತು ವಿಧೇಯತೆ ಹೆಚ್ಚು ಮುಖ್ಯ. ಮತ್ತು ಗೋಶಾಲೆಯ ಕದನಕ್ಕೆ ಸಂಬಂಧಿಸಿದಂತೆ, ಅದರಲ್ಲಿ ಸ್ನೋಬಾಲ್ ನ ಭಾಗವು ಹೆಚ್ಚು ಉತ್ಪ್ರೇಕ್ಷಿತವಾಗಿದೆ ಎಂದು ನಾವು ಕಂಡುಕೊಳ್ಳುವ ಸಮಯ ಬರುತ್ತದೆ ಎಂದು ನಾನು ನಂಬುತ್ತೇನೆ. ಶಿಸ್ತು, ಒಡನಾಡಿಗಳೆ, ಕಬ್ಬಿಣದಸ್ಟು ಶಿಸ್ತು! ಅದು ಇಂದಿನ ಕಾವಲು ಪದವಾಗಿದೆ. ಒಂದು ತಪ್ಪು ಹೆಜ್ಜೆ, ಮತ್ತು ನಮ್ಮ ಶತ್ರುಗಳು ನಮ್ಮ ಮೇಲೆ ಇರುತ್ತಾರೆ. ಖಂಡಿತವಾಗಿ, ಒಡನಾಡಿಗಳೇ, ನಿಮಗೆ ಜೋನ್ಸ್ ಹಿಂತಿರುಗುವುದು ಬೇಡವೇ?" ಮತ್ತೊಮ್ಮೆ, ಈ ವಾದಕ್ಕೆ ಉತ್ತರಿಸಲಾಗಲಿಲ್ಲ. ನಿಸ್ಸಂಶಯವಾಗಿ, ಪ್ರಾಣಿಗಳು ಜೋನ್ಸ್ ಅನ್ನು ಮರಳಿ ಬಯಸಲಿಲ್ಲ; ಭಾನುವಾರ ಬೆಳಿಗ್ಗೆ ಚರ್ಚೆಗಳನ್ನು ನಡೆಸುವುದು ಅವರನ್ನು ಮರಳಿ ಕರೆತರುವ ಹೊಣೆಗಾರಿಕೆಯನ್ನು ಹೊಂದಿದ್ದರೆ, ಚರ್ಚೆಗಳು ನಿಲ್ಲಬೇಕು. ಈಗ ವಿಷಯಗಳನ್ನು ಯೋಚಿಸಲು ಸಮಯವನ್ನು ಹೊಂದಿದ್ದ ಬಾಕ್ಸರ್, "ಒಡನಾಡಿ ನೆಪೋಲಿಯನ್ ಹೇಳಿದರೆ, ಅದು ಸರಿಯಾಗಿರಬೇಕು" ಎಂದು ಹೇಳುವ ಮೂಲಕ ಸಾಮಾನ್ಯ ಭಾವನೆಯನ್ನು ವ್ಯಕ್ತಪಡಿಸಿದನು. ಮತ್ತು ಅಂದಿನಿಂದ, ಅವರು ತಮ್ಮ ಖಾಸಗಿ ಧ್ಯೇಯವಾಕ್ಯವಾದ "ನಾನು ಕಷ್ಟ ಪಟ್ಟು ಕೆಲಸ ಮಾಡುತ್ತೇನೆ" ಎಂಬ ಜೊತೆಗೆ "ನೆಪೋಲಿಯನ್ ಯಾವಾಗಲೂ ಸರಿ" ಎಂಬ ಸೂತ್ರವನ್ನು ಅಳವಡಿಸಿಕೊಂಡನು.

ಈ ಹೊತ್ತಿಗೆ ಹವಾಮಾನವು ಬದಲಾಗಿ, ವಸಂತ ಉಳುಮೆ ಪ್ರಾರಂಭವಾಯಿತು. ಸ್ನೋಬಾಲ್ ತನ್ನ ಗಾಳಿ ಯಂತ್ರದ ಯೋಜನೆಗಳನ್ನು ಚಿತ್ರಿಸಿದ ಶೆಡ್ ಅನ್ನು ಮುಚ್ಚಲಾಗಿದೆ ಮತ್ತು ಸಂಬಂಧಪಟ್ಟ ಯಂತ್ರಗಳನ್ನು ನೆಲದಿಂದ ಕಿತ್ತೊಗೆಯಲಾಗಿದೆ

ಎಂದು ಭಾವಿಸಲಾಗಿದೆ. ಪ್ರತಿ ಭಾನುವಾರ ಬೆಳಿಗ್ಗೆ ಹತ್ತು ಗಂಟೆಗೆ ಪ್ರಾಣಿಗಳು ವಾರದ ಆದೇಶಗಳನ್ನು ಸ್ವೀಕರಿಸಲು ದೊಡ್ಡ ಕೊಟ್ಟಿಗೆಯಲ್ಲಿ ಒಟ್ಟುಗೂಡಿದವು. ವಯಸ್ಸಾದ ಮೇಜರ್‌ನ ತಲೆಬುರುಡೆ, ಈಗ ಮಾಂಸವಿರುವುದಿಲ್ಲ, ಇದನ್ನು ಹಣ್ಣಿನ ತೋಟದಿಂದ ಬೇರ್ಪಡಿಸಲಾಯಿತು ಮತ್ತು ಗನ್‌ನ ಪಕ್ಕದಲ್ಲಿ ಧ್ವಜಸ್ತಂಭದ ಬುಡದಲ್ಲಿ ಸ್ಥಾಪಿಸಲಾಯಿತು. ಧ್ವಜಾರೋಹಣದ ನಂತರ, ಪ್ರಾಣಿಗಳು ಕೊಟ್ಟಿಗೆಯನ್ನು ಪ್ರವೇಶಿಸುವ ಮೊದಲು ತಲೆಬುರುಡೆಯ ಪಕ್ಕ ಗೌರವಯುತವಾಗಿ ಒಬ್ಬೊಬ್ಬರಾಗಿ ನಡೆಯಬೇಕಿತ್ತು. ಹಿಂದಿನಂತೆ ಈಗ ಎಲ್ಲರೂ ಒಟ್ಟಿಗೆ ಕುಳಿತುಕೊಳ್ಳುವುದಿಲ್ಲ. ನೆಪೋಲಿಯನ್, ಸ್ಕ್ವೀಲರ್ ಮತ್ತು ಮಿನಿಮಸ್ ಎಂಬ ಹೆಸರಿನ ಮತ್ತೊಂದು ಹಂದಿಯೊಂದಿಗೆ, ಹಾಡುಗಳು ಮತ್ತು ಕವಿತೆಗಳನ್ನು ರಚಿಸುವಲ್ಲಿ ಗಮನಾರ್ಹ ಕೊಡುಗೆಯನ್ನು ಹೊಂದಿದ್ದರು, ವೇದಿಕೆಯ ಮುಂಭಾಗದಲ್ಲಿ ಕುಳಿತುಕೊಂಡರು, ಒಂಬತ್ತು ಎಳೆಯ ನಾಯಿಗಳು ಅವುಗಳ ಸುತ್ತಲೂ ಅರ್ಧವೃತ್ತವನ್ನು ರಚಿಸಿದವು ಮತ್ತು ಇತರ ಹಂದಿಗಳು ಹಿಂದೆ ಕುಳಿತಿದ್ದವು. ಉಳಿದ ಪ್ರಾಣಿಗಳು ಕೊಟ್ಟಿಗೆಯ ಮುಖ್ಯ ಜಾಗದಲ್ಲಿ ಅವರಿಗೆ ಎದುರಾಗಿ ಕುಳಿತಿದ್ದವು. ನೆಪೋಲಿಯನ್ ವಾರದ ಆದೇಶಗಳನ್ನು ಕಠೋರ ಸೈನಿಕ ಶೈಲಿಯಲ್ಲಿ ಓದಿದನು ಮತ್ತು 'ಇಂಗ್ಲೆಂಡಿನ ದೈತ್ಯರು' ಒಂದು ಹಾಡಿನ ನಂತರ ಎಲ್ಲಾ ಪ್ರಾಣಿಗಳು ಚದುರಿಹೋದವು.

ಸ್ನೋಬಾಲ್‌ನ ಹೊರಹಾಕುವಿಕೆದ ಮೂರನೇ ಭಾನುವಾರದಂದು, ಗಾಳಿ ಯಂತ್ರವನ್ನು ನಿರ್ಮಿಸಲಾಗುವುದು ಎಂದು ನೆಪೋಲಿಯನ್ ಘೋಷಿಸುವುದನ್ನು ಕೇಳಿ ಪ್ರಾಣಿಗಳು ಸ್ವಲ್ಪ ಆಶ್ಚರ್ಯಚಕಿತರಾದರು. ಅವನು ತನ್ನ ಮನಸ್ಸನ್ನು ಬದಲಾಯಿಸಿದ್ದಕ್ಕೆ ಯಾವುದೇ ಕಾರಣವನ್ನು ನೀಡಲಿಲ್ಲ, ಆದರೆ ಈ ಹೆಚ್ಚುವರಿ ಕಾರ್ಯವು ತುಂಬಾ ಕಠಿಣ ಕೆಲಸ ಎಂದು ಪ್ರಾಣಿಗಳಿಗೆ ಎಚ್ಚರಿಕೆ ನೀಡಿತು, ಅವುಗಳ ಪಡಿತರವನ್ನು ಕಡಿಮೆ ಮಾಡುವುದು ಸಹ ಅಗತ್ಯವಾಗಬಹುದು ಎಂದಿತು. ಆದಾಗ್ಯೂ, ಕೊನೆಯ ವಿವರಗಳವರೆಗೆ ಯೋಜನೆಗಳನ್ನು ಸಿದ್ಧಪಡಿಸಲಾಗಿದೆ. ಹಂದಿಗಳ ವಿಶೇಷ ಸಮಿತಿಯು ಕಳೆದ ಮೂರು ವಾರಗಳಿಂದ ಅದರ ಮೇಲೆ ಕೆಲಸ ಮಾಡುತ್ತಿದೆ. ಗಾಳಿ ಯಂತ್ರದ ಕಟ್ಟಡವು ಹಲವಾರು ಇತರ ಸುಧಾರಣೆಗಳೊಂದಿಗೆ ಎರಡು ವರ್ಷಗಳನ್ನು ತೆಗೆದುಕೊಳ್ಳುತ್ತದೆ ಎಂದು ನಿರೀಕ್ಷಿಸಲಾಗಿತ್ತು. ಆ ಸಂಜೆ

ಸ್ಕ್ವೀಲರ್ ಇತರ ಪ್ರಾಣಿಗಳಿಗೆ ಖಾಸಗಿಯಾಗಿ ವಿವರಿಸಿದರು, ನೆಪೋಲಿಯನ್ ಎಂದಿಗೂ ಗಾಳಿ ಯಂತ್ರವನ್ನು ವಿರೋಧಿಸಲಿಲ್ಲ. ಇದಕ್ಕೆ ವ್ಯತಿರಿಕ್ತವಾಗಿ, ಆರಂಭದಲ್ಲಿ ಅದನ್ನು ಪ್ರತಿಪಾದಿಸಿದವರು ಇವರು, ಮತ್ತು ಸ್ನೋಬಾಲ್ ಮೊಟ್ಟೆ ಕಾವಿಡುವ ಶೆಡ್ನ ನೆಲದ ಮೇಲೆ ಚಿತ್ರಿಸಿದ ಯೋಜನೆಯು ನೆಪೋಲಿಯನ್ನ ಪತ್ರಿಕೆಗಳಿಂದ ಕದ್ದಿದ್ದು ಎಂದಿತು. ಗಾಳಿಯಂತ್ರ ವಾಸ್ತವವಾಗಿ ನೆಪೋಲಿಯನ್ನ ಸ್ವಂತ ಸೃಷ್ಟಿಯಾಗಿತ್ತು. ಹಾಗಿದ್ದಲ್ಲಿ, ಯಾರೋ ಕೇಳಿದರು, ಅವರು ಯಾಕೆ ಅದರ ವಿರುದ್ಧ ತುಂಬಾ ಬಲವಾಗಿ ಮಾತನಾಡಿದ್ದಾರೆ? ಇಲ್ಲಿ ಸ್ಕ್ವೀಲರ್ ತುಂಬಾ ಮೋಸದಿಂದ ಕಾಣುತ್ತಿದ್ದನು. ಅದು ಒಡನಾಡಿ ನೆಪೋಲಿಯನ್ ಅವರ ಕುತಂತ್ರ ಎಂದು ಅವರು ಹೇಳಿದನು. ಅಪಾಯಕಾರಿ ಪಾತ್ರ ಮತ್ತು ಕೆಟ್ಟ ಪ್ರಭಾವವನ್ನು ಹೊಂದಿರುವ ಸ್ನೋಬಾಲ್ ಅನ್ನು ತೊಡೆದುಹಾಕಲು ಒಂದು ತಂತ್ರವಾಗಿ ಅವರು ಗಾಳಿ ಯಂತ್ರವನ್ನು ವಿರೋಧಿಸಲು ತೋರುತ್ತಿದ್ದರು ಎಂದನು. ಈಗ ಸ್ನೋಬಾಲ್ ದಾರಿಯಿಲ್ಲದಿರುವುದರಿಂದ, ಅವನ ಹಸ್ತಕ್ಷೇಪವಿಲ್ಲದೆ ಯೋಜನೆಯು ಮುಂದುವರಿಯಬಹುದು. ಇದು ತಂತ್ರಗಳು ಎಂದು ಸ್ಕ್ವೀಲರ್ ಹೇಳಿದನು. ಅವನು ಸುತ್ತ ಸುತ್ತುತ್ತ ಮತ್ತು ಮುಗುಳ್ ನಗುತ್ತ ತನ್ನ ಬಾಲವನ್ನು ಅಲ್ಲಾಡಿಸುತ್ತ ಹಲವಾರು ಬಾರಿ ಪುನರಾವರ್ತಿಸಿದನು, "ತಂತ್ರಗಳು, ಒಡನಾಡಿಗಳೆ, ತಂತ್ರಗಳು!"ಎಂದು. ಈ ಪದದ ಅರ್ಥವೇನೆಂದು ಪ್ರಾಣಿಗಳಿಗೆ ಖಚಿತವಾಗಿ ತಿಳಿದಿರಲಿಲ್ಲ, ಆದರೆ ಸ್ಕ್ವೀಲರ್ ತುಂಬಾ ಮನವೊಲಿಸುವ ರೀತಿಯಲ್ಲಿ ಮಾತನಾಡಿದರು, ಮತ್ತು ಅವನೊಂದಿಗೆ ಇದ್ದ ಮೂರು ನಾಯಿಗಳು ತುಂಬಾ ಬೆದರಿಕೆಯಿಂದ ಕೂಗಿದವು, ಅವರು ಹೆಚ್ಚಿನ ಪ್ರಶ್ನೆಗಳಿಲ್ಲದೆ ಅವನ ವಿವರಣೆಯನ್ನು ಒಪ್ಪಿಕೊಂಡರು.

ಅಧ್ಯಾಯ VI

ಆ ವರ್ಷವೆಲ್ಲಾ ಪ್ರಾಣಿಗಳು ಗುಲಾಮರಂತೆ ಕೆಲಸ ಮಾಡುತ್ತಿದವು. ಆದರೆ ಅವರು ತಮ್ಮ ಕೆಲಸದಲ್ಲಿ ಸಂತೋಷಪಟ್ಟರು; ಅವರು ಯಾವುದೇ ಪ್ರಯತ್ನ ಅಥವಾ ತ್ಯಾಗಕ್ಕೆ ದ್ವೇಷವನ್ನು ತೋರಲಿಲ್ಲ, ಅವರು ಮಾಡಿದ್ದೆಲ್ಲವೂ ತಮ್ಮ ಮತ್ತು ಅವರ ನಂತರ ಬರುವ ಅವರ ಪ್ರಕಾರದ ಪ್ರಯೋಜನಕ್ಕಾಗಿ ಎಂದು ಚೆನ್ನಾಗಿ ತಿಳಿದಿದ್ದರು, ಮತ್ತು ಸುಮ್ಮನೆ, ಕಳ್ಳ ಮನುಷ್ಯರ ಗುಂಪಿಗಾಗಿ ಅಲ್ಲ ಎಂದು.

ವಸಂತ ಮತ್ತು ಬೇಸಿಗೆಯ ಉದ್ದಕ್ಕೂ, ಅವರು ವಾರದಲ್ಲಿ ಅರವತ್ತು ಗಂಟೆಗಳ ಕೆಲಸ ಮಾಡಿದರು ಮತ್ತು ಆಗಸ್ಟ್‌ನಲ್ಲಿ ನೆಪೋಲಿಯನ್ ಭಾನುವಾರ ಮಧ್ಯಾಹ್ನವೂ ಕೆಲಸ ಇರುವುದಾಗಿ ಘೋಷಿಸಿದನು. ಈ ಕೆಲಸವು ಕಟ್ಟುನಿಟ್ಟಾಗಿ ಸ್ವಯಂಪ್ರೇರಿತವಾಗಿತ್ತು, ಆದರೆ ಯಾವುದೇ ಪ್ರಾಣಿಯು ಸ್ವತಃ ಗೈರುಹಾಜರಾದರೆ ಅವನ ಪಡಿತರವನ್ನು ಅರ್ಧದಷ್ಟು ಕಡಿಮೆಗೊಳಿಸಲಾಗುತ್ತಿತ್ತು. ಹಾಗಿದ್ದರೂ, ಕೆಲವು ಕಾರ್ಯಗಳನ್ನು ಮಾಡದೆ ಬಿಡುವುದು ಅಗತ್ಯವೆಂದು ಕಂಡುಬಂದಿದೆ. ಹಿಂದಿನ ವರ್ಷಕ್ಕಿಂತ ಕೊಯ್ಲು ಸ್ವಲ್ಪ ಕಡಿಮೆ ಯಶಸ್ವಿಯಾಗಿದ್ದು, ಬೇಸಿಗೆಯ ಆರಂಭದಲ್ಲಿ ಗೆಡ್ಡೆಯನ್ನು ಬಿತ್ತಬೇಕಿದ್ದ ಎರಡು ಹೊಲಗಳಲ್ಲಿ ಉಳುಮೆ ಸಾಕಷ್ಟು ಬೇಗ ಮುಗಿಯದ ಕಾರಣ ಬಿತ್ತನೆಯಾಗಲಿಲ್ಲ. ಮುಂಬರುವ ಚಳಿಗಾಲವು ಕಠಿಣವಾಗಿರುತ್ತದೆ ಎಂದು ಊಹಿಸಲು ಸಾಧ್ಯವಾಯಿತು.

ಗಾಳಿ ಯಂತ್ರವು ಅನಿರೀಕ್ಷಿತ ತೊಂದರೆಗಳನ್ನು ನೀಡಿತು. ಜಮೀನಿನಲ್ಲಿ ಸುಣ್ಣದ ಕಲ್ಲುಗಳ ಉತ್ತಮ ಕ್ವಾರಿ ಇತ್ತು, ಮತ್ತು ಒಂದು ಹೊರಗಿನ ಬೇರೆ ಮನೆಯಲ್ಲಿ ಸಾಕಷ್ಟು ಮರಳು ಮತ್ತು ಸಿಮೆಂಟ್ ಕಂಡುಬಂತು, ಆದ್ದರಿಂದ ಕಟ್ಟಡಕ್ಕೆ ಎಲ್ಲಾ ಸಾಮಗ್ರಿಗಳು ಕೈಯಲ್ಲಿವೆ. ಆದರೆ ಪ್ರಾಣಿಗಳು ಮೊದಲಿಗೆ ಪರಿಹರಿಸಲಾಗದ

ಸಮಸ್ಯೆಯೆಂದರೆ ಕಲ್ಲನ್ನು ಸೂಕ್ತವಾದ ಗಾತ್ರದ ತುಂಡುಗಳಾಗಿ ಹೇಗೆ ಒಡೆಯುವುದು ಎಂದು. . ಯಾವುದೇ ಪ್ರಾಣಿಯು ತನ್ನ ಹಿಂಗಾಲುಗಳ ಮೇಲೆ ನಿಲ್ಲಲು ಸಾಧ್ಯವಾಗದ ಕಾರಣ, ಪಿಕಾಸಿ ಹೊರತುಪಡಿಸಿ ಇದನ್ನು ಮಾಡಲು ಯಾವುದೇ ಮಾರ್ಗವಿರಲ್ಲ. ವಾರಗಳ ವ್ಯರ್ಥ ಪ್ರಯತ್ನದ ನಂತರವೇ ಗುರುತ್ವಾಕರ್ಷಣೆಯ ಬಲವನ್ನು ಬಳಸಿಕೊಳ್ಳಲು ಯಾರಿಗೋ ಸರಿಯಾದ ಆಲೋಚನೆ ಸಂಭವಿಸಿದೆ. ಬೃಹದಾಕಾರದ ಬಂಡೆಗಳು, ಇದ್ದ ಹಾಗೆ ಬಳಸಲಾಗದಷ್ಟು ದೊಡ್ಡದಾಗಿದ್ದವು, ಕ್ವಾರಿಯ ನೆಲದ ಮೇಲೆಲ್ಲ ಬಿದ್ದಿದ್ದವು. ಪ್ರಾಣಿಗಳು ಇವುಗಳ ಸುತ್ತ ಹಗ್ಗಗಳನ್ನು ಸುತ್ತಿದವು, ಮತ್ತು ನಂತರ ಎಲ್ಲಾ ಸೇರಿ, ಹಸುಗಳು, ಕುದುರೆಗಳು, ಕುರಿಗಳು, ಹಗ್ಗವನ್ನು ಹಿಡಿಯಲು ಸಾಮರ್ಥ್ಯವಿರುವ ಯಾವುದೇ ಪ್ರಾಣಿಗಳು ಕೈ ಜೋಡಿಸಿದವು ಕೆಲವೊಮ್ಮೆ ನಿರ್ಣಾಯಕ ಕ್ಷಣಗಳಲ್ಲಿ ಹಂದಿಗಳು ಸಹ ಸೇರಿಕೊಂಡವು, ಅವರು ನಿಧಾನವಾಗಿ ಅವುಗಳನ್ನು ಇಳಿಜಾರಿನ ಕ್ವಾರಿಯ ಮೇಲಕ್ಕೆ ಎಳೆದರು, ಅಲ್ಲಿಂದ ಅವುಗಳನ್ನು ಉರುಳಿಸಲಾಯಿತು, ಕೆಳಗೆ ತುಂಡುಗಳಾಗಿ ಒಡೆದುಹೋಗುತ್ತದೆ. ಒಮ್ಮೆ ತುಂಡು ತುಂಡಾದ ಕಲ್ಲನ್ನು ಸಾಗಿಸುವುದು ತುಲನಾತ್ಮಕವಾಗಿ ಸರಳವಾಗಿತ್ತು. ಕುದುರೆಗಳು ಅದನ್ನು ಗಾಡಿಗಳಲ್ಲಿ ಕೊಂಡೊಯ್ದವು, ಕುರಿಗಳು ಒಂದೇ ಬ್ಲಾಕ್‌ಗಳನ್ನು ಎಳೆದವು, ಮುರಿಯಲ್ ಮತ್ತು ಬೆಂಜಮಿನ್ ಸಹ ಹಳೆಯ ಗಾಡಿಯನ್ನು ಬಳಸಿಕೊಂಡು ಮತ್ತು ತಮ್ಮ ಪಾಲಿನ ಕೆಲಸ ಮಾಡಿದರು. ಬೇಸಿಗೆಯ ಅಂತ್ಯದ ವೇಳೆಗೆ ಸಾಕಷ್ಟು ಕಲ್ಲಿನ ಸಂಗ್ರಹಣೆಯು ಸಂಗ್ರಹವಾಯಿತು, ಮತ್ತು ನಂತರ ಹಂದಿಗಳ ಮೇಲ್ವಿಚಾರಣೆಯಲ್ಲಿ ಕಟ್ಟಡವು ಪ್ರಾರಂಭವಾಯಿತು.

ಆದರೆ ಇದು ನಿಧಾನ, ಪ್ರಯಾಸಕರ ಪ್ರಕ್ರಿಯೆಯಾಗಿತ್ತು. ಆಗಾಗ್ಗೆ ಒಂದೇ ಒಂದು ಬಂಡೆಯನ್ನು ಕ್ವಾರಿಯ ಮೇಲ್ಭಾಗಕ್ಕೆ ಎಳೆಯಲು ಇಡೀ ದಿನದ ಶ್ರಮದಾಯಕ ಪ್ರಯತ್ನವನ್ನು ತೆಗೆದುಕೊಂಡಿತು ಮತ್ತು ಕೆಲವೊಮ್ಮೆ ಅದನ್ನು ಅಂಚಿನ ಮೇಲೆ ತಳ್ಳಿದಾಗ ಅದು ಮುರಿಯಲು ವಿಫಲವಾಯಿತು. ಬಾಕ್ಸರ್ ಇಲ್ಲದೆ ಏನನ್ನೂ ಸಾಧಿಸಲಾಗಲಿಲ್ಲ, ಅವರ ಸಾಮರ್ಥ್ಯವು ಉಳಿದ ಎಲ್ಲಾ ಪ್ರಾಣಿಗಳ ಶಕ್ತಿಗೆ ಸಮನಾಗಿದೆ. ಬಂಡೆಯು ಜಾರಲು ಪ್ರಾರಂಭಿಸಿದಾಗ ಮತ್ತು ಪ್ರಾಣಿಗಳು ಬೆಟ್ಟದ

ಕೆಳಗೆ ಎಳೆದಿರುವುದನ್ನು ಕಂಡು ಹತಾಶೆಯಿಂದ ಕೂಗಿದಾಗ, ಯಾವಾಗಲೂ ಬಾಕ್ಸರ್ ಹಗ್ಗದ ವಿರುದ್ಧ ತನ್ನನ್ನು ತಾನೇ ಬಿಗಿದುಕೊಂಡು ಬಂಡೆಯನ್ನು ನಿಲ್ಲಿಸಿದನು. ಅವನು ಇಂಚಿಂಚಾಗಿ ಇಳಿಜಾರಿನಲ್ಲಿ ಶ್ರಮಿಸುವುದನ್ನು, ಅವನ ಉಸಿರು ವೇಗವಾಗಿ ಬರುವುದು, ಅವನ ಗೊರಸುಗಳ ತುದಿಗಳು ನೆಲದ ಮೇಲೆ ಕೆರಚುವುದು, ಮತ್ತು ಅವನ ದೊಡ್ಡದಾದ ಬದಿಗಳು ಬೆವರಿನಿಂದ ಕೂಡಿದ್ದು ಎಲ್ಲರ ಮೆಚ್ಚುಗೆಯನ್ನು ತುಂಬಿದವು. ಕ್ಲೋವರ್ ಕೆಲವೊಮ್ಮೆ ತನ್ನನ್ನು ಅತಿಯಾಗಿ ಒತ್ತಡಕ್ಕೊಳಗಾಗದಂತೆ ಎಚ್ಚರಿಕೆ ವಹಿಸುವಂತೆ ಎಚ್ಚರಿಸಿದನು, ಆದರೆ ಬಾಕ್ಸರ್ ಅವನ ಮಾತನ್ನು ಎಂದಿಗೂ ಕೇಳಲಿಲ್ಲ. ಅವನ ಎರಡು ಘೋಷಣೆಗಳು, "ನಾನು ಕಷ್ಟಪಟ್ಟು ಕೆಲಸ ಮಾಡುತ್ತೇನೆ" ಮತ್ತು "ನೆಪೋಲಿಯನ್ ಯಾವಾಗಲೂ ಸರಿಯಾಗಿರುತ್ತಾನೆ," ಅನ್ನುವುದು ಅವನಿಗೆ ಎಲ್ಲಾ ಸಮಸ್ಯೆಗಳಿಗೆ ಸಾಕಷ್ಟು ಉತ್ತರವಾಗಿ ತೋರುತ್ತದೆ. ಮುಂಜಾನೆ ಅರ್ಧಗಂಟೆಯ ಬದಲು ಮುಕ್ಕಾಲು ಗಂಟೆ ಮುಂಚಿತವಾಗಿಯೇ ತನ್ನನ್ನು ಎಬ್ಬಿಸಲು ಹುಂಜದ ಜೊತೆ ವ್ಯವಸ್ಥೆ ಮಾಡಿದ್ದನು. ಮತ್ತು ಅವನ ಬಿಡುವಿನ ಕ್ಷಣಗಳಲ್ಲಿ, ಈ ದಿನಗಳಲ್ಲಿ ಹೆಚ್ಚು ಇರುತ್ತಿರಲಿಲ್ಲ, ಅವನು ಒಬ್ಬನೇ ಕ್ವಾರಿಗೆ ಹೋಗುತ್ತಿದ್ದನು, ಒಡೆದ ಕಲ್ಲನ್ನು ಸಂಗ್ರಹಿಸಿ, ಸಹಾಯವಿಲ್ಲದೆ ಗಾಳಿಯಂತ್ರದ ಸ್ಥಳಕ್ಕೆ ಎಳೆಯುತ್ತಾನೆ.

ತಮ್ಮ ಹೆಚ್ಚು ಕೆಲಸದ ಹೊರತಾಗಿಯೂ, ಆ ಬೇಸಿಗೆಯ ಉದ್ದಕ್ಕೂ ಪ್ರಾಣಿಗಳು ಬಳಲಲಿಲ್ಲ. ಜೋನ್ಸ್‌ನ ದಿನದಲ್ಲಿ ಅವರು ಹೊಂದಿದ್ದಕ್ಕಿಂತ ಹೆಚ್ಚಿನ ಆಹಾರವನ್ನು ಅವರು ಹೊಂದಿಲ್ಲದಿದ್ದರು, ಕನಿಷ್ಠ ಅವರ ಬಳಿ ಕಡಿಮೆ ಆಗಲಿಲ್ಲ. ಕೇವಲ ತಮ್ಮನ್ನು ತಾವು ಪೋಷಿಸಬೇಕಾದ ಪ್ರಯೋಜನ, ಮತ್ತು ಐದು ಅತಿರಂಜಿತ ಮನುಷ್ಯರನ್ನು ಸಹ ಬೆಂಬಲಿಸಬೇಕಾಗಿರಲಿ ಲ್ಲ, ಅದು ತುಂಬಾ ಹೆಚ್ಚಿನದಾಗಿತ್ತು, ಅದನ್ನು ಮೀರಿಸಲು ಸಾಕಷ್ಟು ವೈಫಲ್ಯಗಳನ್ನು ತೆಗೆದುಕೊಳ್ಳುತ್ತದೆ. ಮತ್ತು ಅನೇಕ ವಿಧಗಳಲ್ಲಿ ಕೆಲಸಗಳನ್ನು ಪ್ರಾಣಿ ವಿಧಾನದಲ್ಲಿ ಮಾಡುವುದು ಹೆಚ್ಚು ಪರಿಣಾಮಕಾರಿಯಾಗಿತ್ತು ಮತ್ತು ಸಮಯವನ್ನು ಉಳಿಸಿತು. ಉದಾಹರಣೆಗೆ, ಕಳೆ ಕಿತ್ತುವಿಕೆಯಂತಹ ಕೆಲಸಗಳನ್ನು ಮಾನವರಿಗೆ ಅಸಾಧ್ಯವಾದ ಸಂಪೂರ್ಣತೆಯಿಂದ ಮಾಡಬಹುದಾಗಿದೆ. ಮತ್ತೊಮ್ಮೆ, ಈಗ ಯಾವುದೇ ಪ್ರಾಣಿಯು ಕಳ್ಳತನ ಮಾಡಿಲ್ಲದ ಕಾರಣ, ಕೃಷಿಯೋಗ್ಯ ಭೂಮಿಯಿಂದ ಹುಲ್ಲುಗಾವಲು ಬೇಲಿ

ಹಾಕುವುದು ಅನಗತ್ಯವಾಗಿತ್ತು, ಇದು ಬೇಲಿ ಮತ್ತು ಬಾಗಿಲುಗಳ ನಿರ್ವಹಣೆಯಲ್ಲಿ ಬಹಳಷ್ಟು ಸಮಯವನ್ನು ಉಳಿಸಿತು. ಅದೇನೇ ಇದ್ದರೂ, ಬೇಸಿಗೆಯು ಬಂದಂತೆ, ವಿವಿಧ ಅನಿರೀಕ್ಷಿತ ಕೊರತೆಗಳು ಪ್ರಾರಂಭಿಸಿದವು. ಪ್ಯಾರಾಫಿನ್ ಎಣ್ಣೆ, ಮೊಳೆಗಳು, ದಾರಗಳು, ನಾಯಿ ಬಿಸ್ಕತ್ತುಗಳು ಮತ್ತು ಕುದುರೆಗಳ ಬೂಟುಗಳಿಗೆ ಕಬ್ಬಿಣದ ಅಗತ್ಯವಿತ್ತು, ಇವುಗಳಲ್ಲಿ ಯಾವುದನ್ನೂ ಜಮೀನಿನಲ್ಲಿ ಉತ್ಪಾದಿಸಲಾಗಲಿಲ್ಲ. ನಂತರ ಬೀಜಗಳು ಮತ್ತು ಕೃತಕ ಗೊಬ್ಬರಗಳು, ವಿವಿಧ ಉಪಕರಣಗಳು ಮತ್ತು ಅಂತಿಮವಾಗಿ, ಗಾಳಿಯಂತ್ರಕ್ಕೆ ಯಂತ್ರೋಪಕರಣಗಳ ಅಗತ್ಯವಿತ್ತು. ಇವುಗಳನ್ನು ಹೇಗೆ ಸಂಗ್ರಹಿಸಬೇಕು, ಯಾರೂ ಊಹಿಸಲು ಸಾಧ್ಯವಾಗಲಿಲ್ಲ. ಒಂದು ಭಾನುವಾರ ಬೆಳಿಗ್ಗೆ, ಪ್ರಾಣಿಗಳು ತಮ್ಮ ಆದೇಶಗಳನ್ನು ಸ್ವೀಕರಿಸಲು ಒಟ್ಟುಗೂಡಿದಾಗ, ನೆಪೋಲಿಯನ್ ಅವರು ಹೊಸ ನೀತಿಯನ್ನು ನಿರ್ಧರಿಸಿದ್ದಾರೆ ಎಂದು ಘೋಷಿಸಿದರು. ಇಂದಿನಿಂದ, ಅನಿಮಲ್ ಫಾರ್ಮ್ ನೆರೆಯ ಫಾರ್ಮ್‌ಗಳೊಂದಿಗೆ ವ್ಯಾಪಾರದಲ್ಲಿ ತೊಡಗಿಸಿಕೊಳ್ಳುತ್ತದೆ: ಯಾವುದೇ ವಾಣಿಜ್ಯ ಉದ್ದೇಶಕ್ಕಾಗಿ ಅಲ್ಲ, ಆದರೆ ತುರ್ತಾಗಿ ಅಗತ್ಯವಿರುವ ಕೆಲವು ವಸ್ತುಗಳನ್ನು ಪಡೆಯುವ ಸಲುವಾಗಿ ಎಂದಿತು. ಗಾಳಿಯಂತ್ರದ ಅಗತ್ಯತೆಗಳು ಉಳಿದೆಲ್ಲವನ್ನೂ ಅತಿಕ್ರಮಿಸಬೇಕು ಎಂದು ಅವರು ಹೇಳಿದನು. ಆದ್ದರಿಂದ ಅವನು ಒಣಹುಲ್ಲಿನ ಬಣವೆಯನ್ನು ಮತ್ತು ಪ್ರಸಕ್ತ ವರ್ಷದ ಗೋಧಿ ಬೆಳೆಯ ಭಾಗವನ್ನು ಮಾರಾಟ ಮಾಡಲು ವ್ಯವಸ್ಥೆ ಮಾಡಿದನು ಮತ್ತು ನಂತರ, ಹೆಚ್ಚಿನ ಹಣದ ಅಗತ್ಯವಿದ್ದರೆ, ಮೊಟ್ಟೆಗಳ ಮಾರಾಟದಿಂದ ಅದನ್ನು ಸರಿದೂಗಿಸಬೇಕು ಎಂದನು, ಇದಕ್ಕಾಗಿ ಯಾವಾಗಲೂ ವಿಲ್ಲಿಂಗ್ಡನ್ ಮಾರುಕಟ್ಟೆ ಇರುತ್ತದೆ ಎಂದನು. ಕೋಳಿಗಳು ವಿಂಡ್‌ಮಿಲ್ ನಿರ್ಮಾಣಕ್ಕೆ ತಮ್ಮದೇ ಆದ ವಿಶೇಷ ಕೊಡುಗೆಯಾಗಿ ಈ ತ್ಯಾಗವನ್ನು ಸ್ವಾಗತಿಸಬೇಕು ಎಂದು ನೆಪೋಲಿಯನ್ ಹೇಳಿದರು.

ಮತ್ತೊಮ್ಮೆ, ಪ್ರಾಣಿಗಳಿಗೆ ಅಸ್ಪಷ್ಟವಾದ ಅಶಾಂತಿಯ ಅರಿವಾಯಿತು. ಮನುಷ್ಯರೊಂದಿಗೆ ಎಂದಿಗೂ ವ್ಯವಹರಿಸಬಾರದು, ಎಂದಿಗೂ ವ್ಯಾಪಾರದಲ್ಲಿ ತೊಡಗಬಾರದು, ಹಣವನ್ನು ಎಂದಿಗೂ ಬಳಸಬಾರದು, ಜೋನ್ಸ್ ಹೊರಹಾಕಲ್ಪಟ್ಟ ನಂತರ ಆ ಮೊದಲ ವಿಜಯೋತ್ಸವದ ಸಭೆಯಲ್ಲಿ ಅಂಗೀಕರಿಸಲ್ಪಟ್ಟ ಆರಂಭಿಕ

ನಿರ್ಣಯಗಳಲ್ಲಿ ಇವು ಸೇರಿರಲಿಲ್ಲವೇ? ಎಲ್ಲಾ ಪ್ರಾಣಿಗಳು ಅಂತಹ ನಿರ್ಣಯಗಳನ್ನು ಅಂಗೀಕರಿಸುವುದನ್ನು ನೆನಪಿಸಿಕೊಂಡವು: ಅಥವಾ ಕನಿಷ್ಠ ಅವರು ಅದನ್ನು ನೆನಪಿಸಿಕೊಳ್ಳುತ್ತಾರೆ ಎಂದು ಅವರು ಭಾವಿಸಿದರು. ನೆಪೋಲಿಯನ್ ಸಭೆಗಳನ್ನು ರದ್ದುಗೊಳಿಸಿದಾಗ ಪ್ರತಿಭಟಿಸಿದ ನಾಲ್ಕು ಎಳೆಯ ಹಂದಿಗಳು ಅಂಜುಬುರುಕವಾಗಿ ಧ್ವನಿ ಎತ್ತಿದವು, ಆದರೆ ನಾಯಿಗಳ ಪ್ರಚಂಡ ಘರ್ಜನೆಯಿಂದ ಅವು ತಕ್ಷಣವೇ ಮೌನವಾದವು. ನಂತರ, ಎಂದಿನಂತೆ, ಕುರಿಗಳು "ನಾಲ್ಕು ಕಾಲುಗಳು ಒಳ್ಳೆಯದು, ಎರಡು ಕಾಲುಗಳು ಕೆಟ್ಟವು!" ಎಂದವು ಮತ್ತು ಕ್ಷಣಿಕ ಎಡವಟ್ಟು ಸುಗಮವಾಯಿತು. ಅಂತಿಮವಾಗಿ, ನೆಪೋಲಿಯನ್ ಮೌನಕ್ಕಾಗಿ ತನ್ನ ಕೈ ಅನ್ನು ಎತ್ತಿದನು ಮತ್ತು ತಾನು ಈಗಾಗಲೇ ಎಲ್ಲಾ ವ್ಯವಸ್ಥೆಗಳನ್ನು ಮಾಡಿದ್ದೇನೆ ಎಂದು ಘೋಷಿಸಿದನು. ಯಾವುದೇ ಪ್ರಾಣಿಗಳು ಮನುಷ್ಯರೊಂದಿಗೆ ಸಂಪರ್ಕಕ್ಕೆ ಬರವುದು ಅಗತ್ಯವಿಲ್ಲ, ಇದು ಸ್ಪಷ್ಟವಾಗಿ ಅತ್ಯಂತ ಅನಪೇಕ್ಷಿತವಾಗಿದೆ. ಸಂಪೂರ್ಣ ಹೊರೆಯನ್ನು ತನ್ನ ಹೆಗಲ ಮೇಲೆ ಹೊರುವ ಉದ್ದೇಶ ಹೊಂದಿದ್ದನು. ವಿಲ್ಲಿಂಗ್‌ಡನ್‌ನಲ್ಲಿ ವಾಸವಾಗಿರುವ ವಕೀಲರಾದ ವೈಂಪರ್ ಅವರು ಅನಿಮಲ್ ಫಾರ್ಮ್ ಮತ್ತು ಹೊರಗಿನ ಪ್ರಪಂಚದ ನಡುವೆ ಮಧ್ಯವರ್ತಿಯಾಗಿ ಕಾರ್ಯನಿರ್ವಹಿಸಲು ಒಪ್ಪಿಕೊಂಡರು ಮತ್ತು ಅವರ ಸೂಚನೆಗಳನ್ನು ಸ್ವೀಕರಿಸಲು ಪ್ರತಿ ಸೋಮವಾರ ಬೆಳಿಗ್ಗೆ ಫಾರ್ಮ್‌ಗೆ ಭೇಟಿ ನೀಡುತ್ತಿದ್ದರು. ನೆಪೋಲಿಯನ್ ತನ್ನ ಭಾಷಣವನ್ನು "ದೀರ್ಘಾಯುಷ್ಯವಾಗಿರಲಿ ಅನಿಮಲ್ ಫಾರ್ಮ್ !" ಎಂಬ ತನ್ನ ಎಂದಿನ ಕೂಗಿನಿಂದ ಕೊನೆಗೊಳಿಸಿದನು. ಮತ್ತು 'ಇಂಗ್ಲೆಂಡಿನ ದೈತ್ಯರು' ಹಾಡಿದ ನಂತರ ಪ್ರಾಣಿಗಳನ್ನು ಬಿಡಲಾಯಿತು.

ನಂತರ ಸ್ಕ್ವೀಲರ್ ಫಾರ್ಮ್ ಅನ್ನು ಸುತ್ತಿ ಪ್ರಾಣಿಗಳ ಮನಸ್ಸನ್ನು ಶಾಂತಗೊಳಿಸಿದರು. ವ್ಯಾಪಾರದಲ್ಲಿ ತೊಡಗಿಸಿಕೊಳ್ಳುವುದು ಮತ್ತು ಹಣವನ್ನು ಬಳಸುವುದರ ವಿರುದ್ಧ ನಿರ್ಣಯವನ್ನು ಎಂದಿಗೂ ಅಂಗೀಕರಿಸಲಾಗಿರಲಿಲ್ಲ ಅಥವಾ ಸೂಚಿಸಲಾಗಿಲ್ಲ ಎಂದು ಅವರು ಭರವಸೆ ನೀಡಿದನು. ಇದು ಶುದ್ಧ ಕಲ್ಪನೆಯಾಗಿದ್ದು, ಸ್ನೋಬಾಲ್ ಮೂಲಕ ಪ್ರಸಾರವಾದ ಸುಳ್ಳಿನ ಆರಂಭದಲ್ಲಿ ಬಹುಶಃ ಪತ್ತೆಹಚ್ಚಬಹುದಾಗಿದೆ ಎಂದಿತು. ಕೆಲವು ಪ್ರಾಣಿಗಳು ಇನ್ನೂ ಮಸುಕಾದ ಸಂದೇಹವನ್ನು ಹೊಂದಿದ್ದವು, ಆದರೆ ಸ್ಕ್ವೀಲರ್ ಅವರನ್ನು ಚಾಣಾಕ್ಷತೆಯಿಂದ

ಕೇಳಿದರು, "ಇದು ನೀವು ಕನಸು ಕಂಡದ್ದಲ್ಲ ಎಂದು ನಿಮಗೆ ಖಚಿತವಾಗಿದೆಯೇ, ಒಡನಾಡಿಗಳೇ? ಅಂತಹ ನಿರ್ಣಯದ ಬಗ್ಗೆ ನಿಮ್ಮಲ್ಲಿ ಯಾವುದೇ ದಾಖಲೆ ಇದೆಯೇ? ಎಲ್ಲಿಯಾದರೂ ಬರೆದಿದೆಯೇ?" ಮತ್ತು ಬರವಣಿಗೆಯಲ್ಲಿ ಅಂತಹ ಯಾವುದೂ ಅಸ್ತಿತ್ವದಲ್ಲಿಲ್ಲ ಎಂಬುದು ನಿಸ್ಸಂಶಯವಾಗಿ ನಿಜವಾದ್ದರಿಂದ, ಪ್ರಾಣಿಗಳು ತಾವು ತಪ್ಪಾಗಿ ಗ್ರಹಿಸಿದ್ದೇವೆ ಎಂದು ತೃಪ್ತಿಪಟ್ಟುಕೊಂಡವು. ಪ್ರತಿ ಸೋಮವಾರ ವೈಂಪರ್ ವ್ಯವಸ್ಥೆ ಮಾಡಿದಂತೆ ಜಮೀನಿಗೆ ಭೇಟಿ ನೀಡುತ್ತಿದ್ದರು. ಅವನು ಮೀಸೆಗಳನ್ನು ಹೊಂದಿರುವ ಮೋಸದ ರೀತಿ ಕಾಣುವ ಪುಟ್ಟ ಮನುಷ್ಯ, ವ್ಯವಹಾರದಲ್ಲಿ ಬಹಳ ಸಣ್ಣ ವಕೀಲನಾಗಿದ್ದನು, ಆದರೆ ಅನಿಮಲ್ ಫಾರ್ಮ್‌ಗೆ ಬ್ರೋಕರ್ ಅಗತ್ಯವಿದೆ ಮತ್ತು ಕಮಿಷನ್‌ಗಳನ್ನು ಹೊಂದಲು ಯೋಗ್ಯವಾಗಿದೆ ಎಂದು ಬೇರೆಯವರಿಗಿಂತ ಮೊದಲೇ ಅರಿತುಕೊಳ್ಳುವಷ್ಟು ತೀಕ್ಷ್ಣ. ಪ್ರಾಣಿಗಳು ಅವನ ಬರುವಿಕೆಯನ್ನು ಮತ್ತು ಹೋಗುವುದನ್ನು ಒಂದು ರೀತಿಯ ಭಯದಿಂದ ನೋಡುತ್ತಿದ್ದವು ಮತ್ತು ಅವನಿಂದ ಸಾಧ್ಯವಾದಷ್ಟು ದೂರವಿದ್ದವು. ಅದೇನೇ ಇದ್ದರೂ, ನಾಲ್ಕು ಕಾಲುಗಳ ಮೇಲೆ ನಡೆಯುವ ನೆಪೋಲಿಯನ್, ಎರಡು ಕಾಲುಗಳ ಮೇಲೆ ನಿಂತಿರುವ ವೈಂಪರ್‌ಗೆ ಆದೇಶಗಳನ್ನು ಕೊಡುವ ದೃಷ್ಟಿ ಅವರ ಹೆಮ್ಮೆಯನ್ನು ಹೆಚ್ಚಿಸಿತು ಮತ್ತು ಭಾಗಶಃ ಹೊಸ ವ್ಯವಸ್ಥೆಗೆ ಅವರನ್ನು ಸಮನ್ವಯಗೊಳಿಸಿತು. ಮಾನವ ಜನಾಂಗದೊಂದಿಗಿನ ಅವರ ಸಂಬಂಧಗಳು ಈಗ ಮೊದಲಿನಂತೆಯೇ ಇರಲಿಲ್ಲ. ಮನುಷ್ಯರು ಅನಿಮಲ್ ಫಾರ್ಮ್ ಅನ್ನು ಸಮೃದ್ಧವಾಗಿದ್ದರು ಕಡಿಮೆ ದ್ವೇಷಿಸಲಿಲ್ಲ, ವಾಸ್ತವವಾಗಿ, ಅವರು ಎಂದಿಗಿಂತಲೂ ಹೆಚ್ಚು ದ್ವೇಷಿಸುತ್ತಿದ್ದರು. ಪ್ರತಿಯೊಬ್ಬ ಮನುಷ್ಯನು ಫಾರ್ಮ್ ಈಗ ಅಥವಾ ನಂತರ ದಿವಾಳಿಯಾಗುತ್ತದೆ ಮತ್ತು ಎಲ್ಲಕ್ಕಿಂತ ಹೆಚ್ಚಾಗಿ ವಿಂಡ್‌ಮಿಲ್ ವಿಫಲಗೊಳ್ಳುತ್ತದೆ ಎಂಬ ನಂಬಿಕೆಯ ಲೇಖನವಾಗಿ ಅದನ್ನು ಹೊಂದಿದ್ದರು. ಅವರು ಸಾರ್ವಜನಿಕ ಮನೆಗಳಲ್ಲಿ ಭೇಟಿಯಾಗುತ್ತಾರೆ ಮತ್ತು ಗಾಳಿ ಯಂತ್ರವು ಕೆಳಗೆ ಬೀಳಲು ಬದ್ಧವಾಗಿದೆ ಅಥವಾ ಅದು ಎದ್ದು ನಿಂತರೆ ಅದು ಎಂದಿಗೂ ಕೆಲಸ ಮಾಡುವುದಿಲ್ಲ ಎಂದು ರೇಖಾಚಿತ್ರಗಳ ಮೂಲಕ ಪರಸ್ಪರ ಸಾಬೀತುಪಡಿಸಿದರು. ಮತ್ತು ಇನ್ನೂ, ಅವರ ಇಚ್ಛೆಗೆ ವಿರುದ್ಧವಾಗಿ, ಪ್ರಾಣಿಗಳು ತಮ್ಮ ಸ್ವಂತ ವ್ಯವಹಾರಗಳನ್ನು ನಿರ್ವಹಿಸುವ ದಕ್ಷತೆಯ

ಬಗ್ಗೆ ಅವರು ಒಂದು ನಿರ್ದಿಷ್ಟ ಗೌರವವನ್ನು ಬೆಳೆಸಿಕೊಂಡರು. ಇದರ ಒಂದು ಲಕ್ಷಣವೆಂದರೆ ಅವರು ಅನಿಮಲ್ ಫಾರ್ಮ್ ಅನ್ನು ಅದರ ಸರಿಯಾದ ಹೆಸರಿನಿಂದ ಕರೆಯಲು ಪ್ರಾರಂಭಿಸಿದರು ಮತ್ತು ಅದನ್ನು ಮ್ಯಾನರ್ ಫಾರ್ಮ್ ಎಂದು ಕರೆಯುವುದನ್ನು ನಿಲ್ಲಿಸಿದರು. ಅವರು ತಮ್ಮ ಫಾರ್ಮ್ ಅನ್ನು ಮರಳಿ ಪಡೆಯುವ ಭರವಸೆಯನ್ನು ತೊರೆದು ಹಳ್ಳಿಯ ಮತ್ತೊಂದು ಭಾಗದಲ್ಲಿ ವಾಸಿಸಲು ಹೋದ ಜೋನ್ಸ್ ಅವರನ್ನು ಸಹ ಕೈಬಿಟ್ಟರು.ವೈಂಪರ್ ಮೂಲಕ ಹೊರತುಪಡಿಸಿ, ಅನಿಮಲ್ ಫಾರ್ಮ್ ಮತ್ತು ಹೊರಗಿನ ಪ್ರಪಂಚದ ನಡುವೆ ಇನ್ನೂ ಯಾವುದೇ ಸಂಪರ್ಕವಿರಲಿಲ್ಲ, ಆದರೆ ನೆಪೋಲಿಯನ್ ಫಾಕ್ಸ್‌ವುಡ್‌ನ ಪಿಲ್ಕಿಂಗ್‌ಟನ್ ಅಥವಾ ಪಿಂಚ್‌ಫೀಲ್ಡ್‌ನ ಫ್ರೆಡೆರಿಕ್‌ನೊಂದಿಗೆ ಖಚಿತವಾದ ವ್ಯಾಪಾರ ಒಪ್ಪಂದವನ್ನು ಮಾಡಿಕೊಳ್ಳಲಿದ್ದಾನೆ ಎಂಬ ನಿರಂತರ ವದಂತಿಗಳಿದ್ದವು, ಎರಡನ್ನೂ ಏಕಕಾಲದಲ್ಲಿ ಗಮನಿಸಲಾಯಿತು.

ಇದೇ ಸಮಯಕ್ಕೆ ಹಂದಿಗಳು ಹಠಾತ್ತನೆ ಫಾರ್ಮ್‌ಹೌಸ್‌ಗೆ ತೆರಳಿ ಅಲ್ಲಿಯೇ ವಾಸವಾಗಿದ್ದವು. ಮತ್ತೆ, ಪ್ರಾಣಿಗಳು ಆರಂಭಿಕ ದಿನಗಳಲ್ಲಿ ಇದರ ವಿರುದ್ಧ ನಿರ್ಣಯವನ್ನು ಅಂಗೀಕರಿಸಿದ ನೆನಪಿರುವಂತೆ ತೋರುತ್ತಿದೆ, ಮತ್ತು ಮತ್ತೆ ಸ್ಕ್ವೀಲರ್ ಅವರು ಹಾಗಲ್ಲ ಎಂದು ಅವರಿಗೆ ಮನವರಿಕೆ ಮಾಡಿತು. ಜಮೀನಿನ ಮೆದುಳಾಗಿರುವ ಹಂದಿಗಳು ಕೆಲಸ ಮಾಡಲು ಶಾಂತವಾದ ಸ್ಥಳವನ್ನು ಹೊಂದಿರುವುದು ಸಂಪೂರ್ಣವಾಗಿ ಅವಶ್ಯಕವಾಗಿದೆ ಎಂದು ಅವರು ಹೇಳಿದರು. ಇದು ನಾಯಕನ ಘನತೆಗೆ ಹೆಚ್ಚು ಸೂಕ್ತವಾಗಿದೆ (ನಂತರ ಅವರು ಮಾತನಾಡಲು ತೆಗೆದುಕೊಂಡರು. ನೆಪೋಲಿಯನ್ "ನಾಯಕ" ಎಂಬ ಶೀರ್ಷಿಕೆಯಡಿಯಲ್ಲಿ) ಕೇವಲ ವಾಸ್ತವ್ಯಕ್ಕಿಂತ ಮನೆಯಲ್ಲಿ ವಾಸಿಸುವುದು ಸೂಕ್ತ ಎಂದು. ಅದೇನೇ ಇದ್ದರೂ, ಹಂದಿಗಳು ಅಡುಗೆಮನೆಯಲ್ಲಿ ತಮ್ಮ ಊಟವನ್ನು ತೆಗೆದುಕೊಳ್ಳುತ್ತವೆ ಮತ್ತು ಮುಖ್ಯ ಕೊಠಡಿಯನ್ನು ಅನ್ನು ವಿಶ್ರಾಂತಿ ಕೊಠಡಿಯಾಗಿ ಬಳಸುತ್ತವೆ, ಆದರೆ ಹಾಸಿಗೆಗಳಲ್ಲಿ ಮಲಗುತ್ತವೆ ಎಂದು ಕೇಳಿದಾಗ ಕೆಲವು ಪ್ರಾಣಿಗಳು ವಿಚಲಿತರಾದರು. ಬಾಕ್ಸರ್ ಅದನ್ನು ಎಂದಿನಂತೆ "ನೆಪೋಲಿಯನ್ ಯಾವಾಗಲೂ ಸರಿ!" ಎಂದು ಹೇಳಿದರು, ಆದರೆ ಹಾಸಿಗೆಗಳ ವಿರುದ್ಧ ಒಂದು ನಿರ್ದಿಷ್ಟ ತೀರ್ಪು

ನೆನಪಿದೆ ಎಂದು ಭಾವಿಸಿದ ಕ್ಲೋವರ್, ಕೊಟ್ಟಿಗೆಯ ತುದಿಗೆ ಹೋಗಿ ಅಲ್ಲಿ ಕೆತ್ತಲಾದ ಏಳು ಆಜ್ಞೆಗಳನ್ನು ಒಗಟು ಮಾಡಲು ಪ್ರಯತ್ನಿಸಿದರು. ಪ್ರತ್ಯೇಕ ಅಕ್ಷರಗಳಿಗಿಂತ ಹೆಚ್ಚಿನದನ್ನು ಓದಲು ಸಾಧ್ಯವಾಗದಿರುವುದನ್ನು ಕಂಡು, ಅವಳು ಮುರಿಯಲ್ ಅನ್ನು ಕರೆತಂದಳು.

"ಮುರಿಯಲ್," ಅವಳು ಹೇಳಿದಳು, "ನನಗೆ ನಾಲ್ಕನೇ ಆಜ್ಞೆಯನ್ನು ಓದಿ ಹೇಳಿ. ಹಾಸಿಗೆಯಲ್ಲಿ ಎಂದಿಗೂ ಮಲಗುವುದಿಲ್ಲ ಎಂದು ಅದು ಹೇಳುವುದಿಲ್ಲವೇ? "

ಸ್ವಲ್ಪ ಕಷ್ಟದಿಂದ ಮುರಿಯಲ್ ಅದನ್ನು ಉಚ್ಚರಿಸಿದನು.

"ಇದು ಹೇಳುತ್ತದೆ, 'ಯಾವುದೇ ಪ್ರಾಣಿಯು ಕೌದಿಯನ್ನು ಹೊಂದಿರುವ ಹಾಸಿಗೆಯಲ್ಲಿ ಮಲಗಬಾರದು," ಎಂದು ಅವಳು ಅಂತಿಮವಾಗಿ ಘೋಷಿಸಿದಳು.

ಕುತೂಹಲಕಾರಿಯಾಗಿ, ನಾಲ್ಕನೇ ಆಜ್ಞೆಯು ಕೌದಿಯನ್ನು ಉಲ್ಲೇಖಿಸಿದೆ ಎಂದು ಕ್ಲೋವರ್ಗೆ ನೆನಪಿರಲಿಲ್ಲ ಆದರೆ ಅದು ಗೋಡೆಯ ಮೇಲೆ ಇದ್ದಾರೆ, ಅದು ಹಾಗೆ ಇರಬೇಕು. ಮತ್ತು ಈ ಕ್ಷಣದಲ್ಲಿ ಅಲ್ಲೇ ಹಾದುಹೋಗುವ ಸ್ಕ್ವೀಲರ್, ಮತ್ತು ಜೊತೆಗೆ ಎರಡು ಅಥವಾ ಮೂರು ನಾಯಿಗಳು ಹಾಜರಿದ್ದರು, ಇದರಿಂದ ಇಡೀ ವಿಷಯವನ್ನು ಅದರ ಸರಿಯಾದ ದೃಷ್ಟಿಕೋನದಲ್ಲಿ ಇರಿಸಲು ಸಾಧ್ಯವಾಯಿತು.

"ಒಡನಾಡಿಗಳೇ, ನಾವು ಈಗ ಹಂದಿಗಳು ತೋಟದ ಮನೆಯ ಹಾಸಿಗೆಗಳಲ್ಲಿ ಮಲಗುತ್ತೇವೆ ಎಂದು ನೀವು ಕೇಳಿದ್ದೀರಾ? ಮತ್ತು ಏಕಿಲ್ಲ? ಹಾಸಿಗೆಗಳ ವಿರುದ್ಧ ಎಂದಾದರೂ ತೀರ್ಪು ಬಂದಿದೆ ಎಂದು ನೀವು ಭಾವಿಸಲಿಲ್ಲವೇ? ಹಾಸಿಗೆ ಎಂದರೆ ಕೇವಲ ಮಲಗುವ ಸ್ಥಳ ಎಂದರ್ಥ ಎಂದಿತು. ಕೊಟ್ಟಿಗೆಯಲ್ಲಿ ಒಣಹುಲ್ಲಿನ ರಾಶಿಯು ಹಾಸಿಗೆಯಾಗಿದೆ, ಅದನ್ನು ಸರಿಯಾಗಿ ಪರಿಗಣಿಸಲಾಗಿದೆ. ಮಾನವ ಆವಿಷ್ಕಾರವಾದ ಕೌದಿಗಳ ವಿರುದ್ಧ ನಿಯಮವು ಇತ್ತು. ನಾವು ಫಾರ್ಮ್‌ಹೌಸ್ ಹಾಸಿಗೆಗಳಿಂದ ಕೌದಿಗಳನ್ನು ತೆಗೆದುಹಾಕಿದ್ದೇವೆ ಮತ್ತು ಕಂಬಳಿಗಳ ನಡುವೆ ಮಲಗಿದ್ದೇವೆ. ಮತ್ತು ತುಂಬಾ ಆರಾಮದಾಯಕವಾದ ಹಾಸಿಗೆಗಳು ಕೂಡ ಅವು! ಆದರೆ ನಮಗೆ ಅಗತ್ಯಕ್ಕಿಂತ ಹೆಚ್ಚು ಆರಾಮದಾಯಕವಲ್ಲ, ಒಡನಾಡಿಗಳೇ, ಇಂದಿನ ದಿನಗಳಲ್ಲಿ ನಾವು ಮಾಡಬೇಕಾದ ಎಲ್ಲಾ ಮೆದುಳಿನ ಕೆಲಸಗಳೊಂದಿಗೆ

ನಾನು ನಿಮಗೆ ಹೇಳಬಲ್ಲೆ. ನೀವು ನಮ್ಮ ವಿಶ್ರಾಂತಿಯನ್ನು ಕಸಿದುಕೊಳ್ಳುವುದಿಲ್ಲ, ಅಲ್ಲವೇ ಒಡನಾಡಿಗಳೇ? ನಮ್ಮ ಕರ್ತವ್ಯಗಳನ್ನು ನಿರ್ವಹಿಸಲು ನಾವು ತುಂಬಾ ದಣಿದರೇ ಅದು ಸಮಸ್ಯೆಯಲ್ಲವೇ? ಖಂಡಿತವಾಗಿಯೂ ನಿಮ್ಮಲ್ಲಿ ಯಾರೂ ಜೋನ್ಸ್ ಅವರನ್ನು ಹಿಂತಿರುಗಿ ನೋಡಲು ಬಯಸುವುದಿಲ್ಲವೇ?

ಪ್ರಾಣಿಗಳು ತಕ್ಷಣವೇ ಈ ವಿಷಯದ ಬಗ್ಗೆ ಅವನಿಗೆ ಭರವಸೆ ನೀಡಿದವು ಮತ್ತು ಫಾರ್ಮ್‌ಹೌಸ್ ಹಾಸಿಗೆಗಳಲ್ಲಿ ಮಲಗುವ ಹಂದಿಗಳ ಬಗ್ಗೆ ಇನ್ನು ಮುಂದೆ ಮಾತನಾಡಲಾಗುವುದಿಲ್ಲ ಎಂದವು. ಮತ್ತು ಕೆಲವು ದಿನಗಳ ನಂತರ, ಇನ್ನು ಮುಂದೆ ಹಂದಿಗಳು ಇತರ ಪ್ರಾಣಿಗಳಿಗಿಂತ ಬೆಳಿಗ್ಗೆ ಒಂದು ಗಂಟೆಯ ನಂತರ ಎದ್ದೇಳುತ್ತವೆ ಎಂದು ಘೋಷಿಸಿದಾಗ, ಅದರ ಬಗ್ಗೆ ಯಾವುದೇ ದೂರು ನೀಡಲಾಗಲಿಲ್ಲ.

ಶರತ್ಕಾಲದ ವೇಳೆಗೆ ಪ್ರಾಣಿಗಳು ದಣಿದಿದ್ದರೂ ಸಂತೋಷವಾಗಿದ್ದವು. ಅವರು ಹಿಂದಿನ ವರ್ಷ ಕಠಿಣವಾಗಿತ್ತು , ಮತ್ತು ಒಣಹುಲ್ಲು ಮತ್ತು ಜೋಳದ ಭಾಗವನ್ನು ಮಾರಾಟ ಮಾಡಿದ ನಂತರ, ಚಳಿಗಾಲದ ಆಹಾರದ ಮಳಿಗೆಗಳು ಹೇರಳವಾಗಿರಲಿಲ್ಲ, ಆದರೆ ಗಾಳಿಯಂತ್ರ ಎಲ್ಲವನ್ನು ಸರಿದೂಗಿಸಿತು. ಈಗ ಅರ್ಧದಷ್ಟು ನಿರ್ಮಾಣವಾಗಿದೆ. ಸುಗ್ಗಿಯ ನಂತರ ಸ್ಪಷ್ಟವಾದ ಶುಷ್ಕ ವಾತಾವರಣವಿತ್ತು, ಮತ್ತು ಪ್ರಾಣಿಗಳು ಎಂದಿಗಿಂತಲೂ ಹೆಚ್ಚು ಕಷ್ಟಪಟ್ಟು ಶ್ರಮಿಸಿದವು, ಹಾಗೆ ಮಾಡುವ ಮೂಲಕ ಅವರು ಗೋಡೆಗಳನ್ನು ಇನ್ನೊಂದು ಅಡಿ ಎತ್ತರಿಸಿದರೆ ಅದು ಯೋಗ್ಯವಾಗಿದೆ ಎಂದು ಭಾವಿಸಿದರು. ಬಾಕ್ಸರ್‌ಗಳು ರಾತ್ರಿಯಲ್ಲಿ ಸಹ ಹೊರಬರುತ್ತಾರೆ ಮತ್ತು ಸುಗ್ಗಿಯ ಚಂದ್ರನ ಬೆಳಕಿನಲ್ಲಿ ತಾವಾಗಿಯೇ ಒಂದು ಅಥವಾ ಎರಡು ಗಂಟೆಗಳ ಕಾಲ ಕೆಲಸ ಮಾಡುತ್ತಾರೆ. ತಮ್ಮ ಬಿಡುವಿನ ವೇಳೆಯಲ್ಲಿ ಪ್ರಾಣಿಗಳು ಅರ್ಧ-ಮುಗಿದ ಗಾಳಿ ಯಂತ್ರದ ಸುತ್ತಲೂ ನಡೆಯುತ್ತಿದ್ದವು, ಅದರ ಗೋಡೆಗಳ ಬಲ ಮತ್ತು ಲಂಬತೆಯನ್ನು ಮೆಚ್ಚಿಕೊಳ್ಳುತ್ತಿದ್ದವು ಮತ್ತು ಅವರು ಇಷ್ಟು ಭವ್ಯವಾದದ್ದನ್ನು ನಿರ್ಮಿಸಲು ಸಾಧ್ಯವಾಯಿತು ಎಂದು ಆಶ್ಚರ್ಯಪಡುತ್ತಾರೆ. ವಯಸ್ಸಾದ ಬೆಂಜಮಿನ್ ಮಾತ್ರ

ಗಾಳಿಯಂತ್ರದ ಬಗ್ಗೆ ಉತ್ಸಾಹವನ್ನು ಬೆಳೆಸಲು ನಿರಾಕರಿಸಿದರು, ಆದಾಗ್ಯೂ, ಎಂದಿನಂತೆ, ಕತ್ತೆಗಳು ದೀರ್ಘಕಾಲ ಬದುಕುತ್ತವೆ ಎಂಬ ರಹಸ್ಯವಾದ ಹೇಳಿಕೆಯನ್ನು ಮೀರಿ ಅವರು ಏನನ್ನೂ ಹೇಳುತ್ತಿರಲಿಲ್ಲ. ನವೆಂಬರ್ ಬಂದಿತು, ನೈಋತ್ಯ ಮಾರುತಗಳು ಕೆರಳಿದವು. ಈಗ ಸಿಮೆಂಟ್ ಮಿಶ್ರಣ ಮಾಡಲು ತುಂಬಾ ಒದ್ದೆಯಾಗಿದ್ದರಿಂದ ಕಟ್ಟಡವನ್ನು ನಿಲ್ಲಿಸಬೇಕಾಯಿತು. ಅಂತಿಮವಾಗಿ, ತುಂಬಾ ಹಿಂಸಾತ್ಮಕವಾದ ಬಿರುಗಾಳಿಯ ಒಂದು ರಾತ್ರಿ ಬಂದಿತು, ಕೃಷಿ ಕಟ್ಟಡಗಳ ಅಡಿಪಾಯ ಅಲುಗಾಡಿತು ಮತ್ತು ಹಲವಾರು ಕೊಟ್ಟಿಗೆಯ ಛಾವಣಿಯ ಮೇಲಿನ ಹೆಂಚುಗಳು ಹಾರಿಹೋದವು. ಕೋಳಿಗಳು ಭಯಭೀತರಾಗಿ ಎಚ್ಚರಗೊಂಡವು, ಏಕೆಂದರೆ ಅವರೆಲ್ಲರೂ ಏಕಕಾಲದಲ್ಲಿ ದೂರದಲ್ಲಿ ಬಂದೂಕಿನ ಶಬ್ದವನ್ನು ಕೇಳುವ ಕನಸು ಕಂಡಿದ್ದರು. ಬೆಳಿಗ್ಗೆ ಪ್ರಾಣಿಗಳು ತಮ್ಮ ಕೊಟ್ಟಿಗೆಗಳಿಂದ ಹೊರಬಂದು ಧ್ವಜಸ್ತಂಭ ನೆಲಸಮಗೊಂಡಿರುವುದನ್ನು ಮತ್ತು ತೋಟದ ಬುಡದಲ್ಲಿರುವ ಎಲಮ್ ಮರ ಮೂಲಂಗಿಯಂತೆ ಕಿತ್ತುಹೋಗಿರುವುದನ್ನು ನೋಡಿದರು. ಪ್ರತಿ ಪ್ರಾಣಿಯ ಗಂಟಲಿನಿಂದ ಹತಾಶೆಯ ಕೂಗು ಬಂದಾಗ ಅವರು ಇದನ್ನು ಗಮನಿಸಿದರು. ಒಂದು ಭಯಾನಕ ದೃಶ್ಯವು ಅವರ ಕಣ್ಣಿಗೆ ಬಿದ್ದಿತು. ಗಾಳಿ ಯಂತ್ರ ಪಾಳುಬಿದ್ದಿತ್ತು. ಒಂದೇ ಬಾರಿ ಅವರು ಸ್ಥಳಕ್ಕೆ ಧಾವಿಸಿದರು. ನಡಿಗೆಯಿಂದ ವಿರಳವಾಗಿ ಹೊರಬಂದ ನೆಪೋಲಿಯನ್ ಅವರೆಲ್ಲರಿಗಿಂತ ಮುಂದೆ ಓಡಿದನು. ಹೌದು, ಅದು ಅಲ್ಲಿಯೇ ಇತ್ತು, ಅವರ ಎಲ್ಲಾ ಹೋರಾಟಗಳ ಫಲ, ಅದರ ಅಡಿಪಾಯದ ಸಮಕ್ಕೆ ನೆಲಸಮವಾಗಿತ್ತು, ತುಂಬಾ ಶ್ರಮದಿಂದ ಅವರು ಒಡೆದು ಹಾಕಿದ ಕಲ್ಲುಗಳು ಸುತ್ತಲೂ ಹರಡಿಕೊಂಡಿವೆ. ಮೊದಲಿಗೆ ಮಾತನಾಡಲು ಸಾಧ್ಯವಾಗದೆ, ಅವರು ಬಿದ್ದ ಕಲ್ಲಿನ ಕಸವನ್ನು ದುಃಖದಿಂದ ನೋಡುತ್ತಿದ್ದರು. ನೆಪೋಲಿಯನ್ ನಿಶ್ಯಬ್ದವಾಗಿ ಅಲ್ಲಿಂದ ಮುಂದೆ ಸಾಗುತ್ತಿದ್ದನು, ನೆಲದಲ್ಲಿ ನುಸುಳುತ್ತಿದ್ದನು. ಅವನ ಬಾಲವು ಗಟ್ಟಿಯಾಗಿ ಬೆಳೆದಿತ್ತು ಮತ್ತು ಅಕ್ಕಪಕ್ಕಕ್ಕೆ ತೀವ್ರವಾಗಿ ಸೆಳೆಯುತಿತ್ತು, ಅದು ಅವನಲ್ಲಿನ ತೀವ್ರವಾದ ಮಾನಸಿಕ ಚಟುವಟಿಕೆಯ ಸಂಕೇತವಾಗಿತ್ತು. ಹಠಾತ್ತನೆ ಅವನು ತನ್ನ ಮನಸ್ಸು ಮಾಡಿದವನಂತೆ ನಿಂತನು.

"ಒಡನಾಡಿಗಳೆ," ಅವನು ಸದ್ದಿಲ್ಲದೆ ಹೇಳಿದನು, "ಇದಕ್ಕೆ ಯಾರು ಹೊಣೆ ಎಂದು ನಿಮಗೆ ತಿಳಿದಿದೆಯೇ? ರಾತ್ರಿಯಲ್ಲಿ ಬಂದು ನಮ್ಮ ಗಾಳಿ ಯಂತ್ರವನ್ನು ಉರುಳಿಸಿದ ಶತ್ರು ನಿಮಗೆ ತಿಳಿದಿದ್ದಾನೆಯೇ? ಸ್ನೋಬಾಲ್!" ಎಂದು ಅವನು ಇದ್ದಕ್ಕಿದ್ದಂತೆ ಗುಡುಗಿನ ಧ್ವನಿಯಲ್ಲಿ ಗರ್ಜಿಸಿದನು. "ಸ್ನೋಬಾಲ್ ಈ ಕೆಲಸವನ್ನು ಮಾಡಿದೆ! ಬರಿಯ ದುರುದ್ದೇಶದಿಂದ, ನಮ್ಮ ಯೋಜನೆಗಳನ್ನು ಹಿಮ್ಮೆಟ್ಟಿಸಲು ಮತ್ತು ತನ್ನ ಅಮಾನುಷ ಹೊರಹಾಕುವಿಕೆಗೆ ಸೇಡು ತೀರಿಸಿಕೊಳ್ಳಲು ಯೋಚಿಸುತ್ತಾ, ಈ ದ್ರೋಹಿ ರಾತ್ರಿಯ ನೆಪದಲ್ಲಿ ಇಲ್ಲಿಗೆ ನುಗ್ಗಿ ಸುಮಾರು ಒಂದು ವರ್ಷದ ನಮ್ಮ ಕೆಲಸವನ್ನು ನಾಶಪಡಿಸಿದ್ದಾನೆ ಎಂದಿತು. ಒಡನಾಡಿಗಳೇ, ಇಲ್ಲಿ ಮತ್ತು ಈಗ ನಾನು ಸ್ನೋಬಾಲ್ ಮೇಲೆ ಮರಣದಂಡನೆಯನ್ನು ಉಚ್ಚರಿಸುತ್ತೇನೆ. 'ಪ್ರಾಣಿಗಳ ನಾಯಕ, ಎರಡನೇ ದರ್ಜೆ' ಪ್ರಶಸ್ತಿ ಮತ್ತು ಅರ್ಧ ಬುಟ್ಟಿ ಸೇಬನ್ನು ಅವನನ್ನು ನ್ಯಾಯಕ್ಕೆ ತರುವ ಯಾವುದೇ ಪ್ರಾಣಿಗೆ ನೀಡಲಾಗುತ್ತದೆ. ಪೂರ್ತಿ ಬುಟ್ಟಿ ಅವನನ್ನು ಜೀವಂತವಾಗಿ ಸೆರೆಹಿಡಿಯುವ ಯಾರಿಗಾದರೂ!"

ಸ್ನೋಬಾಲ್ ಕೂಡ ಇ ಕ್ರಿಯೆಗೆ ತಪ್ಪಿತಸ್ಥರೆಂದು ತಿಳಿಯಲು ಪ್ರಾಣಿಗಳು ಅಳತೆ ಮೀರಿ ಆಘಾತಕ್ಕೊಳಗಾದವು. ಕೋಪದ ಕೂಗು ಇತ್ತು, ಮತ್ತು ಪ್ರತಿಯೊಬ್ಬರೂ ಅವನು ಹಿಂತಿರುಗಿದರೆ ಸ್ನೋಬಾಲ್ ಅನ್ನು ಹಿಡಿಯುವ ಮಾರ್ಗಗಳ ಬಗ್ಗೆ ಯೋಚಿಸಲು ಪ್ರಾರಂಭಿಸಿದರು.ತಕ್ಷಣವೇ ಗುಡ್ಡದಿಂದ ಸ್ವಲ್ಪ ದೂರದಲ್ಲಿ ಇರುವ ಹುಲ್ಲಿನಲ್ಲಿ ಹಂದಿಯ ಹೆಜ್ಜೆಗುರುತುಗಳು ಪತ್ತೆಯಾಗಿವೆ. ಅವುಗಳನ್ನು ಕೆಲವು ಗಜಗಳವರೆಗೆ ಮಾತ್ರ ಪತ್ತೆಹಚ್ಚಲು ಸಾಧ್ಯವಾಯಿತು ಆದರೆ ಬೇಲಿಯಲ್ಲಿ ರಂಧ್ರಕ್ಕೆ ದಾರಿ ತೋರಿತು. ನೆಪೋಲಿಯನ್ ಅದನ್ನು ಆಳವಾಗಿ ಮೂಸಿದನು ಮತ್ತು ಅದನ್ನು ಸ್ನೋಬಾಲ್ ಎಂದು ಘೋಷಿಸಿದನು. ಸ್ನೋಬಾಲ್ ಬಹುಶಃ ಫಾಕ್ಸ್‌ವುಡ್ ಫಾರ್ಮ್‌ನ ದಿಕ್ಕಿನಿಂದ ಬಂದಿರಬಹುದು ಎಂದು ಅವನು ತಮ್ಮ ಅಭಿಪ್ರಾಯವನ್ನು ನೀಡಿದರು. ಹೆಜ್ಜೆಗುರುತುಗಳನ್ನು ಪರೀಕ್ಷಿಸಿದಾಗ "ಇನ್ನು ವಿಳಂಬ ಮಾಡುವುದು ಬೇಡ, ಒಡನಾಡಿಗಳೆ!" ನೆಪೋಲಿಯನ್ ಹೀಗೆಂದು ಕೂಗಿದನು. "ಕೆಲಸ ಮಾಡಬೇಕಿದೆ. ಇಂದು ಬೆಳಿಗ್ಗೆ, ನಾವು ಗಾಳಿ ಯಂತ್ರವನ್ನು ಪುನರ್ನಿರ್ಮಿಸಲು ಪ್ರಾರಂಭಿಸೋಣ ಮತ್ತು ಚಳಿಗಾಲ, ಮಳೆ ಅಥವಾ ಬೇಸಿಗೆಯಲ್ಲೂ ನಾವು ಅದನ್ನು ನಿರ್ಮಿಸೋಣ

ಎಂದನು. ಈ ದರಿದ್ರ ದೇಶದ್ರೋಹಿಗೆ ನಮ್ಮ ಕೆಲಸವನ್ನು ಅಷ್ಟು ಸುಲಭವಾಗಿ ಬಿಡಿಸಲು ಸಾಧ್ಯವಿಲ್ಲ ಎಂದು ಕಲಿಸುತ್ತೇವೆ. ನೆನಪಿಡಿ, ಒಡನಾಡಿಗಳೇ, ನಮ್ಮ ಯೋಜನೆಗಳಲ್ಲಿ ಯಾವುದೇ ಬದಲಾವಣೆ ಇರಬಾರದು: ಅವುಗಳನ್ನು ದಿನದಿಂದ ದಿನಕ್ಕೆ ನಿರ್ವಹಿಸಲಾಗುತ್ತದೆ. ಮುಂದಕ್ಕೆ ನಾಡಿಯೋಣ, ಒಡನಾಡಿಗಳೆ! ಗಾಳಿಯಂತ್ರಕ್ಕೆ ದೀರ್ಘಾಯುಷ್ಯವಿರಲಿ! ಅನಿಮಲ್ ಫಾರ್ಮ್ಗೆ ದೀರ್ಘಾಯುಷ್ಯವಿರಲಿ! " ಎಂದು ಜೈಕಾರ ಹಾಕಿತು.

ಅಧ್ಯಾಯ VII

ಈ ಚಳಿಗಾಲ ಕಷ್ಟಕರವಾಗಿತ್ತು. ಬಿರುಗಾಳಿಯುಳ್ಳ ಹವಾಮಾನವು ಹಿಮಪಾತ ಮತ್ತು ಹಿಮದಿಂದ ಕೂಡಿತ್ತು, ಮತ್ತು ನಂತರ ಫೆಬ್ರವರಿ ತನಕ ಗಟ್ಟಿಯಾದ ಮಂಜಿನಿಂದ ಕೂಡಿತ್ತು. ಪ್ರಾಣಿಗಳು ಗಾಳಿಯಂತ್ರದ ಪುನರ್ನಿರ್ಮಾಣವನ್ನು ತಮ್ಮ ಕೈಲಾದಷ್ಟು ಮುಂದುವರೆಸಿದವು, ಹೊರಗಿನ ಪ್ರಪಂಚವು ತಮ್ಮನ್ನು ಗಮನಿಸುತ್ತಿದೆ ಮತ್ತು ಅಸೂಯೆ ಪಟ್ಟ ಮಾನವರು ಸಮಯಕ್ಕೆ ಗಿರಣಿಯನ್ನು ಪೂರ್ಣಗೊಳಿಸದಿದ್ದರೆ ಸಂತೋಷಪಡುತ್ತಾರೆ ಮತ್ತು ವಿಜಯಶಾಲಿಯಾಗುತ್ತಾರೆ ಎಂದು ಚೆನ್ನಾಗಿ ತಿಳಿದಿದ್ದರು.

ಅದರ ಹೊರತಾಗಿಯೂ, ಗಾಳಿಯಂತ್ರವನ್ನು ನಾಶಪಡಿಸಿದ್ದು ಸ್ನೋಬಾಲ್ ಎಂದು ಮನುಷ್ಯರು ನಂಬದಂತೆ ನಟಿಸಿದರು: ಗೋಡೆಗಳು ತುಂಬಾ ತೆಳುವಾಗಿರುವುದರಿಂದ ಅದು ಕೆಳಗೆ ಬಿದ್ದಿದೆ ಎಂದು ಅವರು ಹೇಳಿದರು. ಇದು ಹಾಗಲ್ಲ ಎಂದು ಪ್ರಾಣಿಗಳಿಗೆ ತಿಳಿದಿತ್ತು. ಆದರೂ, ಹಿಂದಿನಂತೆ ಹದಿನೆಂಟು ಇಂಚುಗಳ ಬದಲಾಗಿ ಈ ಬಾರಿ ಮೂರು ಅಡಿ ದಪ್ಪದ ಗೋಡೆಗಳನ್ನು ನಿರ್ಮಿಸಲು ನಿರ್ಧರಿಸಲಾಯಿತು, ಅಂದರೆ ಹೆಚ್ಚಿನ ಪ್ರಮಾಣದ ಕಲ್ಲುಗಳನ್ನು ಸಂಗ್ರಹಿಸುವುದು ಆಗಿತ್ತು. ದೀರ್ಘಕಾಲದವರೆಗೆ, ಕ್ವಾರಿ ಹಿಮಪಾತದಿಂದ ತುಂಬಿತ್ತು, ಮತ್ತು ಏನೂ ಮಾಡಲಾಗಲಿಲ್ಲ. ನಂತರದ ಚಳಿ ಹವಾಮಾನದಲ್ಲಿ ಕೆಲವು ಪ್ರಗತಿಯನ್ನು ಮಾಡಲಾಯಿತು, ಆದರೆ ಇದು ಕ್ರೂರ ಕೆಲಸವಾಗಿತ್ತು, ಮತ್ತು ಪ್ರಾಣಿಗಳು ಮೊದಲು ಭಾವಿಸಿದಂತೆ ಅದರ ಬಗ್ಗೆ ಈಗ ತುಂಬಾ ಭರವಸೆ ಹೊಂದಲು ಸಾಧ್ಯವಾಗಲಿಲ್ಲ. ಅವರು ಯಾವಾಗಲೂ ಚಳಿಯಿಂದಿರುತ್ತಿದ್ದರು ಮತ್ತು ಸಾಮಾನ್ಯವಾಗಿ ಹಸಿವಿನಿಂದ ಕೂಡಿರುತ್ತಿದ್ದರು. ಬಾಕ್ಸರ್ ಮತ್ತು ಕ್ಲೋವರ್ ಮಾತ್ರ ಎಂದಿಗೂ ಹೃದಯವನ್ನು ಕಳೆದುಕೊಳ್ಳಲಿಲ್ಲ. ಸ್ಕ್ವೀಲರ್ ಸೇವೆಯ ಸಂತೋಷ ಮತ್ತು ದುಡಿಮೆಯ ಘನತೆಯ ಬಗ್ಗೆ ಅತ್ಯುತ್ತಮ ಭಾಷಣಗಳನ್ನು ಮಾಡಿದನು, ಆದರೆ ಇತರ

ಪ್ರಾಣಿಗಳು ಬಾಕ್ಸರ್ನ ಶಕ್ತಿಯಲ್ಲಿ ಹೆಚ್ಚು ಸ್ಫೂರ್ತಿಯನ್ನು ಕಂಡುಕೊಂಡವು ಮತ್ತು ಅವನ "ನಾನು ಕಷ್ಟಪಟ್ಟು ಕೆಲಸ ಮಾಡುತ್ತೇನೆ!" ಎನ್ನುವ ಸೂತ್ರವನ್ನು.

ಜನವರಿಯಲ್ಲಿ ಆಹಾರ ಕಡಿಮೆಯಾಯಿತು. ಜೋಳದ ಪಡಿತರವನ್ನು ತೀವ್ರವಾಗಿ ಕಡಿಮೆಗೊಳಿಸಲಾಯಿತು ಮತ್ತು ಅದನ್ನು ಸರಿದೂಗಿಸಲು ಹೆಚ್ಚುವರಿ ಆಲೂಗಡ್ಡೆ ಪಡಿತರವನ್ನು ನೀಡಲಾಗುವುದು ಎಂದು ಘೋಷಿಸಲಾಯಿತು. ಆಗ ಆಲೂಗೆಡ್ಡೆಯ ಹೆಚ್ಚಿನ ಭಾಗವು ಹಿಡಿಕಟ್ಟುಗಳಲ್ಲಿ ಮಂಜುಗಡ್ಡೆಯಾಗಿದ್ದು, ಅದನ್ನು ಸಾಕಷ್ಟು ದಪ್ಪವಾಗಿ ಮುಚ್ಚಲಾಗಿಲ್ಲ ಎಂದು ಕಂಡುಹಿಡಿಯಲಾಯಿತು. ಆಲೂಗೆಡ್ಡೆಗಳು ಮೃದುವಾಗಿತ್ತು ಮತ್ತು ಬಣ್ಣ ಬದಲಾಗಿತ್ತು ಮತ್ತು ಅದರಲ್ಲಿ ಕೆಲವು ಮಾತ್ರ ತಿನ್ನಬಹುದಾಗಿತ್ತು. ದಿನಗಟ್ಟಲೆ ಆ ಪ್ರಾಣಿಗಳಿಗೆ ಹೊಟ್ಟು ಬಿಟ್ಟರೆ ಬೇರೇನೂ ಇರುತ್ತಿರಲಿಲ್ಲ. ಹಸಿವು ಅವರ ಮುಖವನ್ನು ದಿಟ್ಟಿಸಿದಂತೆ ತೋರುತ್ತಿತ್ತು.

ಈ ಸತ್ಯವನ್ನು ಹೊರಗಿನ ಪ್ರಪಂಚದಿಂದ ಮರೆಮಾಚುವುದು ಅತ್ಯಗತ್ಯವಾಗಿತ್ತು. ಗಾಳಿಯಂತ್ರದ ಕುಸಿತದಿಂದ ಧೈರ್ಯಗೊಂಡ ಮನುಷ್ಯರು ಅನಿಮಲ್ ಫಾರ್ಮ್ ಬಗ್ಗೆ ಹೊಸ ಸುಳ್ಳುಗಳನ್ನು ಕಂಡುಹಿಡಿಯುತ್ತಿದ್ದರು. ಎಲ್ಲಾ ಪ್ರಾಣಿಗಳು ಕ್ಷಾಮ ಮತ್ತು ರೋಗದಿಂದ ಸಾಯುತ್ತಿವೆ ಮತ್ತು ಅವು ನಿರಂತರವಾಗಿ ತಮ್ಮ ನಡುವೆ ಜಗಳವಾಡುತ್ತಿವೆ ಮತ್ತು ನರಭಕ್ಷಕತೆ ಮತ್ತು ಶಿಶುಹತ್ಯೆಯನ್ನು ಆಶ್ರಯಿಸಿವೆ ಎಂದು ಮತ್ತೊಮ್ಮೆ ಸುಳ್ಳು ಹೇಳಲಾಯಿತು. ಆಹಾರದ ಪರಿಸ್ಥಿತಿಯ ನೈಜ ಸಂಗತಿಗಳು ತಿಳಿದಿದ್ದರೆ ಆಗಬಹುದಾದ ಕೆಟ್ಟ ಫಲಿತಾಂಶಗಳ ಬಗ್ಗೆ ನೆಪೋಲಿಯನ್ ಚೆನ್ನಾಗಿ ತಿಳಿದಿದ್ದ ಮತ್ತು ಒಳ್ಳೆಯ ಅನಿಸಿಕೆಗಳನ್ನು ಹರಡಲು ವೈಂಪರ್ ಅನ್ನು ಬಳಸಲು ನಿರ್ಧರಿಸಿದ. ವೈಂಪರ್ ಅವರ ಸಾಪ್ತಾಹಿಕ ಭೇಟಿಗಳಲ್ಲಿ ಇದುವರೆಗೆ ಪ್ರಾಣಿಗಳು ಕಡಿಮೆ ಅಥವಾ ಯಾವುದೇ ಸಂಪರ್ಕವನ್ನು ಹೊಂದಿರಲಿಲ್ಲ: ಈಗ, ಆದಾಗ್ಯೂ, ಕೆಲವು ಆಯ್ದ ಪ್ರಾಣಿಗಳು, ಹೆಚ್ಚಾಗಿ ಕುರಿಗಳು, ಪಡಿತರವನ್ನು ಹೆಚ್ಚಿಸಲಾಗಿದೆ ಎಂದು ಅವರ ವಿಚಾರಣೆಯಲ್ಲಿ ಆಕಸ್ಮಿಕವಾಗಿ ಹೇಳಲು ಸೂಚಿಸಲಾಯಿತು. ಜೊತೆಗೆ, ನೆಪೋಲಿಯನ್ ಶೆಡ್ನಲ್ಲಿನ ಬಹುತೇಕ ಖಾಲಿ ತೊಟ್ಟಿಗಳನ್ನು ಮರಳಿನಿಂದ ತುಂಬಲು ಆದೇಶಿಸಿದನು, ನಂತರ ಅದನ್ನು ಧಾನ್ಯ ಮತ್ತು ಊಟದ

ಉಳಿದ ಆಹಾರಗಳಿಂದ ಮುಚ್ಚಲಾಯಿತು. ಕೆಲವು ಸೂಕ್ತವಾದ ನೆಪದಲ್ಲಿ ವೈಂಪರ್ ಅನ್ನು ಸ್ಟೋರ್-ಶೆಡ್ ಮೂಲಕ ಕರೆದೊಯ್ಯಲಾಯಿತು ಮತ್ತು ತೊಟ್ಟಿಗಳ ಒಂದು ನೋಟವನ್ನು ಪಡೆಯುವ ಹಾಗೆ ಮಾಡಲಾಯಿತು. ಅವನನ್ನು ಮೋಸಗೊಳಿಸಲಾಯಿತು ಮತ್ತು ಅನಿಮಲ್ ಫಾರ್ಮ್‌ನಲ್ಲಿ ಆಹಾರದ ಕೊರತೆಯಿಲ್ಲ ಎಂದು ಹೊರ ಜಗತ್ತಿಗೆ ವರದಿ ಮಾಡುವುದನ್ನು ಮುಂದುವರಿಸಲಾಯಿತು.

ಅದೇನೇ ಇದ್ದರೂ, ಜನವರಿ ಅಂತ್ಯದ ವೇಳೆಗೆ ಎಲ್ಲಿಂದಲಾದರೂ ಇನ್ನೂ ಸ್ವಲ್ಪ ಧಾನ್ಯವನ್ನು ಸಂಗ್ರಹಿಸುವುದು ಅವಶ್ಯಕ ಎಂದು ಸ್ಪಷ್ಟವಾಯಿತು. ಆ ದಿನಗಳಲ್ಲಿ ನೆಪೋಲಿಯನ್ ಸಾರ್ವಜನಿಕವಾಗಿ ವಿರಳವಾಗಿ ಕಾಣಿಸಿಕೊಂಡನು, ಆದರೆ ಫಾರ್ಮ್‌ಹೌಸ್‌ನಲ್ಲಿ ತನ್ನ ಸಮಯವನ್ನು ಕಳೆದನು, ಪ್ರತಿ ಬಾಗಿಲಲ್ಲೂ ಉಗ್ರವಾಗಿ ಕಾಣುವ ನಾಯಿಗಳು ಕಾವಲು ಕಾಯುತ್ತಿದ್ದವು. ಅವನು ಹೊರಬಂದಾಗ, ಆರು ನಾಯಿಗಳು ಬೆಂಗಾವಲಾಗಿ ಅವನನ್ನು ಸುತ್ತುವರೆದಿದ್ದವು ಮತ್ತು ಯಾರಾದರೂ ತುಂಬಾ ಹತ್ತಿರ ಬಂದರೆ ಅವು ಬೊಗಳಿದವು. ಆಗಾಗ್ಗೆ ಅವನು ಭಾನುವಾರ ಬೆಳಿಗ್ಗೆ ಕಾಣಿಸಿಕೊಳ್ಳಲಿಲ್ಲ ಆದರೆ ಇತರ ಹಂದಿಗಳಲ್ಲಿ ಒಂದಾದ ಸ್ಕ್ವೀಲರ್ ಮೂಲಕ ತನ್ನ ಆದೇಶಗಳನ್ನು ನೀಡಿದನು.

ಒಂದು ಭಾನುವಾರ ಬೆಳಿಗ್ಗೆ ಸ್ಕ್ವೀಲರ್ ಮೊಟ್ಟೆ ಇಡಲು ಬಂದ ಕೋಳಿಗಳು ತಮ್ಮ ಮೊಟ್ಟೆಗಳನ್ನು ಒಪ್ಪಿಸಬೇಕು ಎಂದು ಘೋಷಿಸಿದ. ನೆಪೋಲಿಯನ್ ವೈಂಪರ್ ಮೂಲಕ ವಾರಕ್ಕೆ ನಾಲ್ಕು ನೂರು ಮೊಟ್ಟೆಗಳ ಒಪ್ಪಂದವನ್ನು ಒಪ್ಪಿಕೊಂಡನು. ಬೇಸಿಗೆ ಬರುವವರೆಗೆ ಮತ್ತು ಪರಿಸ್ಥಿತಿಗಳು ಸುಲಭವಾಗುವವರೆಗೆ ಇವುಗಳ ಬೆಲೆ ಸಾಕಷ್ಟು ಧಾನ್ಯ ಮತ್ತು ಊಟಕ್ಕೆ ಪಾವತಿಸುತ್ತದೆ.

ಇದನ್ನು ಕೇಳಿದ ಕೋಳಿಗಳು ಭಯಂಕರವಾದ ಜಗಳ ಎಬ್ಬಿಸಿದವು. ಈ ತ್ಯಾಗ ಅಗತ್ಯವಾಗಬಹುದು ಎಂದು ಅವರಿಗೆ ಮೊದಲೇ ಎಚ್ಚರಿಕೆ ನೀಡಲಾಗಿತ್ತು ಆದರೆ ಅದು ನಿಜವಾಗಿಯೂ ಸಂಭವಿಸುತ್ತದೆ ಎಂದು ನಂಬಿರಲಿಲ್ಲ. ಅವರು ವಸಂತದಲ್ಲಿ ಕಾವು ಕೊಡಲು ಸಿದ್ಧಪಡಿಸಿಕೊಳ್ಳುತ್ತಿದ್ದರು ಮತ್ತು ಈಗ ಮೊಟ್ಟೆಗಳನ್ನು ತೆಗೆದುಕೊಂಡು ಹೋಗುವುದು ಕೊಲೆ ಎಂದು ಅವರು ಪ್ರತಿಭಟಿಸಿದರು. ಜೋನ್ಸ್‌ನ

ಉಚ್ಚಾಟನೆಯ ನಂತರ ಮೊದಲ ಬಾರಿಗೆ, ದಂಗೆಯನ್ನು ಹೋಲುವ ಏನೋ ಇತ್ತು. ಮೂರು ಯುವ ಕಪ್ಪು ಮಿನೋರ್ಕಾ ಕೋಳಿಗಳ ನೇತೃತ್ವದಲ್ಲಿ, ಕೋಳಿಗಳು ನೆಪೋಲಿಯನ್‌ನ ಇಚ್ಛೆಯನ್ನು ತಡೆಯಲು ದೃಢವಾದ ಪ್ರಯತ್ನವನ್ನು ಮಾಡಿದವು. ಅಟ್ಟದವರೆಗೆ ಹಾರುವುದು ಮತ್ತು ಅಲ್ಲಿ ಮೊಟ್ಟೆಗಳನ್ನು ಇಡುವುದು, ಅದು ಅಲ್ಲಿಂದ ನೆಲದ ಮೇಲೆ ಒಡೆಯಲು ಬಿಡುವುದು ಅವರ ವಿಧಾನವಾಗಿತ್ತು. ನೆಪೋಲಿಯನ್ ವೇಗವಾಗಿ ಮತ್ತು ನಿರ್ದಯವಾಗಿ ವರ್ತಿಸಿದರು. ಕೋಳಿಗಳ ಪಡಿತರವನ್ನು ನಿಲ್ಲಿಸಲು ಅವರು ಆದೇಶಿಸಿದರು ಮತ್ತು ಯಾವುದೇ ಪ್ರಾಣಿಯು ಕೋಳಿಗೆ ಜೋಳದ ಧಾನ್ಯವನ್ನು ಕೊಟ್ಟರೆ ಮರಣದಂಡನೆ ವಿಧಿಸಬೇಕು ಎಂದು ಆದೇಶಿಸಿದನು. ನಾಯಿಗಳು ಈ ಆದೇಶಗಳನ್ನು ಕೈಗೊಳ್ಳುವಂತೆ ನೋಡಿಕೊಳ್ಳಲು ಹೇಳಿದನು. ಐದು ದಿನಗಳ ಕಾಲ ಕೋಳಿಗಳು ಹಿಡಿದವು, ನಂತರ ಅವರು ಶರಣಾದರು ಮತ್ತು ತಮ್ಮ ಗೂಡಿನ ಪೆಟ್ಟಿಗೆಗಳಿಗೆ ಹಿಂತಿರುಗಿದರು. ಈ ಮಧ್ಯೆ ಒಂಬತ್ತು ಕೋಳಿಗಳು ಸಾವನ್ನಪ್ಪಿದ್ದವು. ಅವರ ದೇಹಗಳನ್ನು ತೋಟದಲ್ಲಿ ಹೂಳಲಾಯಿತು, ಮತ್ತು ಅವರು ಕೋಕ್ಸಿಡಿಯೋಸಿಸ್ನಿಂದ ಸಾವನ್ನಪ್ಪಿದ್ದಾರೆ ಎಂದು ಹೇಳಲಾಯಿತು. ವೈಂಪರ್ ಈ ಸಂಬಂಧದ ಬಗ್ಗೆ ಏನನ್ನೂ ಕೇಳಲಿಲ್ಲ, ಮತ್ತು ಮೊಟ್ಟೆಗಳನ್ನು ಸರಿಯಾಗಿ ವಿತರಿಸಲಾಯಿತು, ಕಿರಾಣಿ ಗಾಡಿ ವಾರಕ್ಕೊಮ್ಮೆ ಅವುಗಳನ್ನು ತೆಗೆದುಕೊಂಡು ಹೋಗಲು ಜಮೀನಿಗೆ ಹೋಗುತ್ತಿತ್ತು.

ಈ ಎಲ್ಲಾ ಸಮಯದಲ್ಲಿ ಸ್ನೋಬಾಲ್ ಕಾಣಿಸಿಕೊಳ್ಳಲಿಲ್ಲ. ಅವರು ಪಕ್ಕದ ಫಾಕ್ಸ್ ವುಡ್ ಅಥವಾ ಪಿಂಚ್‌ಫೀಲ್ಡ್‌ನಲ್ಲಿ ಅಡಗಿಕೊಂಡಿದ್ದಾರೆ ಎಂದು ವದಂತಿಗಳಿದ್ದವು. ನೆಪೋಲಿಯನ್ ಈ ಸಮಯದಲ್ಲಿ ಇತರ ರೈತರೊಂದಿಗೆ ಮೊದಲಿಗಿಂತ ಸ್ವಲ್ಪ ಉತ್ತಮ ಸಂಬಂಧವನ್ನು ಹೊಂದಿದ್ದನು. ಹತ್ತು ವರ್ಷಗಳ ಹಿಂದೆ ಬೀಚ್ ಸ್ಪಿನ್ನಿಯನ್ನು ತೆರವುಗೊಳಿಸಿದಾಗ ಅಲ್ಲಿ ಜೋಡಿಸಲಾದ ಮರದ ರಾಶಿಯೊಂದು ಅಂಗಳದಲ್ಲಿತ್ತು. ಇದು ಚೆನ್ನಾಗಿ ಒಣಗಿದ್ದವು, ಮತ್ತು ನೆಪೋಲಿಯನ್ಗೆ ಅದನ್ನು ಮಾರಾಟ ಮಾಡಲು ವೈಂಪರ್ ಸಲಹೆ ನೀಡಿದ್ದರು; ಪಿಲ್ಕಿಂಗ್ಟನ್ ಮತ್ತು ಫ್ರೆಡೆರಿಕ್ ಇಬ್ಬರೂ ಅದನ್ನು ಖರೀದಿಸಲು ಉತ್ಸುಕರಾಗಿದ್ದರು. ನೆಪೋಲಿಯನ್ ತನ್ನ ಮನಸ್ಸು ಮಾಡಲು ಸಾಧ್ಯವಾಗದೆ ಇಬ್ಬರ ನಡುವೆ ಹಿಂಜರಿಯುತ್ತಿದ್ದನು. ಅವನು ಫ್ರೆಡೆರಿಕ್‌ನೊಂದಿಗೆ

ಒಪ್ಪಂದಕ್ಕೆ ಬರುವ ಹಂತದಲ್ಲಿ ತೋರಿದಾಗಲೆಲ್ಲಾ, ಸ್ನೋಬಾಲ್ ಫಾಕ್ಸ್‌ವುಡ್‌ನಲ್ಲಿ ಅಡಗಿಕೊಂಡಿದೆ ಎಂದು ಘೋಷಿಸಲಾಯಿತು, ಆದರೆ ಅವನು ಪಿಲ್ಕಿಂಗ್‌ಟನ್‌ನತ್ತ ಒಲವು ತೋರಿದಾಗ, ಸ್ನೋಬಾಲ್ ಪಿಂಚ್‌ಫೀಲ್ಡ್‌ನಲ್ಲಿದ್ದಾನೆ ಎಂದು ಹೇಳಲಾಯಿತು. ಇದ್ದಕ್ಕಿದ್ದಂತೆ, ವಸಂತಕಾಲದ ಆರಂಭದಲ್ಲಿ, ಆತಂಕಕಾರಿ ಸಂಗತಿಯನ್ನು ಕಂಡುಹಿಡಿಯಲಾಯಿತು. ಸ್ನೋಬಾಲ್ ರಾತ್ರಿಯಲ್ಲಿ ರಹಸ್ಯವಾಗಿ ಫಾರ್ಮ್‌ಗೆ ಭೇಟಿ ನೀಡುತ್ತಿತ್ತು! ಪ್ರಾಣಿಗಳು ತುಂಬಾ ಹೆದರಿದವು, ಅವುಗಳು ತಮ್ಮ ಕೊಟ್ಟಿಗೆಗಳಲ್ಲಿ ಮಲಗಲು ಹಿಂಜರಿಕೆ ಬಂತು. ರಾತ್ರಿಯೆಲ್ಲಾ ಕತ್ತಲೆಯ ಮರೆಯಲ್ಲಿ ತೆವಳುತ್ತಾ ಬಂದು ಎಲ್ಲ ರೀತಿಯ ದುಷ್ಕೃತ್ಯಗಳನ್ನು ಮಾಡುತ್ತಿದ್ದ ಎಂದು ಹೇಳಲಾಗುತ್ತಿತ್ತು. ಅವನು ಜೋಳವನ್ನು ಕದ್ದನು, ಅವನು ಹಾಲು-ಹಾಲಿನ ಪಾತ್ರೆಗಳನ್ನು ಹಾಳು ಮಾಡಿದನು, ಅವನು ಮೊಟ್ಟೆಗಳನ್ನು ಒಡೆದನು, ಅವನು ಬೀಜಗಳನ್ನು ತುಳಿದನು, ಅವನು ಹಣ್ಣಿನ ಮರಗಳ ತೊಗಟೆಯನ್ನು ಕಡಿದನು ಎಂದು ಏನಾದರೂ ತಪ್ಪಾದಾಗ ಅದನ್ನು ಸ್ನೋಬಾಲ್ ಮೇಲೆ ಹೇಳುವುದು ಸಾಮಾನ್ಯವಾಯಿತು. ಕಿಟಕಿ ಒಡೆದರೆ ಅಥವಾ ಚರಂಡಿ ಕಟ್ಟಿಕೊಂಡರೆ, ರಾತ್ರಿಯಲ್ಲಿ ಸ್ನೋಬಾಲ್ ಬಂದು ಅದನ್ನು ಮಾಡಿದೆ ಎಂದು ಯಾರಾದರೂ ಹೇಳುವುದು ಖಚಿತವಾಗಿತ್ತು ಮತ್ತು ಶೆಡ್‌ನ ಕೀ ಕಳೆದುಹೋದಾಗ, ಸ್ನೋಬಾಲ್ ಅದನ್ನು ಎಸೆದಿದೆ ಎಂದು ಎಲ್ಲ ಪ್ರಾಣಿಗಳು ಅಂದುಕೊಳ್ಳುತ್ತಿದ್ದವು. ಬಾವಿಯ ಕೆಳಗೆ. ಕುತೂಹಲಕಾರಿಯಾಗಿ, ಮಾಂಸದ ಚೀಲದ ಅಡಿಯಲ್ಲಿ ತಪ್ಪಾಗಿ ಬಿದ್ದ ಬೀಗದ ಕೈ ಪತ್ತೆಯಾದ ನಂತರವೂ ಅವರು ಇದನ್ನು ನಂಬಿದರು. ಹಸುಗಳು ಸ್ನೋಬಾಲ್ ತಮ್ಮ ಕೊಟ್ಟಿಗೆಗಳಿಗೆ ನುಗ್ಗಿ ನಿದ್ರೆಯಲ್ಲಿ ಹಾಲು ಕದ್ದಿತು ಎಂದು ಸರ್ವಾನುಮತದಿಂದ ಘೋಷಿಸಿದವು. ಆ ಚಳಿಗಾಲದಲ್ಲಿ ತ್ರಾಸದಾಯಕವಾಗಿದ್ದ ಇಲಿಗಳು ಸ್ನೋಬಾಲ್‌ನೊಂದಿಗೆ ಸೇರಿಕೊಂಡಿವೆ ಎಂದು ಹೇಳಲಾಯಿತು.

ನೆಪೋಲಿಯನ್ ಸ್ನೋಬಾಲ್ನ ಚಟುವಟಿಕೆಗಳ ಬಗ್ಗೆ ಸಂಪೂರ್ಣ ತನಿಖೆಯಾಗಬೇಕೆಂದು ತೀರ್ಪು ನೀಡಿದ. ಹಾಜರಿದ್ದ ತನ್ನ ನಾಯಿಗಳೊಂದಿಗೆ, ಅವನು ಹೊರಟು, ಫಾರ್ಮ್ ಕಟ್ಟಡಗಳ ಸೂಕ್ಷ್ಮ ಪರಿಶೀಲನೆಯನ್ನು ಮಾಡಿದನು, ಇತರ ಪ್ರಾಣಿಗಳು ಗೌರವಾನ್ವಿತ ದೂರದಲ್ಲಿ ಅವನನ್ನು ಅನುಸರಿಸುತ್ತಿದ್ದವು. ಪ್ರತಿ

ಕೆಲವು ಹಂತಗಳಲ್ಲಿ ನೆಪೋಲಿಯನ್ ನಿಂತು ಸ್ನೋಬಾಲ್ನ ಹೆಜ್ಜೆಗಳ ಕುರುಹುಗಳಿಗಾಗಿ ನೆಲವನ್ನು ಮೂಸಿದನು, ಅವನು ಅದನ್ನು ವಾಸನೆಯಿಂದ ಕಂಡುಹಿಡಿಯಬಹುದು ಎಂದು ಅವನು ಹೇಳಿದನು. ಅವನು ಪ್ರತಿ ಮೂಲೆಯಲ್ಲಿ, ಕೊಟ್ಟಿಗೆಯಲ್ಲಿ, ದನದ ಕೊಟ್ಟಿಗೆಯಲ್ಲಿ, ಕೋಳಿಮನೆಗಳಲ್ಲಿ, ತರಕಾರಿ ತೋಟದಲ್ಲಿ ಮೂಸಿನೋಡಿದನು ಮತ್ತು ಬಹುತೇಕ ಎಲ್ಲೆಡೆ ಸ್ನೋಬಾಲ್ ಕುರುಹುಗಳನ್ನು ಕಂಡುಕೊಂಡನು. ಅವನು ತನ್ನ ಮೂತಿಯನ್ನು ನೆಲಕ್ಕೆ ಇಡುತ್ತಿದ್ದನು, ಹಲವಾರು ಬಾರಿ ಮೂಸುತ್ತಿದ್ದನು ಮತ್ತು ಭಯಾನಕ ಧ್ವನಿಯಲ್ಲಿ ಉದ್ಗರಿಸುತ್ತಿದ್ದನು, "ಸ್ನೋಬಾಲ್! ಅವನು ಇಲ್ಲಿ ಬಂದಿದ್ದನು! ನಾನು ಅವನನ್ನು ಸ್ಪಷ್ಟವಾಗಿ ವಾಸನೆ ಮಾಡಬಲ್ಲೆ! ಮತ್ತು "ಸ್ನೋಬಾಲ್" ಎಂಬ ಪದದಲ್ಲಿ ಎಲ್ಲಾ ನಾಯಿಗಳು ರಕ್ತ-ಕಡಗಿಸುವ ಘರ್ಜನೆಗಳನ್ನು ಬಿಟ್ಟು ತಮ್ಮ ಹಲ್ಲುಗಳನ್ನು ತೋರಿಸುತ್ತಿದ್ದವು. ಪ್ರಾಣಿಗಳು ಸಂಪೂರ್ಣವಾಗಿ ಹೆದರಿದವು. ಸ್ನೋಬಾಲ್ ಒಂದು ರೀತಿಯ ಅದೃಶ್ಯ ಪ್ರಭಾವ ಎಂದು ಅವರಿಗೆ ತೋರುತ್ತಿತ್ತು, ಎಲ್ಲಾ ರೀತಿಯ ಅಪಾಯಗಳಿಂದ ಅವರು ಬೆದರುತ್ತಿರುವಂತೆ ಅವರ ಸುತ್ತಲೂ ಗಾಳಿಯು ವ್ಯಾಪಿಸಿದೆ. ಸಂಜೆ ಸ್ಕ್ವೀಲರ್ ಅವರನ್ನು ಒಟ್ಟಿಗೆ ಕರೆದರು ಮತ್ತು ಅವನ ಮುಖದ ಮೇಲೆ ಗಾಬರಿಗೊಂಡ ಭಾವದಿಂದ ಅವನು ವರದಿ ಮಾಡಲು ಕೆಲವು ಗಂಭೀರ ಸುದ್ದಿಗಳಿವೆ ಎಂದು ಹೇಳಿದನು.

"ಒಡನಾಡಿಗಳೆ!" ಸ್ಕ್ವೀಲರ್ ಅಳುತ್ತಾ, ಸ್ವಲ್ಪ ಭಯಗೊಂಡ ರೀತಿ ನಡೆದಾಡುತ್ತಾ, "ಅತ್ಯಂತ ಭಯಾನಕ ಸಂಗತಿಯನ್ನು ಕಂಡುಹಿಡಿಯಲಾಗಿದೆ. ಸ್ನೋಬಾಲ್ ತನ್ನನ್ನು ಪಿಂಚ್‌ಫೀಲ್ಡ್ ಫಾರ್ಮ್‌ನ ಫ್ರೆಡೆರಿಕ್‌ಗೆ ಮಾರಿಕೊಂಡಿದೆ, ಅವನು ಈಗಲೂ ನಮ್ಮ ಮೇಲೆ ದಾಳಿ ಮಾಡಲು ಮತ್ತು ನಮ್ಮ ಫಾರ್ಮ್ ಅನ್ನು ನಮ್ಮಿಂದ ದೂರ ಮಾಡಲು ಸಂಚು ರೂಪಿಸುತ್ತಿದ್ದಾನೆ! ದಾಳಿ ಪ್ರಾರಂಭವಾದಾಗ ಸ್ನೋಬಾಲ್ ತನ್ನನ್ನು ಅವನ ಮಾರ್ಗದರ್ಶಿಯಾಗಿ ಕಾರ್ಯನಿರ್ವಹಿಸುತ್ತದೆ. ಆದರೆ ಅದಕ್ಕಿಂತ ಕೆಟ್ಟದ್ದು ಇದೆ. ಸ್ನೋಬಾಲ್‌ನ ದಂಗೆಯು ಅವನ ಹಿರಿಮೆ ಮತ್ತು ಮಹತ್ವಾಕಾಂಕ್ಷೆಯಿಂದ ಉಂಟಾಗಿದೆ ಎಂದು ನಾವು ಭಾವಿಸಿದ್ದೇವೆ. ಆದರೆ ನಾವು ತಪ್ಪಾಗಿದ್ದೇವೆ, ಒಡನಾಡಿಗಳೆ. ನಿಜವಾದ ಕಾರಣ ಏನು ಗೊತ್ತಾ? ಸ್ನೋಬಾಲ್ ಮೊದಲಿನಿಂದಲೂ

ಜೋನ್ಸ್‌ನೊಂದಿಗೆ ಇದ್ದನು! ಅವನು ಸಾರ್ವಕಾಲಿಕವಾಗಿ ಜೋನ್ಸ್‌ನ ರಹಸ್ಯ ಏಜೆಂಟ್ ಆಗಿದ್ದನು. ಅವನು ಬಿಟ್ಟುಹೋದ ಮತ್ತು ನಾವು ಈಗಷ್ಟೇ ಕಂಡುಹಿಡಿದಿರುವ ದಾಖಲೆಗಳಿಂದ ಎಲ್ಲವನ್ನೂ ಸಾಬೀತುಪಡಿಸಲಾಗಿದೆ. ನನ್ನ ಮನಸ್ಸಿಗೆ ಇದು ಬಹಳಷ್ಟು ವಿವರಿಸುತ್ತದೆ, ಒಡನಾಡಿಗಳೆ. ಗೋಶಾಲೆಯ ಕದನದಲ್ಲಿ ನಮ್ಮನ್ನು ಸೋಲಿಸಲು ಮತ್ತು ನಾಶಮಾಡಲು ಅವನು ಅದೃಷ್ಟವಶಾತ್ ಯಶಸ್ವಿಯಾಗದೆ ಹೇಗೆ ಪ್ರಯತ್ನಿಸಿದನು ಎಂದು ನಾವೇ ನೋಡಲಿಲ್ಲವೇ?

ಪ್ರಾಣಿಗಳು ದಿಗ್ಭ್ರಮೆಗೊಂಡವು. ಇದು ಸ್ನೋಬಾಲ್‌ನ ಗಾಳಿ ಯಂತ್ರದ ನಾಶವನ್ನು ಮೀರಿಸುವ ದುಷ್ಟತನವಾಗಿದೆ. ಆದರೆ ಅವರು ಅದನ್ನು ಸಂಪೂರ್ಣವಾಗಿ ನಂಬಲು ಕೆಲವು ನಿಮಿಷಗಳ ಮೊದಲು. ಅವರೆಲ್ಲರೂ ನೆನಪಿಸಿಕೊಂಡರು ಅಥವಾ ಅವರು ನೆನಪಿಸಿಕೊಂಡರು ಎಂದು ಭಾವಿಸಿದರು, ಅವರು ದನದ ಕೊಟ್ಟಿಗೆಯ ಕದನದಲ್ಲಿ ಸ್ನೋಬಾಲ್ ತಮ್ಮ ಮುಂದೆ ಹೇಗೆ ಮುಂಚೂಣಿಯಲ್ಲಿದ್ದದ್ದು, ಅವನು ಪ್ರತಿ ತಿರುವಿನಲ್ಲಿ ಹೇಗೆ ಒಟ್ಟುಗೂಡಿದನು ಮತ್ತು ಅವರನ್ನು ಪ್ರೋತ್ಸಾಹಿಸಿದನು, ಮತ್ತು ಜೋನ್ಸ್‌ನ ಬಂದೂಕಿನ ಗುಳಿಗೆಗಳು ಅವನ ಬೆನ್ನನ್ನು ಗಾಯಗೊಳಿಸಿದಾಗಲೂ ಅವನು ಹೇಗೆ ಒಂದು ಕ್ಷಣವೂ ವಿರಾಮಗೊಳಿಸಲಿಲ್ಲ ಎಂಬುದನ್ನು. ಅವನು ಮಲಗಿದನು, ಅವನ ತನ್ನ ಮುಂದಿರುವ ಗೊರಸುಗಳನ್ನು ಒಳಗೆ ಹಿಡಿದು, ಅವನ ಕಣ್ಣುಗಳನ್ನು ಮುಚ್ಚಿದನು ಮತ್ತು ಕಠಿಣ ಪ್ರಯತ್ನದಿಂದ ತನ್ನ ಆಲೋಚನೆಗಳನ್ನು ರೂಪಿಸುವಲ್ಲಿ ಯಶಸ್ವಿಯಾದನು.

"ನಾನು ಅದನ್ನು ನಂಬುವುದಿಲ್ಲ" ಎಂದು ಅವನು ಹೇಳಿದನು. “ದನದ ಕೊಟ್ಟಿಗೆಯ ಕದನದಲ್ಲಿ ಸ್ನೋಬಾಲ್ ಧೈರ್ಯದಿಂದ ಹೋರಾಡಿತು. ನಾನೇ ಅವನನ್ನು ನೋಡಿದೆ. ನಾವು ಅವನಿಗೆ ತಕ್ಷಣವೇ ‘ಪ್ರಾಣಿಗಳ ನಾಯಕ, ಮೊದಲ ದರ್ಜೆ’ ನೀಡಲಿಲ್ಲವೇ?”

"ಅದು ನಮ್ಮ ತಪ್ಪು, ಒಡನಾಡಿಗಳೇ. ನಮಗೆ ಈಗ ತಿಳಿದಿದೆ - ಎಲ್ಲಾ ರಹಸ್ಯ ದಾಖಲೆಗಳಲ್ಲಿ ಬರೆಯಲಾಗಿದೆ, ವಾಸ್ತವದಲ್ಲಿ ಅವನು ನಮ್ಮ ವಿನಾಶಕ್ಕೆ ನಮ್ಮನ್ನು ಸೆಳೆಯಲು ಪ್ರಯತ್ನಿಸುತ್ತಿದ್ದನೆಂದು ನಾವು ಕಂಡುಕೊಂಡಿದ್ದೇವೆ.”

"ಆದರೆ ಅವನು ಗಾಯಗೊಂಡಿದ್ದನು," ಎಂದು ಬಾಕ್ಸರ್ ಹೇಳಿದನು. "ಅವನು ರಕ್ತದಿಂದ ಓದಿದ್ದನ್ನು ನಾವೆಲ್ಲರೂ ನೋಡಿದ್ದೇವೆ."

"ಅದು ವ್ಯವಸ್ಥೆಯ ಭಾಗವಾಗಿತ್ತು!" ಎಂದು ಸ್ಕ್ವೀಲರ್ ಅಳುತ್ತಾನೆ. "ಜೋನ್ಸ್‌ನ ಗುಂಡಿನ ಹೊಡೆತವು ಕೇವಲ ಅವನ ಪಕ್ಕದಿಂದ ಮಾತ್ರ ಹೋಯಿತು. ನೀವು ಅದನ್ನು ಓದಲು ಸಾಧ್ಯವಾದರೆ ನಾನು ಇದನ್ನು ಅವರ ಸ್ವಂತ ಬರಹದಲ್ಲಿ ತೋರಿಸಬಲ್ಲೆ. ಕಥಾವಸ್ತುವು ಸ್ನೋಬಾಲ್ಗಾಗಿತ್ತು, ನಿರ್ಣಾಯಕ ಕ್ಷಣದಲ್ಲಿ, ಓದುವುದಕ್ಕೆ ಸಂಕೇತವನ್ನು ನೀಡಲು ಮತ್ತು ಶತ್ರುಗಳಿಗೆ ಕ್ಷೇತ್ರವನ್ನು ಬಿಟ್ಟು ಕೊಡಲು ಆಗಿತ್ತು. ಮತ್ತು ಅವನು ಬಹುತೇಕ ಯಶಸ್ವಿಯಾದನು. ನಾನು ಹೇಳುತ್ತೇನೆ, ಒಡನಾಡಿಗಳೇ, ನಮ್ಮ ವೀರ ನಾಯಕ ಒಡನಾಡಿ ನೆಪೋಲಿಯನ್ ಇಲ್ಲದಿದ್ದಿದ್ದರೆ ಅವನು ಯಶಸ್ವಿಯಾಗುತ್ತಿದ್ದನು. ಜೋನ್ಸ್ ಮತ್ತು ಅವನ ಜನರು ಅಂಗಳದೊಳಗೆ ಬಂದ ಕ್ಷಣದಲ್ಲಿ, ಸ್ನೋಬಾಲ್ ಇದ್ದಕ್ಕಿದ್ದಂತೆ ತಿರುಗಿ ಓಡಿಹೋದ ಮತ್ತು ಅನೇಕ ಪ್ರಾಣಿಗಳು ಅವನನ್ನು ಹಿಂಬಾಲಿಸಿದವು ಎಂದು ನಿಮಗೆ ನೆನಪಿಲ್ಲವೇ?

ಮತ್ತು ನಿಮಗೆ ನೆನಪಿಲ್ಲವೇ, ಆ ಕ್ಷಣದಲ್ಲಿಯೇ, ಭಯವು ಹರಡಿತು ಮತ್ತು ಎಲ್ಲವೂ ಕಳೆದುಹೋದಂತೆ ತೋರುತ್ತಿದ್ದಾಗ, ಒಡನಾಡಿ ನೆಪೋಲಿಯನ್ 'ಮನುಷ್ಯತ್ವಕ್ಕೆ ಸಾವು!' ಎಂಬ ಕೂಗಿನಿಂದ ಮುಂದಕ್ಕೆ ಧಾವಿಸಿ ಜೋನ್ಸ್ನ ಕಾಲಿಗೆ ತನ್ನ ಹಲ್ಲುಗಳಿಂದ ಕಚ್ಚಿದನು? ಖಂಡಿತವಾಗಿಯೂ ನೀವು ಒಡನಾಡಿಗಳೆ ಅದನ್ನು ನೆನಪಿಸಿಕೊಳ್ಳುತ್ತೀರಾ? " ಸ್ಕ್ವೀಲರ್ ಕೂಗುತ್ತಾ, ಅಕ್ಕಪಕ್ಕಕ್ಕೆ ನೋಡಿದ.

ಈಗ ಸ್ಕ್ವೀಲರ್ ಈ ದೃಶ್ಯವನ್ನು ಚಿತ್ರಾತ್ಮಕವಾಗಿ ವಿವರಿಸಿದಾಗ, ಪ್ರಾಣಿಗಳಿಗೆ ಅದು ನೆನಪಿದೆ ಎಂದು ತೋರುತ್ತಿತ್ತು. ಯಾವುದೇ ಸಂದರ್ಭದಲ್ಲಿ, ಯುದ್ಧದ ನಿರ್ಣಾಯಕ ಕ್ಷಣದಲ್ಲಿ ಸ್ನೋಬಾಲ್ ಪಲಾಯನ ಮಾಡಲು ತಿರುಗುತ್ತಿತ್ತು ಎಂದು ಅವರು ನೆನಪಿಸಿಕೊಂಡರು. ಆದರೆ ಬಾಕ್ಸರ್ ಇನ್ನೂ ಸ್ವಲ್ಪ ಆಲೋಚನೆಯಲ್ಲಿದ್ದರು.

"ಸ್ನೋಬಾಲ್ ಆರಂಭದಲ್ಲಿ ದ್ರೋಹಿಯಾಗಿದ್ದ ಎಂದು ನಾನು ನಂಬುವುದಿಲ್ಲ" ಎಂದು ಅವನು ಅಂತಿಮವಾಗಿ ಹೇಳಿದನು. "ಅವನು ಅಂದಿನಿಂದ ಮಾಡಿದ್ದು

ವಿಭಿನ್ನವಾಗಿದೆ. ಆದರೆ ಗೋಶಾಲೆಯ ಕದನದಲ್ಲಿ ಅವನು ಉತ್ತಮ ಒಡನಾಡಿಯಾಗಿದ್ದನು ಎಂದು ನಾನು ನಂಬುತ್ತೇನೆ."

"ನಮ್ಮ ನಾಯಕ, ಕಾಮ್ರೇಡ್ ನೆಪೋಲಿಯನ್," ಎಂದು ಸ್ಕ್ವೀಲರ್ ಘೋಷಿಸಿದನು, ಬಹಳ ನಿಧಾನವಾಗಿ ಮತ್ತು ದೃಢವಾಗಿ ಮಾತನಾಡುತ್ತಾ, "ಸ್ನೋಬಾಲ್ ಮೊದಲಿನಿಂದಲೂ ಜೋನ್ಸ್‌ನ ಏಜೆಂಟ್ ಎಂದು ಸ್ಪಷ್ಟವಾಗಿ ಹೇಳುತ್ತಾನೆ, ಹೌದು ದಂಗೆಯ ಬಗ್ಗೆ ಯೋಚಿಸುವುದಕ್ಕಿಂತ ಮೊದಲೇ ಎನ್ನುತ್ತಾನೆ."

"ಆಹ್, ಅದು ವಿಭಿನ್ನವಾಗಿದೆ!" ಬಾಕ್ಸರ್ ಹೇಳಿದನು. "ಒಡನಾಡಿ ನೆಪೋಲಿಯನ್ ಹೇಳಿದರೆ, ಅದು ಸರಿಯಾಗಿರಬೇಕು."

"ಅದು ನಿಜವಾದ ಉತ್ಸಾಹ, ಒಡನಾಡಿ!" ಎಂದು ಸ್ಕ್ವೀಲರ್ ಅಳುತ್ತಾನೆ, ಆದರೆ ಅವನು ತನ್ನ ಚಿಕ್ಕ ಮಿನುಗುವ ಕಣ್ಣುಗಳಿಂದ ಬಾಕ್ಸರ್‌ನ ಕಡೆಗೆ ಬಹಳ ಅಸಹ್ಯವಾದ ನೋಟವನ್ನು ತೋರಿಸಿದನು. ಅವನು ಹೋಗಲು ತಿರುಗಿದನು, ನಂತರ ವಿರಾಮಗೊಳಿಸಿದನು ಮತ್ತು ಪ್ರಭಾವಶಾಲಿಯಾಗಿ ಹೇಳಿದನು: "ಈ ಫಾರ್ಮ್ ನಲ್ಲಿರುವ ಪ್ರತಿಯೊಂದು ಪ್ರಾಣಿಯು ತನ್ನ ಕಣ್ಣುಗಳನ್ನು ಪೂರ್ತಿಯಾಗಿ ತೆರೆದುಕೊಳ್ಳುವಂತೆ ನಾನು ಎಚ್ಚರಿಸುತ್ತೇನೆ. ಈ ಕ್ಷಣದಲ್ಲಿ ಸ್ನೋಬಾಲ್‌ನ ಕೆಲವು ರಹಸ್ಯ ಏಜೆಂಟ್‌ಗಳು ನಮ್ಮ ನಡುವೆ ಸುಪ್ತವಾಗಿದ್ದಾರೆ ಎಂದು ಯೋಚಿಸಲು ನಮಗೆ ಕಾರಣವಿದೆ!"

ನಾಲ್ಕು ದಿನಗಳ ನಂತರ, ಮಧ್ಯಾಹ್ನ, ನೆಪೋಲಿಯನ್ ಎಲ್ಲಾ ಪ್ರಾಣಿಗಳನ್ನು ಹೊಲದಲ್ಲಿ ಒಟ್ಟುಗೂಡಲು ಆದೇಶಿಸಿದನು. ಅವರೆಲ್ಲರೂ ಒಟ್ಟುಗೂಡಿದಾಗ, ನೆಪೋಲಿಯನ್ ತನ್ನ ಎರಡೂ ಪದಕಗಳನ್ನು ಧರಿಸಿ ತೋಟದ ಮನೆಯಿಂದ ಹೊರಬಂದನು (ಇತ್ತೀಚೆಗೆ ಅವನು "ಪ್ರಾಣಿಗಳ ನಾಯಕ, ಮೊದಲ ದರ್ಜೆ" ಮತ್ತು "ಪ್ರಾಣಿಗಳ ನಾಯಕ, ಎರಡನೇ ದರ್ಜೆ" ಎಂದು ತನಗೆ ಪ್ರಶಸ್ತಿಯನ್ನು ನೀಡಿದ್ದನು), ಅವನ ಒಂಬತ್ತು ದೊಡ್ಡ ನಾಯಿಗಳು ಅವನ ಸುತ್ತಲೂ ಇರುತ್ತಿದ್ದವು ಮತ್ತು ಎಲ್ಲಾ ಪ್ರಾಣಿಗಳ ಬೆನ್ನುಮೂಳೆಗಳನ್ನು ನಡುಗಿಸುವ ಘರ್ಜನೆಗಳಿಂದ ಕೂಗುತ್ತಿದ್ದವು.

ನೆಪೋಲಿಯನ್ ತನ್ನ ಪ್ರೇಕ್ಷಕರನ್ನು ಕಟ್ಟುನಿಟ್ಟಾಗಿ ಸಮೀಕ್ಷೆ ಮಾಡುತ್ತಾ ನಿಂತನು; ನಂತರ ಅವರು ಎತ್ತರದ ಶಬ್ದದಲ್ಲಿ ಉಚ್ಚರಿಸಿದನು. ತಕ್ಷಣವೇ ನಾಯಿಗಳು ಮುಂದೆ ಬಂದವು, ನಾಲ್ಕು ಹಂದಿಗಳನ್ನು ಅವುಗಳ ಕಿವಿಯಿಂದ ಹಿಡಿದು ಅವುಗಳನ್ನು ಎಳೆದುಕೊಂಡವು, ನೋವು ಮತ್ತು ಭಯದಿಂದ ಕಿರುಚುತ್ತಾ ನೆಪೋಲಿಯನ್ನ ಪಾದಗಳ ಬಳಿಗೆ ಹೋದವು. ಹಂದಿಗಳ ಕಿವಿಗಳಿಂದ ರಕ್ತಸ್ರಾವವಾಗುತ್ತಿತ್ತು, ನಾಯಿಗಳು ರಕ್ತದ ರುಚಿಯನ್ನು ಅನುಭವಿಸಿದವು ಮತ್ತು ಕೆಲವು ಕ್ಷಣಗಳವರೆಗೆ ಅವು ಹುಚ್ಚು ಹಿಡಿದಂತೆ ಮಾಡಿದವು. ಎಲ್ಲರೂ ಆಶ್ಚರ್ಯಚಕಿತರಾಗುವಂತೆ, ಅವು ಮೂರು ಬಾಕ್ಸರ್ ಮೇಲೆ ಹಾರಿದವು. ಬಾಕ್ಸರ್ ಅವು ಬರುತ್ತಿರುವುದನ್ನು ನೋಡಿ ತನ್ನ ದೊಡ್ಡ ಗೊರಸನ್ನು ಹೊರಹಾಕಿದನು, ಗಾಳಿಯಲ್ಲಿ ನಾಯಿಯನ್ನು ಹಿಡಿದು ನೆಲಕ್ಕೆ ಬಡಿದನು. ನಾಯಿ ಕರುಣೆಗಾಗಿ ಕಿರುಚಿತು ಮತ್ತು ಇತರ ಎರಡು ತಮ್ಮ ಕಾಲುಗಳ ನಡುವೆ ಬಾಲವನ್ನು ಹಾಕಿಕೊಂಡು ಓಡಿಹೋದವು. ನಾಯಿಯನ್ನು ತುಳಿದು ಸಾಯಿಸಬೇಕೋ ಅಥವಾ ಬಿಡಬೇಕೋ ಎಂದು ತಿಳಿಯಲು ಬಾಕ್ಸರ್ ನೆಪೋಲಿಯನ್ ಕಡೆಗೆ ನೋಡಿದನು. ನೆಪೋಲಿಯನ್ ಮುಖವನ್ನು ಬದಲಾಯಿಸುವಂತೆ ಕಾಣಿಸಿಕೊಂಡನು, ಮತ್ತು ನಾಯಿಯನ್ನು ಬಿಡುವಂತೆ ಬಾಕ್ಸರ್ ಗೆ ತೀಕ್ಷ್ಣವಾಗಿ ಆದೇಶಿಸಿದನು, ಅಲ್ಲಿ ಬಾಕ್ಸರ್ ತನ್ನ ಗೊರಸನ್ನು ಎತ್ತಿದನು ಮತ್ತು ನಾಯಿಯು ಗಾಯಗೊಂಡು ಮತ್ತು ಕೂಗುತ್ತಾ ಓಡಿಹೋಯಿತು.

ಪ್ರಸ್ತುತ ಗದ್ದಲ ನಿಂತು ಹೋಯಿತು. ನಾಲ್ಕು ಹಂದಿಗಳು ತಮ್ಮ ಮುಖದ ಪ್ರತಿ ಸಾಲಿನಲ್ಲೂ ಅಪರಾಧವನ್ನು ಬರೆದು ನಡುಗುತ್ತಾ ಕಾದಿದ್ದವು. ನೆಪೋಲಿಯನ್ ಈಗ ತಮ್ಮ ಅಪರಾಧಗಳನ್ನು ಒಪ್ಪಿಕೊಳ್ಳಲು ಅವರನ್ನು ಕರೆದನು. ನೆಪೋಲಿಯನ್ ಭಾನುವಾರ ಸಭೆಗಳನ್ನು ರದ್ದುಗೊಳಿಸಿದಾಗ ಪ್ರತಿಭಟಿಸಿದ ಆ ನಾಲ್ಕು ಹಂದಿಗಳು ಅವೇ ಆಗಿದ್ದವು. ಯಾವುದೇ ಪ್ರಚೋದನೆಯಿಲ್ಲದೆ ಅವರು ಸ್ನೋಬಾಲ್ ಅನ್ನು ಹೊರಹಾಕಿದಾಗಿನಿಂದ ರಹಸ್ಯವಾಗಿ ಅದರ ಜೊತೆ ಸಂಪರ್ಕದಲ್ಲಿದ್ದರು ಎಂದು ಅವರು ಒಪ್ಪಿಕೊಂಡರು, ಅವರು ಗಾಳಿ ಯಂತ್ರವನ್ನು ನಾಶಮಾಡುವಲ್ಲಿ ಅವನೊಂದಿಗೆ ಸಹಕರಿಸಿದರು ಮತ್ತು ಅವರು ಅನಿಮಲ್ ಫಾರ್ಮ್ ಅನ್ನು ಫ್ರೆಡೆರಿಕ್ಗೆ ಹಸ್ತಾಂತರಿಸಲು ಅವನೊಂದಿಗೆ ಒಪ್ಪಂದ ಮಾಡಿಕೊಂಡರು ಎಂದರು. .

ಸ್ನೋಬಾಲ್ ಕಳೆದ ವರ್ಷಗಳಿಂದ ಜೋನ್ಸ್‌ನ ರಹಸ್ಯ ಏಜೆಂಟ್ ಎಂದು ತಮ್ಮ ಹತ್ತಿರ ಖಾಸಗಿಯಾಗಿ ಒಪ್ಪಿಕೊಂಡಿದ್ದಾನೇ ಎಂದು ಅವರು ಹೇಳಿದರು. ಅವರು ತಮ್ಮ ತಪ್ಪೊಪ್ಪಿಗೆಯನ್ನು ಪೂರ್ಣಗೊಳಿಸಿದಾಗ, ನಾಯಿಗಳು ತಕ್ಷಣವೇ ಅವುಗಳ ಗಂಟಲನ್ನು ಹರಿದು ಹಾಕಿದವು ಮತ್ತು ನೆಪೋಲಿಯನ್ ಭಯಾನಕ ಧ್ವನಿಯಲ್ಲಿ ಬೇರೆ ಯಾವುದೇ ಪ್ರಾಣಿಯು ತಪ್ಪೊಪ್ಪಿಕೊಳ್ಳಲು ಏನಾದರೂ ಇದೆಯೇ ಎಂದು ಕೇಳಿದರು.

ಮೊಟ್ಟೆಗಳ ಮೇಲಿನ ದಂಗೆಯ ಪ್ರಯತ್ನದಲ್ಲಿ ಪ್ರಮುಖರಾದ ಮೂರು ಕೋಳಿಗಳು ಈಗ ಮುಂದೆ ಬಂದು ಸ್ನೋಬಾಲ್ ಅವರಿಗೆ ಕನಸಿನಲ್ಲಿ ಕಾಣಿಸಿಕೊಂಡಿದೆ ಮತ್ತು ನೆಪೋಲಿಯನ್ ಆದೇಶಗಳನ್ನು ಧಿಕ್ಕರಿಸಲು ಪ್ರೇರೇಪಿಸಿತ್ತು ಎಂದವು. ಅವುಗಳನ್ನು ಹತ್ಯೆ ಮಾಡಲಾಯಿತು. ಆಗ ಒಂದು ಹೆಬ್ಬಾತು ಮುಂದೆ ಬಂದು ಕಳೆದ ವರ್ಷದ ಕಟಾವಿನ ಸಮಯದಲ್ಲಿ ಆರು ಜೋಳವನ್ನು ಸ್ರವಿಸಿದೆ ಮತ್ತು ರಾತ್ರಿಯಲ್ಲಿ ಅವುಗಳನ್ನು ತಿಂದಿರುವುದಾಗಿ ಒಪ್ಪಿಕೊಂಡಿತು. ನಂತರ ಕುರಿಯು ಕುಡಿಯುವ ಕೊಳದಲ್ಲಿ ಮೂತ್ರ ವಿಸರ್ಜಿಸಿರುವುದನ್ನು ಒಪ್ಪಿಕೊಂಡಿತು, ಇದನ್ನು ಮಾಡಲು ಒತ್ತಾಯಿಸಿತು, ಆದ್ದರಿಂದ ಅವಳು ಹೇಳಿದಳು, ಸ್ನೋಬಾಲ್ ಮತ್ತು ಇತರ ಎರಡು ಕುರಿಗಳು ನೆಪೋಲಿಯನ್ನನ ನಿಷ್ಠಾವಂತ ಅನುಯಾಯಿಯಾಗಿದ್ದ ವಯಸ್ಸಾದ ಗಂಡು ಕುರಿಯನ್ನು ಕೊಂದಿರುವುದಾಗಿ ಒಪ್ಪಿಕೊಂಡರು, ಅವನು ಕೆಮ್ಮಿನಿಂದ ಬಳಲುತ್ತಿದ್ದಾಗ ಬೆಂಕಿಯ ಸುತ್ತಲೂ ಅಟ್ಟಿಸಿಕೊಂಡು ಹೋಗಿ ಕೊಂದಿರುವುದಾಗಿ ಒಪ್ಪಿಕೊಂಡರು. ಅವರೆಲ್ಲರೂ ಸ್ಥಳದಲ್ಲೇ ಕೊಲ್ಲಲ್ಪಟ್ಟರು. ಆದ್ದರಿಂದ, ತಪ್ಪೊಪ್ಪಿಗೆಗಳು ಮತ್ತು ಮರಣದಂಡನೆಗಳು ನೆಪೋಲಿಯನ್ನನ ಪಾದಗಳ ಮುಂದೆ ಶವಗಳ ರಾಶಿ ಬೀಳುವವರೆಗೂ ಮುಂದುವರೆಯಿತು ಮತ್ತು ಗಾಳಿಯಲ್ಲಿ ರಕ್ತದ ವಾಸನೆ ಹರಡುವವೆರೆಗೆ ಮುಂದುವರೆಯಿತು ಇದು ಜೋನ್ಸ್ ಹೊರಹಾಕಲ್ಪಟ್ಟಲಿಂದ ನಡೆದಿರಲಿಲ್ಲ. ಎಲ್ಲವೂ ಮುಗಿದ ನಂತರ, ಹಂದಿಗಳು ಮತ್ತು ನಾಯಿಗಳನ್ನು ಹೊರತುಪಡಿಸಿ ಉಳಿದ ಪ್ರಾಣಿಗಳು ಅಲ್ಲಿಂದ ಹೊರತು ಹೋದವು . ಅವರು ಹೆದರಿದರು ಮತ್ತು ದುಃಖಿತರಾಗಿದ್ದರು. ಹೆಚ್ಚು ಆಘಾತಕಾರಿ, ಸ್ನೋಬಾಲ್‌ನೊಂದಿಗೆ ತಮ್ಮನ್ನು ತಾವು ತೊಡಗಿಸಿಕೊಂಡ ಪ್ರಾಣಿಗಳ ವಿಶ್ವಾಸಘಾತುಕತನವೊ ಅಥವಾ ಅವರು ಈಗಷ್ಟೇ ಕಂಡ ಕ್ರೂರ ಪ್ರತೀಕಾರವೊ ಯಾವುದು ಎಂದು ಅವರಿಗೆ

ತಿಳಿಯಲಿಲ್ಲ. ಆಗಿನ ದಿನಗಳಲ್ಲಿ, ಆಗಾಗ್ಗೆ ಭಯಾನಕವಾದ ರಕ್ತಪಾತದ ದೃಶ್ಯಗಳು ಇರುತ್ತಿದ್ದವು, ಆದರೆ ಈಗ ಅದು ತಮ್ಮ ನಡುವೆಯೇ ನಡೆಯುತ್ತಿರುವುದು ತುಂಬಾ ಕೆಟ್ಟದಾಗಿದೆ ಎಂದು ಎಲ್ಲರಿಗೂ ತೋರುತಿತ್ತು. ಜೋನ್ಸ್ ಫಾರ್ಮ್ ತೊರೆದ ನಂತರ, ಇಂದಿನವರೆಗೂ ಯಾವುದೇ ಪ್ರಾಣಿ ಮತ್ತೊಂದು ಪ್ರಾಣಿಯನ್ನು ಕೊಂದಿರಲಿಲ್ಲ. ಒಂದು ಇಲಿಯನ್ನೂ ಸಾಯಿಸಿರಲಿಲ್ಲ. ಅವರು ಅರ್ಧ-ಮುಗಿದ ಗಾಳಿಯಂತ್ರದ ಬಳಿ ಚಿಕ್ಕ ಗುಂಡಿಯ ಹತ್ತಿರ ಸೇರಿದರು, ಮತ್ತು ಕ್ಲೋವರ್, ಮ್ಯೂರಿಯಲ್, ಬೆಂಜಮಿನ್, ಹಸುಗಳು, ಕುರಿಗಳು ಮತ್ತು ಹೆಬ್ಬಾತುಗಳ ಹಿಂಡು ಮತ್ತು ಹೆಬ್ಬಾತುಗಳ ಸಂಪೂರ್ಣ ಹಿಂಡು ಮತ್ತು ಕೋಳಿಗಳು ಬೆಚ್ಚಗಾಗಲು ಎಲ್ಲರೂ ಒಗ್ಗೂಡಿ ಮಲಗಿದರು. ನೆಪೋಲಿಯನ್ ಪ್ರಾಣಿಗಳನ್ನು ಒಟ್ಟಿಗೆ ಸೇರಲು ಆದೇಶಿಸುವ ಮೊದಲು ಇದ್ದಕ್ಕಿದ್ದಂತೆ ಬೆಕ್ಕು ಕಣ್ಮರೆಯಾಗಿತ್ತು.

ಸ್ವಲ್ಪ ಹೊತ್ತು ಯಾರೂ ಮಾತಾಡಲಿಲ್ಲ. ಬಾಕ್ಸರ್ ಮಾತ್ರ ಅವನ ಕಾಲುಗಳ ಮೇಲೆ ಉಳಿದುಕೊಂಡನು. ಅವನು ಚಡಪಡಿಸುತ್ತಾ, ತನ್ನ ಉದ್ದನೆಯ ಕಪ್ಪು ಬಾಲವನ್ನು ತನ್ನ ಬದಿಗಳಿಗೆ ತಿರುಗಿಸುತ್ತಾ ಮತ್ತು ಸಾಂದರ್ಭಿಕವಾಗಿ ಸ್ವಲ್ಪ ಆಶ್ಚರ್ಯದ ಕಿರುಚಾಟವನ್ನು ಉಚ್ಚರಿಸಿದನು. ಅಂತಿಮವಾಗಿ, ಅವನು ಹೇಳಿದನು:

"ನನಗೆ ಅರ್ಥವಾಗುತ್ತಿಲ್ಲ. ನಮ್ಮ ಜಮೀನಿನಲ್ಲಿ ಇಂತಹ ಘಟನೆಗಳು ನಡೆಯಬಹುದು ಎಂದು ನಾನು ನಂಬುತ್ತಿರಲಿಲ್ಲ. ಅದಕ್ಕೆ ನಮ್ಮಲ್ಲಿನ ಯಾವುದೋ ತಪ್ಪು ಕಾರಣವಿರಬೇಕು. ಪರಿಹಾರ, ನಾನು ನೋಡುವಂತೆ, ಕಷ್ಟಪಟ್ಟು ಕೆಲಸ ಮಾಡುವುದು. ಇಂದಿನಿಂದ ನಾನು ಬೆಳಿಗ್ಗೆ ಪೂರ್ಣ ಒಂದು ಗಂಟೆ ಮುಂಚಿತವಾಗಿ ಎದ್ದೇಳುತ್ತೇನೆ.

ಮತ್ತು ಅವನು ಮರದ ದಿಮ್ಮಿಗಳಿರುವಲ್ಲಿಗೆ ಕ್ವಾರಿಯ ಬಳಿ ತೆರಳಿದನು. ಅಲ್ಲಿಗೆ ಬಂದ ನಂತರ, ಅವನು ಸತತ ಎರಡು ಲೋಡ್ ಕಲ್ಲುಗಳನ್ನು ಸಂಗ್ರಹಿಸಿದನು ಮತ್ತು ಆ ರಾತ್ರಿ ಮಲಗುವುದಕ್ಕಿಂತ ಮುಂಚೆ ಅವುಗಳನ್ನು ಗಾಳಿಯಂತ್ರದ ಬಳಿ ಎಳೆದರು.

ಪ್ರಾಣಿಗಳು ಕ್ಲೋವರ್ ಅನ್ನು ಸುತ್ತುವರೆದವು, ಯಾರು ಮಾತನಾಡಲಿಲ್ಲ. ಅವರು ಮಲಗಿರುವ ಗುಳ್ಳೆಯು ಅವರಿಗೆ ಗ್ರಾಮಾಂತರದಾದ್ಯಂತ ನೋಡುವ ವಿಶಾಲವಾದ ನಿರೀಕ್ಷೆಯನ್ನು ನೀಡಿತು. ಹೆಚ್ಚಿನ ಅನಿಮಲ್ ಫಾರ್ಮ್ ಅವರ ದೃಷ್ಟಿಯಲ್ಲಿತ್ತು, ಮುಖ್ಯ ರಸ್ತೆಯವರೆಗೆ ಚಾಚಿರುವ ಉದ್ದನೆಯ ಹುಲ್ಲುಗಾವಲು, ಚಿಕ್ಕ ಕಾಡು, ಕುಡಿಯುವ ನೀರಿನ ಕೊಳ, ಎಳೆಯ ಗೋಧಿಯು ದಪ್ಪವಿತ್ತು ಮತ್ತು ಹಸಿರಾಗಿರುವ ಕೃಷಿ ಭೂಮಿ ಮತ್ತು ಕೃಷಿ ಕಟ್ಟಡಗಳ ಕೆಂಪು ಛಾವಣಿಗಳು ಚಿಮಣಿಗಳಿಂದ ಬರುತ್ತಿರುವ ಹೊಗೆ ಇವೆಲ್ಲವೂ ನೋಡಲು ಸಿಕ್ಕಿತು. ಇದು ಸ್ಪಷ್ಟವಾಗಿ ವಸಂತ ಮಾಸದ ಸಂಜೆಯಾಗಿತ್ತು. ಹುಲ್ಲು ಮತ್ತು ಹರಡಿದ ಬೇಲಿಗಳು ಸೂರ್ಯನ ಕಿರಣಗಳಿಂದ ಹೊಳೆಯುತ್ತಿದ್ದವು. ಅದು ಅವರ ಸ್ವಂತ ಜಮೀನು ಎಂದು ಅವರು ಆಶ್ಚರ್ಯದಿಂದ ನೆನಪಿಸಿಕೊಂಡರು, ಅದರ ಪ್ರತಿಯೊಂದು ಇಂಚು ಅವರ ಸ್ವಂತ ಆಸ್ತಿ ಮತ್ತು ಪ್ರಾಣಿಗಳಿಗೆ ಅಪೇಕ್ಷಣೀಯ ಸ್ಥಳವಾಗಿದೆ ಎಂಬುದನ್ನು ನೆನಪಿಸಿಕೊಂಡರು. ಕ್ಲೋವರ್ ಬೆಟ್ಟದ ಕೆಳಗೆ ನೋಡಿದಾಗ ಅವಳ ಕಣ್ಣುಗಳು ಕಣ್ಣೀರಿನಿಂದ ತುಂಬಿದವು. ಆ ರಾತ್ರಿ ವಯಸ್ಸಾದ ಮೇಜರ್ ಮೊದಲು ಬಂಡಾಯಕ್ಕೆ ಪ್ರಚೋದಿಸಿದಾಗ ಈ ಭಯಾನಕ ಮತ್ತು ಹತ್ಯೆಯ ದೃಶ್ಯಗಳನ್ನು ಎದುರು ನೋಡಿರಲಿಲ್ಲ. ಅವಳು ತನ್ನ ಭವಿಷ್ಯವನ್ನು ಬೇರೆ ರೀತಿಯಲ್ಲಿ ಭಾವಿಸಿದ್ದಳು ಅದು ಹಸಿವು ಮತ್ತು ಚಾವಟಿ ಏಟಿನಿಂದ ಮುಕ್ತವಾದ ಪ್ರಾಣಿಗಳ ಸಮಾಜವಾಗಿರುತಿತ್ತು, ಎಲ್ಲರೂ ಸಮಾನರು, ಪ್ರತಿಯೊಬ್ಬರೂ ತಮ್ಮ ಸಾಮರ್ಥ್ಯಕ್ಕೆ ಅನುಗುಣವಾಗಿ ಕೆಲಸ ಮಾಡುತ್ತಾರೆ, ಬಲಶಾಲಿಗಳು ದುರ್ಬಲರನ್ನು ರಕ್ಷಿಸುತ್ತಾರೆ,ಮೇಜರ್ ಭಾಷಣದ ರಾತ್ರಿ ಅವಳು ಕಳೆದುಹೋದ ಬಾತುಕೋಳಿಗಳ ಸಂಸಾರವನ್ನು ಹೇಗೆ ಮುಂದೆ ನಿಂತು ರಕ್ಷಿಸಿದಳೋ ಹಾಗೆ. ಬದಲಾಗಿ, ಯಾರೂ ತನ್ನ ಮನಸ್ಸಿನಲ್ಲಿರುವುದನ್ನು ಹೇಳಲು ಧೈರ್ಯವಿಲ್ಲದಿರುವವರಾಗುವ ಸಮಯಕ್ಕೆ ಅವರು ಏಕೆ ಬಂದರು ಎಂದು ಅವಳು ತಿಳಿದಿರಲಿಲ್ಲ, ಉಗ್ರವಾದ, ಘೀಳಿಡುವ ನಾಯಿಗಳು ಎಲ್ಲೆಡೆ ತಿರುಗಾಡಿದಾಗ ಮತ್ತು ನಿಮ್ಮ ಒಡನಾಡಿಗಳು ಆಘಾತಕಾರಿ ಅಪರಾಧಗಳನ್ನು ಒಪ್ಪಿಕೊಂಡ ನಂತರ ತುಂಡು ತುಂಡಾಗುವುದನ್ನು ನೀವು ನೋಡಬೇಕಾದಾಗ. ಅವಳ ಮನಸ್ಸಿನಲ್ಲಿ ಬಂಡಾಯದ ಅಥವಾ ಅವಿಧೇಯತೆಯ ಆಲೋಚನೆ ಇರಲಿಲ್ಲ. ಜೋನ್ಸ್‌ನ

ದಿನಗಳಿಗಿಂತಲೂ ಅವರು ಉತ್ತಮ ಸ್ಥಿತಿಯಲ್ಲಿದ್ದಾರೆ ಮತ್ತು ಎಲ್ಲಕ್ಕಿಂತ ಮೊದಲು ಮನುಷ್ಯರು ಹಿಂತಿರುಗುವುದನ್ನು ತಡೆಯುವುದು ಅಗತ್ಯವೆಂದು ಅವಳು ತಿಳಿದಿದ್ದಳು. ಏನೇ ಸಂಭವಿಸಿದರೂ ಅವಳು ನಂಬಿಗಸ್ತಳಾಗಿ ಉಳಿಯುತ್ತಾಳೆ, ಕಷ್ಟಪಟ್ಟು ಕೆಲಸ ಮಾಡುತ್ತಾಳೆ, ಅವಳಿಗೆ ನೀಡಲಾದ ಆದೇಶಗಳನ್ನು ಪೂರೈಸುತ್ತಾಳೆ ಮತ್ತು ನೆಪೋಲಿಯನ್ ನಾಯಕತ್ವವನ್ನು ಸ್ವೀಕರಿಸುತ್ತಾಳೆ. ಆದರೆ ಇನ್ನೂ, ಅವಳು ಮತ್ತು ಇತರ ಎಲ್ಲಾ ಪ್ರಾಣಿಗಳು ಆಶಿಸಿದ್ದು ಮತ್ತು ಶ್ರಮಿಸಿದ್ದು ಇದಕ್ಕಾಗಿ ಅಲ್ಲ. ಅವರು ಗಾಳಿ ಯಂತ್ರವನ್ನು ನಿರ್ಮಿಸಿದ್ದು ಮತ್ತು ಜೋನ್ಸ್ನ ಬಂದೂಕಿನ ಗುಂಡುಗಳನ್ನು ಎದುರಿಸಿದ್ದು ಇದಕ್ಕಾಗಿ ಆಗಿರಲಿಲ್ಲ.

ಅಂತಿಮವಾಗಿ, ಅವಳು ಪದಗಳನ್ನು ಕಂಡುಕೊಳ್ಳಲು ಸಾಧ್ಯವಾಗದ ಕಾರಣ, ಅವಳು 'ಇಂಗ್ಲೆಂಡಿನ ದೈತ್ಯರು' ಹಾಡನ್ನು ಹಾಡಲು ಪ್ರಾರಂಭಿಸಿದಳು. ಅವಳ ಸುತ್ತ ಕುಳಿತಿದ್ದ ಇತರ ಪ್ರಾಣಿಗಳು ಅವಳ ಜೊತೆ ಸೇರಿದವು, ಮತ್ತು ಅವರು ಅದನ್ನು ಹಿಂದೆಂದೂ ಹಾಡದ ರೀತಿಯಲ್ಲಿ ಮೂರು ಬಾರಿ ತುಂಬಾ ರಾಗವಾಗಿ ಅಂದರೆ ನಿಧಾನವಾಗಿ ಮತ್ತು ದುಃಖದಿಂದ ಹಾಡಿದರು.

ಅವರು ಮೂರನೇ ಬಾರಿಗೆ ಅದನ್ನು ಹಾಡುವುದನ್ನು ಮುಗಿಸಿದರು, ಆಗ ಮುಖ್ಯವಾದ ವಿಷಯವಿದ್ದವನಂತೆ ಎರಡು ನಾಯಿಗಳ ಜೊತೆ ಸ್ಕ್ವೀಲರ್ ಬಂದನು. ಒಡನಾಡಿ ನೆಪೋಲಿಯನ್‌ನ ವಿಶೇಷ ತೀರ್ಪಿನ ಮೂಲಕ, 'ಇಂಗ್ಲೆಂಡಿನ ದೈತ್ಯರು' ಹಾಡನ್ನು ರದ್ದುಗೊಳಿಸಲಾಗಿದೆ ಎಂದು ಅವನು ಘೋಷಿಸಿದನು. ಇಂದಿನಿಂದ ಅದನ್ನು ಹಾಡುವುದನ್ನು ನಿಷೇಧಿಸಲಾಗಿದೆ ಎಂದನು.

ಪ್ರಾಣಿಗಳು ದಿಗ್ಭ್ರಮೆಗೊಂಡವು.

"ಯಾಕೆ?" ಎಂದು ಮುರಿಯಲ್ ಅಳುತ್ತಾನೆ.

"ಇದು ಇನ್ನು ಮುಂದೆ ಅಗತ್ಯವಿಲ್ಲ, ಒಡನಾಡಿ," ಎಂದು ಸ್ಕ್ವೀಲರ್ ಗಟ್ಟಿಯಾಗಿ ಹೇಳಿದನು. "'ಇಂಗ್ಲೆಂಡಿನ ದೈತ್ಯರು' ದಂಗೆಯ ಹಾಡು. ಆದರೆ ಬಂಡಾಯ ಈಗ ಪೂರ್ಣಗೊಂಡಿದೆ. ಇಂದು ಮಧ್ಯಾಹ್ನ ನಡೆದ ದ್ರೋಹಿಗಳ ಮರಣದಂಡನೆ ಅದರ ಅಂತಿಮ ಕಾರ್ಯವಾಗಿತ್ತು. ಬಾಹ್ಯ ಮತ್ತು ಆಂತರಿಕ ಶತ್ರುಗಳನ್ನು

ಸೋಲಿಸಲಾಗಿದೆ. 'ಇಂಗ್ಲೆಂಡಿನ ದೈತ್ಯರು'ನಲ್ಲಿ ನಾವು ಮುಂದಿನ ದಿನಗಳಲ್ಲಿ ಉತ್ತಮ ಸಮಾಜಕ್ಕಾಗಿ ನಮ್ಮ ಹಂಬಲವನ್ನು ವ್ಯಕ್ತಪಡಿಸಿದ್ದೇವೆ. ಆದರೆ ಈಗ ಆ ಸಮಾಜ ಸ್ಥಾಪನೆಯಾಗಿದೆ. ಸ್ಪಷ್ಟವಾಗಿ ಈ ಹಾಡಿಗೆ ಇನ್ನು ಮುಂದೆ ಯಾವುದೇ ಉದ್ದೇಶವಿಲ್ಲ."

ಭಯಗೊಂಡಿದ್ದರೂ, ಕೆಲವು ಪ್ರಾಣಿಗಳು ಬಹುಶಃ ಪ್ರತಿಭಟಿಸಿರಬಹುದು, ಆದರೆ ಈ ಕ್ಷಣದಲ್ಲಿ ಕುರಿಗಳು ತಮ್ಮ ಎಂದಿನ "ನಾಲ್ಕು ಕಾಲುಗಳು ಒಳ್ಳೆಯದು, ಎರಡು ಕಾಲುಗಳು ಕೆಟ್ಟದು" ಎಂದು ಹಲವಾರು ನಿಮಿಷಗಳ ಕಾಲ ನಡೆದ ಚರ್ಚೆಯನ್ನು ಕೊನೆಗೊಳಿಸಿದವು.

ಹಾಗಾಗಿ 'ಇಂಗ್ಲೆಂಡಿನ ದೈತ್ಯರು' ಹಾಡು ಇನ್ನೊಮ್ಮೆ ಕೇಳಿ ಬರಲಿಲ್ಲ. ಅದರ ಜಾಗದಲ್ಲಿ ಮಿನಿಮಸ್ ಎಂಬ ಕವಿಯು ಮತ್ತೊಂದು ಹಾಡನ್ನು ರಚಿಸಿದ್ದನು, ಅದು ಹೀಗೆ ಪ್ರಾರಂಭವಾಗುತ್ತದೆ:

ಪ್ರಾಣಿಗಳ ಫಾರ್ಮ್, ಪ್ರಾಣಿಗಳ ಫಾರ್ಮ್,

ನಾನು ಇರುವವರೆಗೆ ನೀನು ಹಾನಿಗೆ ಒಳಗಾಗುವುದಿಲ್ಲ!
ಮತ್ತು ಇದನ್ನು ಪ್ರತಿ ಭಾನುವಾರ ಬೆಳಿಗ್ಗೆ ಧ್ವಜಾರೋಹಣದ ನಂತರ ಹಾಡಲಾಯಿತು. ಆದರೆ ಅದೇಕೋ ಪದಗಳಾಗಲಿ ರಾಗವಾಗಲಿ ಪ್ರಾಣಿಗಳಿಗೆ 'ಇಂಗ್ಲೆಂಡಿನ ದೈತ್ಯರು' ಹಾಡಿನಷ್ಟು ಚೆನ್ನಾಗಿ ಅನ್ನಿಸಲಿಲ್ಲ.

ಅಧ್ಯಾಯ VIII

ಕೆಲವು ದಿನಗಳ ನಂತರ, ಮರಣದಂಡನೆಯಿಂದ ಉಂಟಾದ ಭಯವು ಇಲ್ಲವಾದಾಗ, ಕೆಲವು ಪ್ರಾಣಿಗಳು "ಯಾವುದೇ ಪ್ರಾಣಿಯನ್ನು ಕೊಲ್ಲಬಾರದು" ಎಂದು ಆರನೇ ಆಜ್ಞೆಯು ಇತ್ತು ಎಂದು ನೆನಪಿಸಿಕೊಂಡರು ಅಥವಾ ನೆನಪಿಟ್ಟು ಎಂದುಕೊಂಡರು. ಹಂದಿಗಳು ಅಥವಾ ನಾಯಿಗಳ ಸಮ್ಮುಖದಲ್ಲಿ ಯಾರೂ ಅದನ್ನು ಉಲ್ಲೇಖಿಸಲು ಕಾಳಜಿ ವಹಿಸದಿದ್ದರೂ, ನಡೆದ ಹತ್ಯೆಗಳು ಸೂತ್ರಗಳ ಜೊತೆಗೆ ಹೊಂದುತ್ತಿಲ್ಲ ಎಂದು ಭಾವಿಸಿದರು. ಕ್ಲೋವರ್ ಬೆಂಜಮಿನ್ ಅನ್ನು ಆರನೇ ಆಜ್ಞೆಯನ್ನು ಓದುವಂತೆ ಕೇಳಿಕೊಂಡನು ಮತ್ತು ಬೆಂಜಮಿನ್ ಎಂದಿನಂತೆ ಅಂತಹ ವಿಷಯಗಳಲ್ಲಿ ಮಧ್ಯಪ್ರವೇಶಿಸಲು ನಿರಾಕರಿಸಿದನು ಎಂದು ತಿಳಿದಾಗ, ಅವಳು ಮುರಿಯಲ್ ಅನ್ನು ಕರೆತಂದಳು. ಮುರಿಯಲ್ ಅವಳಿಗೆ ಆಜ್ಞೆಯನ್ನು ಓದಿದನು. ಅದು ಹೀಗಿತ್ತು: "ಯಾವುದೇ ಪ್ರಾಣಿಯು ಕಾರಣವಿಲ್ಲದೆ ಯಾವುದೇ ಪ್ರಾಣಿಯನ್ನು ಕೊಲ್ಲುವ ಹಾಗಿಲ್ಲ." ಹೇಗೋ, ಕೊನೆಯ ಎರಡು ಪದಗಳು ಪ್ರಾಣಿಗಳ ಸ್ಮರಣೆಯಿಂದ ಮರೆತು ಹೋಗಿದ್ದವು. ಆದರೆ ಆಜ್ಞೆಯನ್ನು ಉಲ್ಲಂಘಿಸಲಾಗಿಲ್ಲ ಎಂದು ಅವರು ಈಗ ನೋಡಿದರು; ಏಕೆಂದರೆ ಸ್ನೋಬಾಲ್‌ನೊಂದಿಗೆ ತಮ್ಮನ್ನು ತಾವು ತೊಡಗಿಸಿಕೊಂಡ ದ್ರೋಹಿಗಳನ್ನು ಕೊಲ್ಲಲು ಉತ್ತಮ ಕಾರಣವಿತ್ತು.

ವರ್ಷವಿಡೀ ಪ್ರಾಣಿಗಳು ಹಿಂದಿನ ವರ್ಷಕ್ಕಿಂತ ಹೆಚ್ಚು ಶ್ರಮಿಸಿದವು. ಮೊದಲಿಗಿಂತ ಎರಡು ಪಟ್ಟು ದಪ್ಪದ ಗೋಡೆಗಳಿರುವ ಗಾಳಿಯಂತ್ರವನ್ನು ಪುನರ್‌ನಿರ್ಮಾಣ ಮಾಡುವುದು ಮತ್ತು ನಿಗದಿತ ದಿನಾಂಕದೊಳಗೆ ಅದನ್ನು ಮುಗಿಸುವುದು, ಜೊತೆಗೆ ಜಮೀನಿನ ನಿಯಮಿತ ಕೆಲಸವು ಒಂದು ದೊಡ್ಡ ಶ್ರಮವಾಗಿತ್ತು. ಕೆಲವು ಸಮಯಗಳಲ್ಲಿ ಹೇಗೆ ಅನ್ನಿಸುತ್ತಿತ್ತು ಅಂದರೆ ಜೋನ್ಸ್‌ನ ಸಮಯಕ್ಕೆ ಹೋಲಿಸಿದರೆ ಈಗ ಅವರು ಹೆಚ್ಚು ಸಮಯ ಕೆಲಸ ಮಾಡುತ್ತಿದ್ದಾರೆ ಮತ್ತು ಆದರೂ ಹೆಚ್ಚು ಆಹಾರವನ್ನು ನೀಡಲಾಗುತ್ತಿಲ್ಲ ಎಂದು ಪ್ರಾಣಿಗಳಿಗೆ ಅನ್ನಿಸುತ್ತಿತ್ತು. ಭಾನುವಾರ

ಬೆಳಿಗ್ಗೆ, ಸ್ಕ್ವೀಲರ್, ತನ್ನ ಕೈಯಲ್ಲಿ ಉದ್ದವಾದ ಕಾಗದದ ಪಟ್ಟಿಯನ್ನು ಹಿಡಿದಿಟ್ಟುಕೊಂಡು, ಪ್ರತಿ ವರ್ಗದ ಆಹಾರ ಪದಾರ್ಥಗಳ ಉತ್ಪಾದನೆಯು ಇನ್ನೂರು ಪ್ರತಿಶತ, ಮುನ್ನೂರು ಪ್ರತಿಶತ ಅಥವಾ ಐನೂರು ಪ್ರತಿಶತದಷ್ಟು ಹೆಚ್ಚಾಗಿದೆ ಎಂದು ಸಾಬೀತುಪಡಿಸುವ ಅಂಕಿಅಂಶಗಳ ಪಟ್ಟಿಗಳನ್ನು ಅವರಿಗೆ ಓದುತ್ತಿತ್ತು, ಇದ್ದಿದ್ದರು ಇರಬಹುದು.

ಎಲ್ಲಾ ಆದೇಶಗಳನ್ನು ಈಗ ಸ್ಕ್ವೀಲರ್ ಅಥವಾ ಇತರ ಹಂದಿಗಳ ಮೂಲಕ ನೀಡಲಾಯಿತು. ನೆಪೋಲಿಯನ್ ಸ್ವತಃ ಹದಿನೈದು ದಿನಗಳಿಗೊಮ್ಮೆ ಸಾರ್ವಜನಿಕವಾಗಿ ಕಾಣಿಸಿಕೊಂಡಿರಲಿಲ್ಲ. ಅವನು ಕಾಣಿಸಿಕೊಂಡಾಗ, ಅವನು ತನ್ನ ನಾಯಿಗಳ ಜೊತೆಗೆ ಮಾತ್ರವಲ್ಲದೆ ಅವನ ಮುಂದೆ ಕಪ್ಪು ಕೋಳಿಯೊಂದು ಕಾಣಿಸಿಕೊಳ್ಳುತ್ತಿತ್ತು ಮತ್ತು ನೆಪೋಲಿಯನ್ ಮಾತನಾಡುವ ಮೊದಲು ಜೋರಾಗಿ "ಕೋಕ್-ಎ-ಡೂಡಲ್-ಡೂ" ಎಂದು ಕೂಗುತ್ತಿತ್ತು. ಫಾರ್ಮ್‌ಹೌಸ್‌ನಲ್ಲಿಯೂ ಸಹ, ನೆಪೋಲಿಯನ್ ಇತರರಿಂದ ಪ್ರತ್ಯೇಕ ಕಟ್ಟಡದಲ್ಲಿ ವಾಸಿಸುತ್ತಿದ್ದನು ಎಂದು ಹೇಳಲಾಗುತ್ತದೆ. ಅವನು ಊಟವನ್ನು ಸಹ ಒಬ್ಬನೇ ಮಾಡುತ್ತಿದ್ದನು, ಎರಡು ನಾಯಿಗಳು ಅವನನ್ನು ಕಾಯುತ್ತಿದ್ದವು ಮತ್ತು ಭೇಟಿ ಕೊಠಡಿಯ ಗಾಜಿನ ಕಪಾಟಿನಲ್ಲಿದ್ದ ಕ್ರೌನ್ ಡರ್ಬಿ ಡಿನ್ನರ್ ಪಾತ್ರಗಳಿಂದ ಯಾವಾಗಲೂ ತಿನ್ನುತ್ತಿದ್ದನು. ಪ್ರತಿ ವರ್ಷ ನೆಪೋಲಿಯನ್ ಜನ್ಮದಿನದಂದು ಮತ್ತು ಇತರ ಎರಡು ವಾರ್ಷಿಕೋತ್ಸವಗಳಲ್ಲಿ ಬಂದೂಕನ್ನು ಹಾರಿಸಲಾಗುವುದು ಎಂದು ಘೋಷಿಸಲಾಯಿತು.

ನೆಪೋಲಿಯನ್ ಅನ್ನು ಈಗ ಕೇವಲ "ನೆಪೋಲಿಯನ್" ಎಂದು ಸರಳವಾಗಿ ಕರೆಯಲಿಲ್ಲ. ಅವನನ್ನ ಔಪಚಾರಿಕ ಶೈಲಿಯಲ್ಲಿ "ನಮ್ಮ ನಾಯಕ, ಒಡನಾಡಿ ನೆಪೋಲಿಯನ್" ಎಂದು ಕರೆಯಲಾಯಿತು ಮತ್ತು ಹಂದಿಗಳು ಅವನಿಗೆ ಎಲ್ಲಾ ಪ್ರಾಣಿಗಳ ತಂದೆ, ಮನುಕುಲಕ್ಕೆ ಭಯ ಹುಟ್ಟಿಸಿದಾತ, ಕುರಿಮರಿಗಳ ರಕ್ಷಕ, ಬಾತುಕೋಳಿಗಳ ಸ್ನೇಹಿತ ಮತ್ತು ಮುಂತಾದ ಶೀರ್ಷಿಕೆಗಳನ್ನು ಕೊಡಲು ಇಷ್ಟಪಟ್ಟವು. ಸ್ಕ್ವೀಲರ್ ತನ್ನ ಭಾಷಣಗಳಲ್ಲಿ ಕಣ್ಣೀರು ಹಾಕುತ್ತ ಮಾತನಾಡುತ್ತಿದ್ದನು

ನೆಪೋಲಿಯನ್ನ ಬುದ್ಧಿವಂತಿಕೆ, ಅವನ ಹೃದಯದ ಒಳ್ಳೆಯತನ ಮತ್ತು ಅವನು ಎಲ್ಲೆಡೆ ಇರುವ ಎಲ್ಲಾ ಪ್ರಾಣಿಗಳ ಬಗ್ಗೆ ಆಳವಾದ ಪ್ರೀತಿಯನ್ನು ಬಗ್ಗೆ ಮತ್ತು ವಿಶೇಷವಾಗಿ ದೂರ ತಳ್ಳಲ್ಪಟ್ಟ ಮತ್ತು ಇತರರ ಹೊಲಗಳಲ್ಲಿ ಗುಲಾಮಗಿರಿಯಲ್ಲಿ ವಾಸಿಸುತ್ತಿದ್ದ ಅತೃಪ್ತ ಪ್ರಾಣಿಗಳ ಬಗೆಗಿನ ಪ್ರೀತಿಯ ಬಗ್ಗೆ ಮಾತಾಡುತ್ತಿದ್ದನು. ಪ್ರತಿ ಯಶಸ್ವೀ ಸಾಧನೆಗೆ ಮತ್ತು ಅದೃಷ್ಟದ ಪ್ರತಿ ಅವಕಾಶಕ್ಕೆ ನೆಪೋಲಿಯನ್‌ಗೆ ಮನ್ನಣೆ ನೀಡುವುದು ಸಾಮಾನ್ಯವಾಗಿತ್ತು. "ನಮ್ಮ ನಾಯಕ, ಒಡನಾಡಿ ನೆಪೋಲಿಯನ್ ಅವರ ಮಾರ್ಗದರ್ಶನದಲ್ಲಿ, ನಾನು ಆರು ದಿನಗಳಲ್ಲಿ ಐದು ಮೊಟ್ಟೆಗಳನ್ನು ಇಟ್ಟಿದ್ದೇನೆ" ಎಂದು ಒಂದು ಕೋಳಿ ಮತ್ತೊಂದು ಕೋಲಿಗೆ ಹೇಳುವುದನ್ನು ನೋಡಲು ಸಿಗುತ್ತಿತ್ತು; ಅಥವಾ ಎರಡು ಹಸುಗಳು, ಕೊಳದಲ್ಲಿ ಪಾನೀಯವನ್ನು ಆನಂದಿಸುತ್ತಾ ಕುಡಿಯುವಾಗ, "ಒಡನಾಡಿ ನೆಪೋಲಿಯನ್ ನಾಯಕತ್ವಕ್ಕೆ ಧನ್ಯವಾದಗಳು, ಈ ನೀರಿನ ರುಚಿ ಎಷ್ಟು ಅದ್ಭುತವಾಗಿದೆ!" ಮಾತಾಡುತ್ತಿದ್ದವು. ಮಿನಿಮಸ್ ರಚಿಸಿದ ಕಾಮ್ರೇಡ್ ನೆಪೋಲಿಯನ್ ಎಂಬ ಕವಿತೆಯಲ್ಲಿ ಜಮೀನಿನ ಸಾಮಾನ್ಯ ಭಾವನೆಯನ್ನು ಚೆನ್ನಾಗಿ ವ್ಯಕ್ತಪಡಿಸಲಾಗಿದೆ ಮತ್ತು ಅದು ಈ ಕೆಳಗಿನಂತೆ ಇದೆ:

ಎಲ್ಲರಿಗೂ ತಂದೆಯಂತಿರುವವನೇ!

ಸಂತೋಷದ ಚಿಲುಮೆ!

ಆಹಾರ ತುಂಬಿದ ಬಕೀಟಿನ ಪ್ರಭು! ಓಹ್, ನನ್ನ ಆತ್ಮ

ನಿನ್ನ ಶಾಂತ ಮತ್ತು ಅಪ್ಪಣೆ ನೀಡುವ ಕಣ್ಣುಗಳನ್ನು ನೋಡಿದಾಗ ಬೆಂಕಿಯಂತಾಗುತ್ತದೆ,

ಆಕಾಶದಲ್ಲಿರುವ ಸೂರ್ಯನಂತೆ,

ಒಡನಾಡಿ ನೆಪೋಲಿಯನ್!

ಕೊಡುವವನು ನೀನು

ನಿನ್ನ ಜೀವಿಗಳು ಪ್ರೀತಿಸುವ ಎಲ್ಲವನ್ನೂ,

ದಿನಕ್ಕೆ ಎರಡು ಬಾರಿ ಪೂರ್ಣ ಹೊಟ್ಟೆ, ಸುತ್ತಲು ಶುದ್ಧ ಒಣಹುಲ್ಲು.

ಪ್ರತಿಯೊಂದು ಪ್ರಾಣಿಯು ದೊಡ್ಡದಾಗಿರಬಹುದು ಅಥವಾ ಚಿಕ್ಕದು

ಅವನ ಕೊಟ್ಟಿಗೆಯಲ್ಲಿ ಶಾಂತಿಯಿಂದ ನಿದ್ರಿಸುತಿದ್ದಾನೆ,

ನೀವು ಎಲ್ಲವನ್ನು ನೋಡುತ್ತಿದ್ದೀರಿ,

ಒಡನಾಡಿ ನೆಪೋಲಿಯನ್!

ನನ್ನ ಬಳಿ ಚಿಕ್ಕ ಹಂದಿ ಇದ್ದಿದ್ದರೆ ಪಿಂಟ್ ಬಾಟಲಿಯಷ್ಟು ಅಥವಾ ಲಟ್ಟಣಿಗೆಯಸ್ಟು ದೊಡ್ಡದಾಗಿ ಇದ್ದಿದ್ದರು,

ದೊಡ್ಡವನಾಗಿ ಬೆಳೆಯುವುದಕ್ಕೆ ಮುಂಚೆ,

ಅವನು ನಿಮಗೆ ನಿಷ್ಠಾವಂತ ಮತ್ತು ಸತ್ಯವಂತ ಆಗಿ ಇರುವುದಕ್ಕೆ ಕಲಿಯಬೇಕು,

ಹೌದು, ಅವನ ಮೊದಲ ಕೂಗು "ಒಡನಾಡಿ ನೆಪೋಲಿಯನ್!" ಎಂದಾಗಿರಬೇಕು.

ನೆಪೋಲಿಯನ್ ಈ ಕವಿತೆಯನ್ನು ಅನುಮೋದಿಸಿದನು ಮತ್ತು ಅದನ್ನು ಏಳು ಅನುಶಾಸನಗಳಿದ್ದ ವಿರುದ್ಧ ತುದಿಯಲ್ಲಿ ದೊಡ್ಡ ಕೊಟ್ಟಿಗೆಯ ಗೋಡೆಯ ಮೇಲೆ ಕೆತ್ತಲು ಹೇಳಿದನು. ಇದರ ಮೇಲೆ ನೆಪೋಲಿಯನ್‌ನ ಭಾವಚಿತ್ರವನ್ನು ಇರಿಸಲಾಗಿದೆ, ಬಿಳಿ ಬಣ್ಣದಲ್ಲಿ ಸ್ಕ್ವೀಲರ್ ಇದನ್ನು ಬಿಡಿಸಿದ್ದಾನೆ.

ಏತನ್ಮಧ್ಯೆ, ವ್ಹೆಂಪರ್ನ ಸಹಯಾದ ಮೂಲಕ, ನೆಪೋಲಿಯನ್ ಫ್ರೆಡೆರಿಕ್ ಮತ್ತು ಪಿಲ್ಕಿಂಗ್ಟನ್ ಅವರೊಂದಿಗೆ ಸಂಕೀರ್ಣವಾದ ಮಾತುಕತೆಗಳಲ್ಲಿ ತೊಡಗಿದ್ದರು. ಮರದ ರಾಶಿ ಇನ್ನೂ ಮಾರಾಟವಾಗಿರಲಿಲ್ಲ. ಇಬ್ಬರಲ್ಲಿ, ಫ್ರೆಡೆರಿಕ್ ಅದನ್ನು ಹಿಡಿಯಲು ಹೆಚ್ಚು ಆಸಕ್ತಿ ಹೊಂದಿದ್ದರು, ಆದರೆ ಅವರು ಸಮಂಜಸವಾದ ಬೆಲೆಯನ್ನು ಹೇಳುತ್ತಿರಲಿಲ್ಲ. ಅದೇ ಸಮಯದಲ್ಲಿ ಫ್ರೆಡೆರಿಕ್ ಮತ್ತು ಅವನ ಜನರು ಅನಿಮಲ್ ಫಾರ್ಮ್ ಮೇಲೆ ದಾಳಿ ಮಾಡಲು ಮತ್ತು ಗಾಳಿ ಯಂತ್ರವನ್ನು ನಾಶಮಾಡಲು ಸಂಚು ರೂಪಿಸುತ್ತಿದ್ದಾರೆ ಎಂಬ ಹೊಸ ವದಂತಿಗಳು ಬಂದವು, ಅದರ ಕಟ್ಟಡವು ಅವನಲ್ಲಿ ಉಗ್ರ ಅಸೂಯೆಯನ್ನು ಹುಟ್ಟುಹಾಕಿತ್ತು. ಸ್ನೋಬಾಲ್ ಇನ್ನೂ ಪಿಂಚ್‌ಫೀಲ್ಡ್

ಫಾರ್ಮ್‌ನಲ್ಲಿ ಇತ್ತು ಎಂದು ತಿಳಿದುಬಂದಿದೆ. ಮಧ್ಯ ಬೇಸಿಗೆಯಲ್ಲಿ ಸ್ನೋಬಾಲ್‌ನಿಂದ ಪ್ರೇರಿತರಾಗಿ ಮೂರು ಕೋಳಿಗಳು ಮುಂದೆ ಬಂದು ನೆಪೋಲಿಯನ್‌ನನ್ನು ಕೊಲ್ಲುವ ಸಂಚಿನಲ್ಲಿ ತೊಡಗಿವೆ ಎಂದು ಒಪ್ಪಿಕೊಂಡವು ಇದರಿಂದ ಬೇರೆ ಪ್ರಾಣಿಗಳು ಗಾಬರಿಗೊಂಡವು. ಅವರನ್ನು ತಕ್ಷಣವೇ ಕೊಲ್ಲಲಾಯಿತು ಮತ್ತು ನೆಪೋಲಿಯನ್ನ ಸುರಕ್ಷತೆಗಾಗಿ ಹೊಸ ಮುನ್ನೆಚ್ಚರಿಕೆಗಳನ್ನು ತೆಗೆದುಕೊಳ್ಳಲಾಯಿತು. ಪ್ರತಿಯೊಂದು ಮೂಲೆಯಲ್ಲಿಯೂ ಒಂದೊಂದರ ರೀತಿ ರಾತ್ರಿಯಲ್ಲಿ ನಾಲ್ಕು ನಾಯಿಗಳು ಅವನ ಹಾಸಿಗೆಯನ್ನು ಕಾವಲು ಕಾಯುತ್ತಿದ್ದವು, ಮತ್ತು ಪಿಂಕೈ ಎಂಬ ಹೆಸರಿನ ಎಳೆಯ ಹಂದಿಯು ಅವನ ಆಹಾರವನ್ನು ತಿನ್ನುವ ಮೊದಲು ಅದು ವಿಷಪೂರಿತವಾಗಿದಿಯೇ ಎಂದು ಅದರ ರುಚಿಯನ್ನು ಅನುಭವಿಸುವ ಕೆಲಸವನ್ನು ನಿರ್ವಹಿಸುತಿತ್ತು.

ಅದೇ ಸಮಯದಲ್ಲಿ, ನೆಪೋಲಿಯನ್ ಮರದ ರಾಶಿಯನ್ನು ಪಿಲ್ಕಿಂಗ್ಟನ್‌ಗೆ ಮಾರಾಟ ಮಾಡಲು ವ್ಯವಸ್ಥೆ ಮಾಡಿದ್ದಾನೆಂದು ತಿಳಿಸಲಾಯಿತು; ಅವರು ಅನಿಮಲ್ ಫಾರ್ಮ್ ಮತ್ತು ಫಾಕ್ಸ್‌ವುಡ್ ನಡುವೆ ಕೆಲವು ಉತ್ಪನ್ನಗಳ ವಿನಿಮಯಕ್ಕಾಗಿ ನಿಯಮಿತ ಒಪ್ಪಂದವನ್ನು ಸಹ ಮಾಡಿಕೊಂಡಿದ್ದರು. ನೆಪೋಲಿಯನ್ ಮತ್ತು ಪಿಲ್ಕಿಂಗ್ಟನ್ ನಡುವಿನ ಸಂಬಂಧಗಳು ವೈಂಪರ್ ಮೂಲಕ ಮಾತ್ರ ನಡೆಸಲ್ಪಟ್ಟಿದ್ದರೂ, ಈಗ ಬಹುತೇಕ ಸ್ನೇಹಪರವಾಗಿತ್ತು. ಪ್ರಾಣಿಗಳು ಮನುಷ್ಯನಾಗಿ ಪಿಲ್ಕಿಂಗ್‌ಟನ್‌ನನ್ನು ಎಂದು ನಂಬಲಿಲ್ಲ ಆದರೆ ಅವರಿಬ್ಬರೂ ಭಯಪಡುತ್ತಿದ್ದ ಮತ್ತು ದ್ವೇಷಿಸುತ್ತಿದ್ದ ಫ್ರೆಡೆರಿಕ್‌ಗೆ ಹೆಚ್ಚು ಆದ್ಯತೆ ನೀಡಿದರು. ಬೇಸಿಗೆ ಕಳೆದಂತೆ, ಮತ್ತು ಗಾಳಿಯಂತ್ರವು ಪೂರ್ಣಗೊಳ್ಳುತ್ತಿರುವಂತೆ, ಮುಂಬರುವ ವಿಶ್ವಾಸಘಾತುಕ ದಾಳಿಯ ವದಂತಿಗಳು ಬಹಳ ಬಲವಾಗಿ ಬೆಳೆಯಿತು. ಫ್ರೆಡೆರಿಕ್, ಅವರ ವಿರುದ್ಧ ಬಂದೂಕುಗಳನ್ನು ಹೊಂದಿದ್ದ ಎಲ್ಲಾ ಇಪ್ಪತ್ತು ಜನರನ್ನು ಕರೆತರಲು ಉದ್ದೇಶಿಸಿದ್ದನು ಎಂದು ಹೇಳಲಾಗುತ್ತಿತ್ತು ಮತ್ತು ಅವನು ಈಗಾಗಲೇ ಮ್ಯಾಜಿಸ್ಟ್ರೇಟ್ ಮತ್ತು ಪೊಲೀಸರಿಗೆ ಲಂಚ ನೀಡಿದ್ದನು ಎನ್ನಲಾಗಿತ್ತು, ಆದ್ದರಿಂದ ಅವನು ಒಮ್ಮೆ ಅನಿಮಲ್ ಫಾರ್ಮ್ನ ಹಕ್ಕುಪತ್ರಗಳನ್ನು ಹೊಂದಿದರೆ ಅವರು ಯಾವುದೇ ಪ್ರಶ್ನೆಗಳನ್ನು ಕೇಳುವುದಿಲ್ಲ ಎನ್ನಲಾಗಿತ್ತು. ಇದಲ್ಲದೆ, ಫ್ರೆಡೆರಿಕ್ ತನ್ನ ಪ್ರಾಣಿಗಳ ಮೇಲೆ ನಡೆಸಿದ ಕ್ರೌರ್ಯಗಳ ಬಗ್ಗೆ ಪಿಂಚ್‌ಫೀಲ್ಡ್‌ನಿಂದ ಭಯಾನಕ ಕಥೆಗಳು ಸೋರಿಕೆಯಾಗುತ್ತಿದ್ದವು. ಅವನು ತನ್ನ

ಹಳೆಯ ಕುದುರೆಯನ್ನು ಹೊಡೆದು ಸಾಯಿಸಿದನ್ನು, ಅವನು ತನ್ನ ಹಸುಗಳನ್ನು ಹಸಿವಿನಿಂದ ಸಾಯಿಸಿದನ್ನು, ಅವನು ತನ್ನ ನಾಯಿಯನ್ನು ಕುಲುಮೆಗೆ ಎಸೆದು ಕೊಂದಿದ್ದನು, ಅವನು ಸಾಯಂಕಾಲದ ಸಮಯದಲ್ಲಿ ವಿನೋದಪಡಲು ಹುಂಜಗಳಿಗೆ ಹರಿತವಾದ ಬ್ಲೇಡ್ ಅನ್ನು ಕಟ್ಟಿ ಕಾದಾಡುವಂತೆ ಮಾಡುತ್ತಿದ್ದನು. ತಮ್ಮ ಒಡನಾಡಿಗಳಿಗೆ ಈ ಕೆಲಸಗಳನ್ನು ಮಾಡಲಾಗುತ್ತಿದೆ ಎಂದು ಕೇಳಿದಾಗ ಪ್ರಾಣಿಗಳ ರಕ್ತವು ಕೋಪದಿಂದ ಕುದಿಯಿತು, ಮತ್ತು ಕೆಲವೊಮ್ಮೆ ಅವರು ಹೊರಗೆ ಹೋಗಿ ಪಿಂಚ್‌ಫೀಲ್ಡ್ ಫಾರ್ಮ್‌ನ ಮೇಲೆ ದಾಳಿ ಮಾಡಲು, ಮನುಷ್ಯರನ್ನು ಓಡಿಸಿ ಮತ್ತು ಪ್ರಾಣಿಗಳನ್ನು ಮುಕ್ತಗೊಳಿಸಲು ಅನುಮತಿಸಬೇಕೆಂದು ಒತ್ತಾಯಿಸಿದರು. ಆದರೆ ಸ್ಕ್ವೀಲರ್ ಅವರು ದುಡುಕಿನ ಕ್ರಮಗಳನ್ನು ತೆಗೆದೆಕೊಳ್ಳಬಾರದೆಂದು ಮತ್ತು ಒಡನಾಡಿ ನೆಪೋಲಿಯನ್ ಅವರ ಕಾರ್ಯತಂತ್ರದಲ್ಲಿ ನಂಬಿಕೆ ಇಡಲು ಸಲಹೆ ನೀಡಿದನು.

ಅದೇನೇ ಇದ್ದರೂ, ಫ್ರೆಡೆರಿಕ್ ವಿರುದ್ಧದ ಭಾವನೆಯು ಹೆಚ್ಚಾಗುತ್ತಲೇ ಇತ್ತು. ಒಂದು ಭಾನುವಾರದ ಮುಂಜಾನೆ ನೆಪೋಲಿಯನ್ ಕೊಟ್ಟಿಗೆಯಲ್ಲಿ ಕಾಣಿಸಿಕೊಂಡರು ಮತ್ತು ಫ್ರೆಡೆರಿಕ್‌ಗೆ ಮರದ ರಾಶಿಯನ್ನು ಮಾರಾಟ ಮಾಡಲು ತಾನು ಎಂದಿಗೂ ಯೋಚಿಸಿರಲಿಲ್ಲ ಎಂದು ವಿವರಿಸಿದನು; ಆ ಕಿಡಿಗೇಡಿಗಳೊಂದಿಗೆ ವ್ಯವಹರಿಸುವುದನ್ನು ಅವನು ತನ್ನ ಘನತೆಯ ಸರಿಹೊಂದುವುದಿಲ್ಲ ಎಂದು ಪರಿಗಣಿಸಿದ್ದಾನೆ ಎಂದು ಅವನು ಹೇಳಿದನು. ದಂಗೆಯ ಸುದ್ದಿಯನ್ನು ಹರಡಲು ಕಳುಹಿಸಲ್ಪಟ್ಟ ಪಾರಿವಾಳಗಳು ಫಾಕ್ಸ್‌ವುಡ್‌ನಲ್ಲಿ ಎಲ್ಲಿಯೂ ಕಾಲಿಡುವುದನ್ನು ನಿಷೇಧಿಸಲಾಗಿದೆ ಮತ್ತು "ಮನುಷ್ಯನಿಗೆ ಸಾವು" ಎಂಬ ಹಿಂದಿನ ಘೋಷಣೆಯನ್ನು "ಫ್ರೆಡೆರಿಕ್ನಿಗೆ ಸಾವು" ಎಂದು ಬದಲಿಸುವುದಾಗಿ ಆದೇಶಿಸಲಾಯಿತು. ಬೇಸಿಗೆಯ ಕೊನೆಯಲ್ಲಿ ಸ್ನೋಬಾಲ್‌ನ ಮತ್ತೊಂದು ಕುತಂತ್ರವು ಬಯಲಾಯಿತು. ಗೋಧಿ ಬೆಳೆಯು ಕಳೆಗಳಿಂದ ತುಂಬಿತ್ತು, ಮತ್ತು ಅವನ ರಾತ್ರಿಯ ಭೇಟಿಗಳಲ್ಲಿ ಸ್ನೋಬಾಲ್ ಬೀಜದ ಜೋಳದೊಂದಿಗೆ ಕಳೆ ಬೀಜಗಳನ್ನು ಬೆರೆಸಿರುವುದು ಪತ್ತೆಯಾಗಿತ್ತು. ಈ ವಿಷಯದ ಬಗ್ಗೆ ಗೊತ್ತಿದ್ದ ಒಂದು ಬಾತುಕೋಳಿ ತನ್ನ ತಪ್ಪನ್ನು ಸ್ಕ್ವೀಲರ್‌ಗೆ ಒಪ್ಪಿಕೊಂಡನು ಮತ್ತು ತಕ್ಷಣವೇ ವಿಷಯುಕ್ತ ಹಣ್ಣುಗಳನ್ನು ನುಂಗಿ ಆತ್ಮಹತ್ಯೆ

ಮಾಡಿಕೊಂಡನು. ಸ್ನೋಬಾಲ್ಗೆ ಎಂದಿಗೂ "ಪ್ರಾಣಿ ನಾಯಕ, ಪ್ರಥಮ ದರ್ಜೆ" ಎಂಬ ಆದೇಶವನ್ನು ಕೊಟ್ಟಿರಲಿಲ್ಲ ಎಂದು ಅನೇಕರು ಈಗ ಕಲಿತರು. ಇದು ಸ್ನೋಬಾಲ್ ಸ್ವತಃ ದನದ ಕೊಟ್ಟಿಗೆಯ ಕದನದ ನಂತರ ಹರಡಿದ ದಂತಕಥೆಯಾಗಿತ್ತು. ಇಲ್ಲಿಯವರೆಗೆ ಅಲಂಕರಿಸಲ್ಪಟ್ಟಿದ್ದರಿಂದ, ಯುದ್ಧದಲ್ಲಿ ತೋರಿದ ಹೇಡಿತನವನ್ನು ತೋರಿಸಿದ್ದಕ್ಕಾಗಿ ಅವನು ಖಂಡಿಸಲ್ಪಟ್ಟನು. ಮತ್ತೊಮ್ಮೆ ಕೆಲವು ಪ್ರಾಣಿಗಳು ಇದನ್ನು ದಿಗ್ಭ್ರಮೆಯಿಂದ ಕೇಳಿದವು, ಆದರೆ ಸ್ಕ್ವೀಲರ್ ಶೀಘ್ರದಲ್ಲೇ ಅವರ ನೆನಪುಗಳು ತಪ್ಪಾಗಿದೆ ಎಂದು ಅವರಿಗೆ ಮನವರಿಕೆ ಮಾಡಿದ.

ಶರತ್ಕಾಲದಲ್ಲಿ, ಏಕಕಾಲದಲ್ಲಿ ಬೆಳೆಗಳನ್ನು ಕೊಯ್ಲು ಮಾಡಲು ಕಠಿಣ ಪ್ರಯತ್ನದ ಹೊರತಾಗಿಯೂ, ಗಾಳಿಯಂತ್ರವು ಅಂತಿಮವಾಗಿ ಪೂರ್ಣಗೊಂಡಿತು. ಯಂತ್ರೋಪಕರಣಗಳನ್ನು ಇನ್ನೂ ಅಳವಡಿಸಬೇಕಾಗಿರುವುದರಿಂದ ಮತ್ತು ವೈಂಪರ್ ಖರೀದಿಯನ್ನು ನಿರ್ವಹಿಸುತ್ತಿರುವಾಗ, ಗಾಳಿ ಯಂತ್ರದ ಮುಖ್ಯ ರಚನೆಯನ್ನು ಮಾಡಲಾಯಿತು. ಅನನುಭವ, ಅಸಮರ್ಪಕ ಉಪಕರಣಗಳು, ದುರಾದೃಷ್ಟ, ಮತ್ತು ಸ್ನೋಬಾಲ್‌ನ ವಿಶ್ವಾಸಘಾತುಕತನ ಸೇರಿದಂತೆ ಹಲವಾರು ಸವಾಲುಗಳನ್ನು ಎದುರಿಸುತ್ತಿದ್ದರೂ, ಕೆಲಸವನ್ನು ನಿಗದಿತ ಸಮಯಕ್ಕೆ ಸರಿಯಾಗಿ ಪೂರ್ಣಗೊಳಿಸಲಾಯಿತು.ದಣಿದಿದ್ದರು ಆದರೆ ಹೆಮ್ಮೆ ಇತ್ತು, ಪ್ರಾಣಿಗಳು ತಮ್ಮ ಪೂರ್ಣಗೊಂಡ ಗಾಳಿ ಯಂತ್ರವನ್ನು ಸುತ್ತುವರೆದಿವೆ, ಈಗ ಮೊದಲ ಆವೃತ್ತಿಗಿಂತ ಹೆಚ್ಚು ಪ್ರಭಾವಶಾಲಿಯಾಗಿದೆ. ಗೋಡೆಗಳೂ ಮೊದಲಿನ ಎರಡು ಪಟ್ಟು ದಪ್ಪವಾಗಿದ್ದವು. ಸ್ಫೋಟಕ ಗಳಿಂದಲೂ ಈ ಬಾರಿ ಗಾಳಿಯಂತ್ರವನ್ನು ಉರುಳಿಸಲು ಸಾಧ್ಯವಿಲ್ಲ ಎಂದು ಪ್ರಾಣಿಗಳಿಗೆ ಮನವರಿಕೆಯಾಯಿತು. ಅವರ ಕಠಿಣ ಪರಿಶ್ರಮ, ಅವರು ಜಯಿಸಿದ ಅಡೆತಡೆಗಳು ಮತ್ತು ಗಾಳಿ ಯಂತ್ರ ಅವರ ಜೀವನದಲ್ಲಿ ಮುಂದೆ ತರುವಂತಹ ಭವಿಷ್ಯದ ಸುಧಾರಣೆಗಳನ್ನು ಎದುರು ನೋಡುತ್ತಿರುವುದರಿಂದ, ಅವರ ಬಳಲಿಕೆಯು ಮರೆಯಾಯಿತು. ವಿಜಯೋತ್ಸಾಹದಿಂದ ತುಂಬಿದ ಅವರು ಗಾಳಿಯಂತ್ರದ ಸುತ್ತಲೂ ಸಂತೋಷದಿಂದ ನೃತ್ಯ ಮಾಡಿದರು, ತಮ್ಮ ಸಾಧನೆಯನ್ನು ಕೊಂಡಾಡಿದರು. ನೆಪೋಲಿಯನ್, ತನ್ನ ನಾಯಿಗಳು ಮತ್ತು ಕೋಳಿಗಳ ಜೊತೆಯಲ್ಲಿ, ಸಿದ್ಧಪಡಿಸಿದ ಗಾಳಿಯಂತ್ರವನ್ನು ಪರಿಶೀಲಿಸಿದನು.

ಅವನು ಈ ಸಾಧನೆಗಾಗಿ ಪ್ರಾಣಿಗಳನ್ನು ವೈಯಕ್ತಿಕವಾಗಿ ಅಭಿನಂದಿಸಿದನು ಮತ್ತು ಗಾಳಿ ಯಂತ್ರಕ್ಕೆ ನೆಪೋಲಿಯನ್ ಗಾಳಿ ಯಂತ್ರ ಎಂದು ಹೆಸರಿಸಲಾಗುವುದು ಎಂದು ಘೋಷಿಸಿದನು.

ಎರಡು ದಿನಗಳ ನಂತರ, ನೆಪೋಲಿಯನ್ ತಾನು ಮರದ ರಾಶಿಯನ್ನು ಫ್ರೆಡೆರಿಕ್‌ಗೆ ಮಾರಿದ್ದೇನೆ ಎಂದು ಬಹಿರಂಗಪಡಿಸಿದಾಗ ಪ್ರಾಣಿಗಳು ಆಶ್ಚರ್ಯಚಕಿತರಾದರು. ಫ್ರೆಡೆರಿಕ್‌ನ ವ್ಯಾಗನ್‌ಗಳು ಅದನ್ನು ಸಂಗ್ರಹಿಸಲು ಮರುದಿನ ಬರುತ್ತವೆ ಎಂದು ಅವನು ಘೋಷಿಸಿದನು. ಪಿಲ್ಕಿಂಗ್ಟನ್‌ನೊಂದಿಗಿನ ಅವನ ಬಾಹ್ಯ ಸ್ನೇಹದ ಹೊರತಾಗಿಯೂ, ನೆಪೋಲಿಯನ್ ರಹಸ್ಯವಾಗಿ ಫ್ರೆಡೆರಿಕ್‌ನೊಂದಿಗೆ ಮಾತುಕತೆ ನಡೆಸುತ್ತಿದ್ದನು.

ಫಾಕ್ಸ್‌ವುಡ್‌ನೊಂದಿಗಿನ ಎಲ್ಲಾ ಸಂಬಂಧಗಳನ್ನು ಕಡಿತಗೊಳಿಸಲಾಯಿತು ಮತ್ತು ಪಿಲ್ಕಿಂಗ್‌ಟನ್‌ಗೆ ಅವಮಾನಕರ ಸಂದೇಶಗಳನ್ನು ಪಡೆದನು. ಪಿಂಚ್‌ಫೀಲ್ಡ್ ಫಾರ್ಮ್ ಅನ್ನು ತಪ್ಪಿಸಲು ಮತ್ತು "ಪಿಲ್ಕಿಂಗ್ಟನ್ಗೆ ಸಾವು" ಎಂದು ತಮ್ಮ ಘೋಷಣೆಯನ್ನು ಬದಲಾಯಿಸಲು ಪಾರಿವಾಳಗಳಿಗೆ ಸೂಚಿಸಲಾಯಿತು. ಏತನ್ಮಧ್ಯೆ, ಅನಿಮಲ್ ಫಾರ್ಮ್ ಮೇಲೆ ಮುಂಬರುವ ದಾಳಿಯ ವದಂತಿಗಳು ಸುಳ್ಳು ಮತ್ತು ಫ್ರೆಡೆರಿಕ್ನ ಕ್ರೌರ್ಯದ ಕಥೆಗಳು ಬಹಳವಾಗಿ ಉತ್ಪ್ರೇಕ್ಷಿತವಾಗಿವೆ ಎಂದು ನೆಪೋಲಿಯನ್ ಪ್ರಾಣಿಗಳಿಗೆ ಭರವಸೆ ನೀಡಿದರು. ನೆಪೋಲಿಯನ್ ಎಲ್ಲಾ ವದಂತಿಗಳು ಸ್ನೋಬಾಲ್ ಮತ್ತು ಅವನ ಏಜೆಂಟ್‌ಗಳಿಂದ ಹುಟ್ಟಿಕೊಂಡಿರಬಹುದು ಎಂದು ಹೇಳಿದನು. ಪಿಂಚ್ ಫೀಲ್ಡ್ ಫಾರ್ಮ್‌ನಲ್ಲಿ ಸ್ನೋಬಾಲ್ ಅಡಗಿಕೊಂಡಿರಲಿಲ್ಲ ಮತ್ತು ಅಲ್ಲಿ ಎಂದಿಗೂ ಇರಲಿಲ್ಲ ಎಂದು ಈಗ ಸೂಚಿಸಲಾಯಿತು. ಬದಲಾಗಿ, ಅವನು ಫಾಕ್ಸ್‌ವುಡ್‌ನಲ್ಲಿ ಆರಾಮವಾಗಿ ವಾಸಿಸುತ್ತಿದ್ದಾನೆ ಎಂಬ ವದಂತಿಗಳಿವೆ ಮತ್ತು ವಾಸ್ತವವಾಗಿ ವರ್ಷಗಳವರೆಗೆ ಪಿಲ್ಕಿಂಗ್‌ಟನ್‌ನ ಪಿಂಚಣಿದಾರನಾಗಿದ್ದನು.

ನೆಪೋಲಿಯನ್ನ ಬುದ್ಧಿವಂತಿಕೆಯಿಂದ ಹಂದಿಗಳು ರೋಮಾಂಚನಗೊಂಡವು. ಪಿಲ್ಕಿಂಗ್‌ಟನ್‌ನೊಂದಿಗೆ ಸ್ನೇಹದಿಂದ ನಟಿಸುವ ಮೂಲಕ ನೆಪೋಲಿಯನ್ ಫ್ರೆಡೆರಿಕ್ ಗೆ ತನ್ನ ಪ್ರಸ್ತಾಪವನ್ನು ಹನ್ನೆರಡು ಪೌಂಡ್‌ಗಳಷ್ಟು ಹೆಚ್ಚಿಸುವಂತೆ

ಮೋಸಗೊಳಿಸಿದನು. ಸ್ಕ್ವೀಲರ್ ನೆಪೋಲಿಯನ್‌ನ ಉನ್ನತ ಬುದ್ಧಿಶಕ್ತಿಯನ್ನು ಹೊಗಳಿದನು, ನೆಪೋಲಿಯನ್ ಯಾರನ್ನೂ ನಂಬಲಿಲ್ಲ, ಫ್ರೆಡ್ರಿಕ್ನನ್ನು ಕೂಡ ನಂಬಲಿಲ್ಲ. ಫ್ರೆಡ್ರಿಕ್ ಮರಕ್ಕೆ ಚೆಕ್‌ನೊಂದಿಗೆ ಪಾವತಿಸಲು ಉದ್ದೇಶಿಸಿದ್ದನು, ಇದು ಮೂಲಭೂತವಾಗಿ ಪಾವತಿ ಭರವಸೆಯ ಕಾಗದವಾಗಿತ್ತು. ಆದಾಗ್ಯೂ, ಮರವನ್ನು ತೆಗೆದುಹಾಕುವ ಮೊದಲು ಪಾವತಿಸಲು ನೆಪೋಲಿಯನ್ ನಿಜವಾದ ಐದು ಪೌಂಡ್ ನೋಟುಗಳನ್ನು ಬೇಡಿಕೆಯಿಡುವ ಮೂಲಕ ಬುದ್ದಿವಂತಿಕೆಯಲ್ಲಿ ಅವನನ್ನು ಮೀರಿಸಿದನು. ಫ್ರೆಡೆರಿಕ್ ಪಾಲಿಸಿದನು, ಮತ್ತು ಅವರು ಪಾವತಿಸಿದ ಮೊತ್ತವು ವಿಂಡ್ಮಿಲ್ನ ಯಂತ್ರೋಪಕರಣಗಳ ವೆಚ್ಚವನ್ನು ಸರಿದೂಗಿಸಲು ಸಾಕಾಗುತ್ತದೆ.

ಮರವನ್ನು ತ್ವರಿತವಾಗಿ ತೆಗೆದುಹಾಕುತ್ತಿರುವಾಗ, ಫ್ರೆಡೆರಿಕ್‌ನ ನೋಟುಗಳನ್ನು ಪರೀಕ್ಷಿಸಲು ಪ್ರಾಣಿಗಳಿಗೆ ಮತ್ತೊಂದು ವಿಶೇಷ ಸಭೆಯನ್ನು ಕರೆಯಲಾಯಿತು. ನೆಪೋಲಿಯನ್, ತನ್ನ ಅಲಂಕಾರಗಳಿಂದ ಅಲಂಕರಿಸಲ್ಪಟ್ಟ ಮತ್ತು ವೇದಿಕೆಯ ಮೇಲೆ ಒಣಹುಲ್ಲಿನ ಹಾಸಿಗೆಯ ಮೇಲೆ ವಿಶ್ರಾಂತಿ ಪಡೆಯುತ್ತಿದ್ದನು, ಹಣವನ್ನು ಪ್ರದರ್ಶಿಸಿದನು, ಫಾರ್ಮ್‌ಹೌಸ್ ಅಡುಗೆಮನೆಯಲ್ಲಿದ್ದ ಚೀನಾದ ಪಾತ್ರೆಗಳ ಮೇಲೆ ಅಂದವಾಗಿ ಜೋಡಿಸಲ್ಪಟ್ಟಿತ್ತು. ಪ್ರತಿಯೊಂದೂ ಟಿಪ್ಪಣಿಗಳನ್ನು ಪರಿಶೀಲಿಸುತ್ತ ಪ್ರಾಣಿಗಳು ನಿಧಾನವಾಗಿ ಹಾದುಹೋದವು. ಬಾಕ್ಸರ್ ಕೂಡ ಅದರ ಮೇಲೆ ಮೂಸಿದನು, ಸೂಕ್ಷ್ಮವಾದ ಬಿಳಿ ನೋಟುಗಳು ಅವನ ಉಸಿರಿನಿಂದ ಬೀಸುವಂತೆ ಮಾಡಿದನು.

ಮೂರು ದಿನಗಳ ನಂತರ, ತೆಳ್ಳಗೆ ಮತ್ತು ಉದ್ರಿಕ್ತನಾಗಿ ಕಾಣುಸುತ್ತಿದ್ದ ವೈಂಪರ್ ತನ್ನ ಸೈಕಲ್‌ನಲ್ಲಿ ಜಮೀನಿಗೆ ಆಗಮಿಸಿ ಫಾರ್ಮ್‌ಹೌಸ್‌ಗೆ ನುಗ್ಗಿದಾಗ ಗದ್ದಲ ಉಂಟಾಯಿತು. ಸ್ವಲ್ಪ ಸಮಯದ ನಂತರ, ನೆಪೋಲಿಯನ್ನ ಕ್ವಾರ್ಟರ್ಸ್ನಿಂದ ಉಗ್ರ ಘರ್ಜನೆ ಬಂದಿತು. ಸುದ್ದಿ ಶೀಘ್ರವಾಗಿ ಹರಡಿತು: ನೋಟುಗಳು ಖೋಟಾವಾಗಿದ್ದವು, ಮತ್ತು ಫ್ರೆಡೆರಿಕ್ ಮರವನ್ನು ಪಾವತಿಸದೆ ಸ್ವೀಕರಿಸಿದ್ದನು.

ನೆಪೋಲಿಯನ್ ತಕ್ಷಣವೇ ಪ್ರಾಣಿಗಳನ್ನು ಒಟ್ಟಿಗೆ ಕರೆದನು ಮತ್ತು ಭಯಂಕರವಾದ ಧ್ವನಿಯಲ್ಲಿ ಫ್ರೆಡೆರಿಕ್ಗೆ ಮರಣದಂಡನೆ ವಿಧಿಸಿದನು. ವಶಪಡಿಸಿಕೊಂಡಾಗ, ಫ್ರೆಡೆರಿಕ್

ಅನ್ನು ಜೀವಂತವಾಗಿ ಬೇಯಿಸಬೇಕು ಎಂದು ಅವನು ಹೇಳಿದನು. ಅದೇ ಸಮಯದಲ್ಲಿ, ಈ ವಿಶ್ವಾಸಘಾತುಕ ಕೃತ್ಯದ ನಂತರ ಕೆಟ್ಟದ್ದನ್ನು ನಿರೀಕ್ಷಿಸಬಹುದು ಎಂದು ಅವನು ಎಚ್ಚರಿಸಿದನು. ಫ್ರೆಡೆರಿಕ್ ಮತ್ತು ಅವನ ಜನರು ತಮ್ಮ ದೀರ್ಘ-ನಿರೀಕ್ಷಿತ ದಾಳಿಯನ್ನು ಯಾವುದೇ ಕ್ಷಣದಲ್ಲಿ ಮಾಡಬಹುದು. ಫಾರ್ಮ್‌ಗೆ ಹೋಗುವ ಎಲ್ಲಾ ಮಾರ್ಗಗಳಲ್ಲಿ ಕಾವಲುಗಾರರನ್ನು ನೇಮಿಸಲಾಗಿತ್ತು.

ಮರುದಿನ ಬೆಳಿಗ್ಗೆ, ನಿರೀಕ್ಷಿತ ದಾಳಿ ಸಂಭವಿಸಿತು. ಫ್ರೆಡೆರಿಕ್ ಮತ್ತು ಅವನ ಜನರು ಐದು ಕಂಬಿಗಳ ಬಾಗಿಲನು ಉಲ್ಲಂಘಿಸಿದ್ದಾರೆ ಎಂಬ ಸುದ್ದಿಯೊಂದಿಗೆ ಕಾವಲುಗಾರರು ಧಾವಿಸಿದಾಗ ಪ್ರಾಣಿಗಳು ಉಪಹಾರ ಸೇವಿಸುತ್ತಿದ್ದವು. ಪ್ರಾಣಿಗಳು ಧೈರ್ಯದಿಂದ ಅವರನ್ನು ಎದುರಿಸಲು ಹೊರಟವು, ಆದರೆ ಗೋಶಾಲೆಯ ಕದನದಂತೆ, ಅವರು ಕಠಿಣ ಹೋರಾಟವನ್ನು ಎದುರಿಸಿದರು. ಆರು ಬಂದೂಕುಗಳನ್ನು ಹೊಂದಿದ್ದ ಹದಿನೈದು ಮಂದಿಯನ್ನು ಒಳಗೊಂಡ ಫ್ರೆಡೆರಿಕ್‌ನ ಗುಂಪು ಐವತ್ತು ಗಜಗಳಷ್ಟು ದೂರದಲ್ಲಿದ್ದಾಗಲೇ ಗುಂಡು ಹಾರಿಸಲು ಪ್ರಾರಂಭಿಸಿದರು. ತೀವ್ರವಾದ ಗುಂಡಿನ ಚಕಮಕಿ ಮತ್ತು ಸ್ಫೋಟಗಳಿಂದ ಪ್ರಾಣಿಗಳು ಹೆದರಿದವು. ನೆಪೋಲಿಯನ್ ಮತ್ತು ಬಾಕ್ಸರ್ ಅವರನ್ನು ಪ್ರೋತ್ಸಾಹಿಸುವ ಪ್ರಯತ್ನಗಳ ಹೊರತಾಗಿಯೂ, ಅವರು ಬೇಗನೆ ಹಿಮ್ಮೆಟ್ಟುವಂತೆ ಒತ್ತಾಯಿಸಲ್ಪಟ್ಟರು, ಅನೇಕರು ಆಗಾಗಲೇ ಗಾಯಗೊಂಡರು. ಅವರು ಕೃಷಿ ಕಟ್ಟಡಗಳಲ್ಲಿ ರಕ್ಷಣೆ ಪಡೆದರು, ಬಿರಿಗಳು ಮತ್ತು ಕಿಂಡಿಗಳಿಂದ ಎಚ್ಚರಿಕೆಯಿಂದ ಇಣುಕಿ ನೋಡಿದರು. ಗಾಳಿ ಯಂತ್ರ ಸೇರಿದಂತೆ ಸಂಪೂರ್ಣ ದೊಡ್ಡ ಹುಲ್ಲುಗಾವಲಿನ ನಿಯಂತ್ರಣವನ್ನು ಶತ್ರುಗಳು ವಶಪಡಿಸಿಕೊಂಡರು. ಆ ಕ್ಷಣದಲ್ಲಿ, ನೆಪೋಲಿಯನ್ ಕೂಡ ಅನಿಶ್ಚಿತ ಮತ್ತು ಆತಂಕದಿಂದ ಕಾಣಿಸಿಕೊಂಡನು, ಗಟ್ಟಿಯಾದ, ಸೆಳೆತದ ಬಾಲದಿಂದ ಹಿಂದಕ್ಕೆ ಮತ್ತು ಮುಂದಕ್ಕೆ ಹೆಜ್ಜೆ ಹಾಕಿದನು. ಪಿಲ್ಕಿಂಗ್ಟನ್ ಮತ್ತು ಅವನ ಜನರು ತಮ್ಮ ಸಹಾಯಕ್ಕೆ ಬರಬಹುದು ಮತ್ತು ಅಲೆಯನ್ನು ತಿರುಗಿಸಬಹುದು ಎಂದು ಅವನು ಆಶಿಸುತ್ತಾ ಫಾಕ್ಸ್‌ವುಡ್ ಕಡೆಗೆ ಕಾತರದಿಂದ ನೋಡಿದನು. ಆದಾಗ್ಯೂ, ಹಿಂದಿನ ದಿನ ಕಳುಹಿಸಿದ ನಾಲ್ಕು

ಪಾರಿವಾಳಗಳು ಹಿಂತಿರುಗಿದವು, ಒಂದು ಪಾರಿವಾಳ ಪಿಲ್ಕಿಂಗ್‌ಟನ್‌ನಿಂದ "ನಿಮಗೆ ಸರಿಯಾಗಿದ್ದು ಆಗುತ್ತಿದೆ" ಎಂಬ ಟಿಪ್ಪಣಿಯನ್ನು ಹೊತ್ತುತಂದಿತು.

ಏತನ್ಮಧ್ಯೆ, ಫ್ರೆಡೆರಿಕ್ ಮತ್ತು ಅವನ ಜನರು ಗಾಳಿ ಯಂತ್ರದ ಬಳಿ ನಿಂತರು, ಮತ್ತು ಪ್ರಾಣಿಗಳು ಅವರು ಅದನ್ನು ನೋಡುತ್ತಿರುವಾಗ ಆತಂಕಗೊಂಡವು. ಇಬ್ಬರು ಮನುಷ್ಯರು ಹಾರೆ ಮತ್ತು ಸುತ್ತಿಗೆಯನ್ನು ಬಳಸಲಾರಂಭಿಸಿದರು, ಗಾಳಿ ಯಂತ್ರವನ್ನು ನಾಶಮಾಡಲು ತಯಾರಿ ನಡೆಸಿದರು.

"ಅಸಾಧ್ಯ!" ಎಂದು ನೆಪೋಲಿಯನ್ ಕೂಗಿದನು. "ಅದಕ್ಕಾಗಿ ನಾವು ಗೋಡೆಗಳನ್ನು ತುಂಬಾ ದಪ್ಪವಾಗಿ ನಿರ್ಮಿಸಿದ್ದೇವೆ. ಒಂದು ವಾರದಲ್ಲಿ ಅವರು ಅದನ್ನು ಕೆಡವಲು ಸಾಧ್ಯವಾಗಲಿಲ್ಲ. ಧೈರ್ಯವಾಗಿರಿ, ಒಡನಾಡಿಗಳೇ!" ಎಂದು ಧೈರ್ಯ ತುಂಬಿದನು.

ಬೆಂಜಮಿನ್ ಮನುಷ್ಯರನ್ನು ಸೂಕ್ಷ್ಮವಾಗಿ ಗಮನಿಸಿದನು ಮತ್ತು ಅವರು ಗಾಳಿ ಯಂತ್ರದ ತಳದ ಬಳಿ ರಂಧ್ರವನ್ನು ಕೊರೆಯುತ್ತಿರುವುದನ್ನು ಗಮನಿಸಿದನು. ತಿಳಿವಳಿಕೆಯಿಂದ, "ನಾನು ಹಾಗೆ ಯೋಚಿಸಿದೆ. ಅವರು ಏನು ಮಾಡುತ್ತಿದ್ದಾರೆಂದು ನೀನು ನೋಡುತ್ತಿಲ್ಲವೇ? ಕ್ಷಣದಲ್ಲಿ, ಅವರು ಆ ರಂಧ್ರಕ್ಕೆ ಸ್ಫೋಟಕದ ಪುಡಿಯನ್ನು ಪ್ಯಾಕ್ ಮಾಡುತ್ತಾರೆ." ಗಾಳಿ ಯಂತ್ರವನ್ನು ನಾಶಪಡಿಸಲು ಸ್ಫೋಟಕಗಳನ್ನು ಬಳಸಲು ಮನುಷ್ಯರು ಯೋಜಿಸಿದ್ದರು ಎಂದು ಇದು ಬಹಿರಂಗಪಡಿಸಿತು.

ಭಯಭೀತರಾದ ಪ್ರಾಣಿಗಳು ಕಾಯುತ್ತಿದ್ದವು. ಕಟ್ಟಡಗಳ ಆಶ್ರಯದಿಂದ ಹೊರಬರಲು ಈಗ ಅಸಾಧ್ಯವಾಗಿತ್ತು. ಕೆಲವು ನಿಮಿಷಗಳ ನಂತರ ಮನುಷ್ಯರು ಎಲ್ಲಾ ದಿಕ್ಕುಗಳಲ್ಲಿ ಓಡುತ್ತಿರುವುದು ಕಂಡುಬಂದಿತು. ಆಗ ಕಿವಿಗಡಚಿಕ್ಕುವ ಘರ್ಜನೆ ಕೇಳಿಸಿತು. ಪಾರಿವಾಳಗಳು ಗಾಳಿಯಲ್ಲಿ ಭಯದಿಂದ ಹಾರಿ ಹೋದವು, ಮತ್ತು ನೆಪೋಲಿಯನ್ ಹೊರತುಪಡಿಸಿ ಎಲ್ಲಾ ಪ್ರಾಣಿಗಳು ತಮ್ಮ ಹೊಟ್ಟೆಯ ಮೇಲೆ ಚಪ್ಪಟೆಯಾಗಿ ಮಲಗಿ ಮತ್ತು ತಮ್ಮ ಮುಖಗಳನ್ನು ಮುಚ್ಚಿಕೊಂಡವು. ಅವರು ಮತ್ತೆ ಎದ್ದಾಗ, ಗಾಳಿಯಂತ್ರ ಇದ್ದ ಸ್ಥಳದಲ್ಲಿ ಕಪ್ಪು ಹೊಗೆಯ ದೊಡ್ಡ ಮೋಡವು ನೇತಾಡುತ್ತಿತ್ತು. ಹೊಗೆಯು ಕಣ್ಮರೆಯಾದಾಗ ಗಾಳಿ ಯಂತ್ರ ಅಸ್ತಿತ್ವದಲ್ಲಿರಲಿಲ್ಲ!

ಗಾಳಿ ಯಂತ್ರದ ನಾಶವನ್ನು ನೋಡಿ ಪ್ರಾಣಿಗಳ ಧೈರ್ಯವು ಮತ್ತೊಮ್ಮೆ ಹೆಚ್ಚಾಯಿತು. ಅವರ ಭಯ ಮತ್ತು ಹತಾಶೆಯು ಸೇಡು ತೀರಿಸಿಕೊಳ್ಳುವ ಉಗ್ರ ಬಯಕೆಯಾಗಿ ಬದಲಾಯಿತು. ಅವರು ಶಕ್ತಿಯುತ ಕೂಗನ್ನು ಹೊರಹಾಕಿದರು ಮತ್ತು ಆದೇಶಗಳಿಗಾಗಿ ಕಾಯದೆ ಶತ್ರುಗಳ ಕಡೆಗೆ ಧಾವಿಸಿದರು. ಆಲಿಕಲ್ಲು ಮಳೆಯಂತೆ ಅವರ ಮೇಲೆ ಎಸೆದ ನಿರಂತರ ಗುಂಡುಗಳನ್ನು ನಿರ್ಲಕ್ಷಿಸಿ, ಅವರು ಭೀಕರ ಮತ್ತು ಕಟುವಾದ ಯುದ್ಧದಲ್ಲಿ ತೊಡಗಿದರು. ಮನುಷ್ಯರು ಪದೇ ಪದೇ ಗುಂಡು ಹಾರಿಸಿದರು ಮತ್ತು ಪ್ರಾಣಿಗಳು ಹತ್ತಿರ ಬಂದಾಗ, ಕೋಲುಗಳು ಮತ್ತು ಭಾರವಾದ ಬೂಟುಗಳೊಂದಿಗೆ ಹೋರಾಡಿದರು. ಯುದ್ಧದ ಸಮಯದಲ್ಲಿ, ಒಂದು ಹಸು, ಮೂರು ಕುರಿಗಳು ಮತ್ತು ಎರಡು ಹೆಬ್ಬಾತುಗಳ ಸಾವು ಸೇರಿದಂತೆ ಪ್ರಾಣಿಗಳು ಗಮನಾರ್ಹವಾದ ನಷ್ಟವನ್ನು ಅನುಭವಿಸಿದವು ಮತ್ತು ಬಹುತೇಕ ಎಲ್ಲರೂ ಗಾಯಗೊಂಡರು. ಹಿಂಬದಿಯಿಂದ ನಿರ್ದೇಶಿಸುತ್ತಿದ್ದ ನೆಪೋಲಿಯನ್ನ ಬಾಲ ಕೂಡ ಗುಂಡಿನ ಹೊಡೆತದಿಂದ ಕಳೆದುಕೊಂಡನು. ಆದಾಗ್ಯೂ, ಮನುಷ್ಯರು ಸಹ ಗಾಯಗೊಂಡರು: ಮೂವರ ತಲೆಗಳು ಬಾಕ್ಸರ್ನ ಗೊರಸುಗಳಿಂದ ಒಡೆದವು, ಒಬ್ಬರು ಹಸುವಿನ ಕೊಂಬಿನಿಂದ ಚುಚ್ಚಲ್ಪಟ್ಟರು, ಮತ್ತು ಇನ್ನೊಬ್ಬನ ಪ್ಯಾಂಟ್ ಅನ್ನು ಜೆಸ್ಸಿ ಮತ್ತು ಬ್ಲೂಬೆಲ್ ಬಹುತೇಕ ಹರಿದು ಹಾಕಿದರು. ನೆಪೋಲಿಯನ್‌ನ ಒಂಬತ್ತು ಅಂಗರಕ್ಷಕ ನಾಯಿಗಳು, ಒಂದು ಬದಿಯಿಂದ ದಾಳಿ ಮಾಡಲು ಸುತ್ತುವರಿದಿದ್ದಾಗ, ಮತ್ತು ಇದ್ದಕ್ಕಿದ್ದಂತೆ ಕಾಣಿಸಿಕೊಂಡಾಗ ಮತ್ತು ಅವರ ಉಗ್ರವಾದ ಬೊಗಳುವಿಕೆಯು ಮನುಷ್ಯರಲ್ಲಿ ಭಯವನ್ನು ಉಂಟುಮಾಡಿದಾಗ ಪರಿಸ್ಥಿತಿಯು ಉಲ್ಬಣಗೊಂಡಿತು. ಅವರು ಸುತ್ತುವರಿಯುವ ಅಪಾಯದಲ್ಲಿದ್ದಾರೆ ಎಂದು ಅರಿತುಕೊಂಡ ಫ್ರೆಡೆರಿಕ್ ತನ್ನ ಜನರನ್ನು ತಕ್ಷಣವೇ ಹಿಮ್ಮೆಟ್ಟಲು ಆದೇಶಿಸಿದ. ಮನುಷ್ಯರು ಭಯಭೀತರಾಗಿ ಓಡಿಹೋದರು, ಮತ್ತು ಪ್ರಾಣಿಗಳು ಅವರನ್ನು ಮೈದಾನದ ಅಂಚಿಗೆ ಹಿಂಬಾಲಿಸಿದವು, ಮನುಷ್ಯರು ತಪ್ಪಿಸಿಕೊಳ್ಳಲು ಮುಳ್ಳಿನ ಬೇಲಿಯನ್ನು ಕಷ್ಟ ಪಟ್ಟು ಹತ್ತುವಾಗ ಕೆಲವು ಅಂತಿಮ ಒದೆತಗಳನ್ನು ತಿಂದರು.

ಪ್ರಾಣಿಗಳು ಯುದ್ಧದಲ್ಲಿ ಗೆದ್ದಿದ್ದರೂ, ಅವು ದಣಿದಿದ್ದವು ಮತ್ತು ಗಾಯಗೊಂಡವು. ಅವರು ತಮ್ಮ ಸತ್ತ ಒಡನಾಡಿಗಳನ್ನು ಕಳೆದುಕೊಂಡ ದುಃಖದಿಂದ ನಿಧಾನವಾಗಿ ಜಮೀನಿಗೆ ಮರಳಿದರು. ಗಾಳಿ ಯಂತ್ರ ನಿಂತಿದ್ದ ಸ್ಥಳದಲ್ಲಿ ಅವರು ದುಃಖದ ಮೌನದಲ್ಲಿ ವಿರಾಮಗೊಳಿಸಿದರು, ಈಗ ಅದು ಅವಶೇಷವಾಗಿದೆ. ಅವರ ಕಠಿಣ ಪರಿಶ್ರಮದ ಬಹುತೇಕ ಎಲ್ಲಾ ಕುರುಹುಗಳು ಮಾಯವಾಗಿದ್ದವು, ಅಡಿಪಾಯ ಸೇರಿದಂತೆ, ಅವು ಹಾನಿಗೊಳಗಾದವು. ಸ್ಫೋಟದಿಂದಾಗಿ ನೂರಾರು ಗಜಗಳಷ್ಟು ದೂರ ಕಲ್ಲುಗಳು ಚದುರಿಹೋಗಿದ್ದು, ಅವುಗಳನ್ನು ಮರುಬಳಕೆ ಮಾಡಲು ಸಾಧ್ಯವಾಗುವಂತಿರಲಿಲ್ಲ.

ಪ್ರಾಣಿಗಳು ಜಮೀನಿಗೆ ಸಮೀಪಿಸುತ್ತಿದ್ದಂತೆ, ಯುದ್ಧದ ಸಮಯದಲ್ಲಿ ನಿಗೂಢವಾಗಿ ಕಾಣೆಯಾಗಿದ್ದ ಸ್ಕ್ವೀಲರ್, ಹರ್ಷಚಿತ್ತದಿಂದ ಅವರ ಬಳಿಗೆ ಬಂದನು, ತನ್ನ ಬಾಲವನ್ನು ಅಲ್ಲಾಡಿಸುತ್ತ ಮತ್ತು ಸಂತೋಷದಿಂದ ನೋಡಿದನು. ತೋಟದ ಕಟ್ಟಡಗಳ ದಿಕ್ಕಿನಿಂದ, ಪ್ರಾಣಿಗಳು ಬಂದೂಕಿನಿಂದ ಗುಂಡು ಹಾರಿಸುವ ಗಂಭೀರ ಶಬ್ದವನ್ನು ಕೇಳಿದವು.

"ಯಾವುದಕ್ಕಾಗಿ ಆ ಬಂದೂಕು ಗುಂಡು ಹಾರಿಸುತ್ತಿದೆ?" ಎಂದು ಬಾಕ್ಸರ್ ಹೇಳಿದನು.

"ನಮ್ಮ ವಿಜಯವನ್ನು ಆಚರಿಸಲು!" ಎಂದು ಸ್ಕ್ವೀಲರ್ ಅಳುತ್ತಾನೆ.

ಬಾಕ್ಸರ್ ಕೇಳಿದ, "ಯಾವ ಗೆಲುವು?" ಅವನ ಗಾಯಗಳು ತೀವ್ರವಾಗಿದ್ದವು: ಅವನ ಮೊಣಕಾಲುಗಳಿಂದ ರಕ್ತಸ್ರಾವವಾಗುತ್ತಿದ್ದವು, ಅವನು ಒಂದು ಶೂ ಕಳೆದುಕೊಂಡಿದ್ದನು, ಅವನ ಗೊರಸು ಒಡೆದಿತ್ತು ಮತ್ತು ಅವನ ಹಿಂಗಾಲುಗಳಲ್ಲಿ ಒಂದು ಡಜನ್ ಗುಂಡುಗಳು ಹೊಕ್ಕಿದ್ದವು.

"ಯಾವ ಗೆಲುವ, ಒಡನಾಡಿ? ಅನಿಮಲ್ ಫಾರ್ಮ್‌ನ ಪವಿತ್ರ ಮಣ್ಣಾದ ನಮ್ಮ ಮಣ್ಣಿನಿಂದ ನಾವು ಶತ್ರುಗಳನ್ನು ಓಡಿಸಲಿಲ್ಲವೇ?

"ಆದರೆ ಅವರು ಗಾಳಿ ಯಂತ್ರವನ್ನು ನಾಶಪಡಿಸಿದ್ದಾರೆ. ಮತ್ತು ನಾವು ಅದಕ್ಕಾಗಿ ಎರಡು ವರ್ಷಗಳ ಕಾಲ ಕೆಲಸ ಮಾಡಿದ್ದೇವೆ!

ಸ್ಕ್ವೀಲರ್ ಉತ್ತರಿಸಿದ, "ಅದರಿಂದೇನಾಯಿತು? ನಾವು ಇನ್ನೊಂದು ಗಾಳಿಯಂತ್ರ ನಿರ್ಮಿಸೋಣ. ಮನಸ್ಸಿದ್ದರೆ ಆರು ಗಾಳಿಯಂತ್ರಗಳನ್ನು ನಿರ್ಮಿಸುತ್ತೇವೆ. ಒಡನಾಡಿ, ನಾವು ಸಾಧಿಸಿದ ದೊಡ್ಡ ಸಾಧನೆಯನ್ನು ನೀವು ಪ್ರಶಂಸಿಸುತ್ತಿಲ್ಲ. ನಾವು ನಿಂತಿರುವ ಈ ನೆಲದಲ್ಲೇ ಶತ್ರುಗಳಿದ್ದರು. ಮತ್ತು ಈಗ, ಒಡನಾಡಿ ನೆಪೋಲಿಯನ್ ಅವರ ನಾಯಕತ್ವಕ್ಕೆ ಧನ್ಯವಾದಗಳು, ನಾವು ಅದರ ಪ್ರತಿ ಇಂಚೆಂಚನ್ನು ಮರಳಿ ಪಡೆದಿದ್ದೇವೆ!

"ಅಂದರೆ ನಾವು ಮೊದಲು ಹೊಂದಿದ್ದನ್ನು ಮರಳಿ ಗೆದ್ದಿದ್ದೇವೆ" ಎಂದು ಬಾಕ್ಸರ್ ಹೇಳಿದರು.

"ಅದು ನಮ್ಮ ಗೆಲುವು," ಸ್ಕ್ವೀಲರ್ ಹೇಳಿದರು.

ಪ್ರಾಣಿಗಳು ಅಂಗಳಕ್ಕೆ ಕುಂಟುತ್ತ ಹೋದವು, ಮತ್ತು ಬಾಕ್ಸರ್ ತನ್ನ ಕಾಲಿಗೆ ಹೊಕ್ಕ ಗುಂಡುಗಳಿಂದ ತೀಕ್ಷ್ಣವಾದ ನೋವನ್ನು ಅನುಭವಿಸಿದನು. ಮತ್ತೆ ಹೊಸದಾಗಿ ಗಾಳಿ ಯಂತ್ರವನ್ನು ಮರುನಿರ್ಮಾಣ ಮಾಡುವ ಕಠಿಣ ಕೆಲಸವನ್ನು ಅವನು ಮುಂದೆ ನೋಡುತ್ತಿದ್ದನು, ಅವನು ಕಠಿಣ ಕೆಲಸಕ್ಕೆ ಮಾನಸಿಕವಾಗಿ ತನ್ನನ್ನು ತಾನು ಸಿದ್ಧಪಡಿಸಿಕೊಂಡನು. ಮೊದಲ ಬಾರಿಗೆ, ಅವನು ಹನ್ನೊಂದು ವರ್ಷ ವಯಸ್ಸಿನವರಾಗಿದ್ದನು ಮತ್ತು ಅವನ ಸ್ನಾಯುಗಳು ಹಿಂದಿನಂತೆ ಬಲವಾಗಿರದಿರಬಹುದು ಎಂದು ಅವನಿಗೆ ಅನ್ನಿಸಿತು.

ಪ್ರಾಣಿಗಳು ಹಸಿರು ಧ್ವಜವನ್ನು ಹಾರುವುದನ್ನು ಕಂಡರು ಮತ್ತು ಏಳು ಬಾರಿ ಬಂದೂಕಿನಿಂದ ಗುಂಡು ಹಾರಿಸುವುದನ್ನು ಕೇಳಿದರು, ನೆಪೋಲಿಯನ್ ಅವರ ಶೌರ್ಯವನ್ನು ಶ್ಲಾಘಿಸುವ ಭಾಷಣದೊಂದಿಗೆ, ಅವರು ನಿಜವಾಗಿಯೂ ದೊಡ್ಡ ವಿಜಯವನ್ನು ಸಾಧಿಸಿದ್ದಾರೆ ಎಂದು ನಂಬಲು ಪ್ರಾರಂಭಿಸಿದರು. ಯುದ್ಧದಲ್ಲಿ ಸೋತ ಪ್ರಾಣಿಗಳನ್ನು ಗಂಭೀರ ಅಂತ್ಯಕ್ರಿಯೆಯೊಂದಿಗೆ ಗೌರವಿಸಲಾಯಿತು, ಅಲ್ಲಿ ಬಾಕ್ಸರ್ ಮತ್ತು ಕ್ಲೋವರ್ ಶವನೌಕೆಯಾಗಿ ವ್ಯಾಗನ್ ಅನ್ನು ಎಳೆದರು ಮತ್ತು ನೆಪೋಲಿಯನ್

ಮೆರವಣಿಗೆಯನ್ನು ಮುನ್ನಡೆಸಿದನು. ಆಚರಣೆಗಳು ಎರಡು ಪೂರ್ಣ ದಿನಗಳ ಕಾಲ ನಡೆಯಿತು, ಹಾಡುಗಳು, ಭಾಷಣಗಳು ಮತ್ತು ಮುಂದುವರಿದ ಗುಂಡಿನ ಆಚರಣೆಯನ್ನು ಒಳಗೊಂಡಿತ್ತು. ಪ್ರತಿಯೊಂದು ಪ್ರಾಣಿಯು ವಿಶೇಷ ಉಡುಗೊರೆಯನ್ನು ಪಡೆಯಿತು: ಪ್ರತಿ ಪ್ರಾಣಿಗೆ ಒಂದು ಸೇಬು, ಪ್ರತಿ ಹಕ್ಕಿಗೆ ಎರಡು ಔನ್ಸ್ ಜೋಳ ಮತ್ತು ಪ್ರತಿ ನಾಯಿಗೆ ಮೂರು ಬಿಸ್ಕತ್ತುಗಳನ್ನು ನೀಡಲಾಯಿತು. ಯುದ್ಧವನ್ನು ಗಾಳಿ ಯಂತ್ರದ ಯುದ್ಧ ಎಂದು ಕರೆಯಲಾಗುವುದು ಎಂದು ಘೋಷಿಸಲಾಯಿತು ಮತ್ತು ನೆಪೋಲಿಯನ್ ಹಸಿರು ಧ್ವಜದ ಆಜ್ಞೆ ಎಂಬ ಹೊಸ ಗೌರವವನ್ನು ಸ್ಥಾಪಿಸಿದನು, ಅದನ್ನು ಅವನು ತಾನೇ ನೀಡಿಕೊಂಡನು. ಈ ಹಬ್ಬದ ನಡುವೆ ನೋಟುಗಳ ಚಲಾವಣೆ ವಿಚಾರ ಮರೆತು ಹೋಗಿತ್ತು.

ಕೆಲವು ದಿನಗಳ ನಂತರ, ಹಂದಿಗಳು ಫಾರ್ಮ್‌ಹೌಸ್ ನೆಲಮಾಳಿಗೆಯಲ್ಲಿ ವಿಸ್ಕಿಯ ಪೆಟ್ಟಿಗೆಯನ್ನು ಕಂಡುಹಿಡಿದವು, ಅವುಗಳು ಮೊದಲು ಸ್ಥಳಾಂತರಗೊಂಡಾಗ ಅದು ಸಿಕ್ಕಿರಲಿಲ್ಲ. ಆ ರಾತ್ರಿ, ಫಾರ್ಮ್‌ಹೌಸ್‌ನಿಂದ ಜೋರಾಗಿ ಹಾಡುಗಾರಿಕೆ ಕೇಳಿಸಿತು, ಅನಿರೀಕ್ಷಿತವಾಗಿ "ಇಂಗ್ಲೆಂದಿನ ದೈತ್ಯರು" ಹಾಡನ್ನು ಒಳಗೊಂಡಿತ್ತು. ರಾತ್ರಿ 9:30 ರ ಸುಮಾರಿಗೆ, ನೆಪೋಲಿಯನ್ ಜೋನ್ಸ್ ಅವರ ಹಳೆಯ ಬೌಲರ್ ಟೋಪಿಯನ್ನು ಧರಿಸಿ, ಅಂಗಳದ ಸುತ್ತಲೂ ವೇಗವಾಗಿ ಓಡುತ್ತಿದ್ದನು ಮತ್ತು ಮತ್ತೆ ಒಳಗೆ ಕಣ್ಮರೆಯಾಗುತ್ತಾನೆ. ಮರುದಿನ ಬೆಳಿಗ್ಗೆ, ಫಾರ್ಮ್‌ಹೌಸ್‌ನಲ್ಲಿ ಭಾರೀ ಮೌನ ಆವರಿಸಿತು ಮತ್ತು ಯಾವುದೇ ಹಂದಿಗಳು ಗೋಚರಿಸಲಿಲ್ಲ. ಸುಮಾರು ಒಂಬತ್ತು ಗಂಟೆಯ ಹೊತ್ತಿಗೆ, ಸ್ಕ್ವೀಲರ್ ಕಾಣಿಸಿಕೊಂಡರು, ನಿಧಾನವಾಗಿ ಚಲಿಸುತ್ತಿದ್ದರು ಮತ್ತು ಅಸ್ವಸ್ಥರಾಗಿ, ಇಳಿಬೀಳುವ ಬಾಲ ಮತ್ತು ಇಳಿಜಾರಿನ ವರ್ತನೆಯೊಂದಿಗೆ ಕಾಣಿಸಿಕೊಂಡರು. ಅವರು ಪ್ರಾಣಿಗಳನ್ನು ಒಟ್ಟುಗೂಡಿಸಿದರು ಮತ್ತು ಕೆಟ್ಟ ಸುದ್ದಿಯನ್ನು ನೀಡಿದರು: ಒಡನಾಡಿ ನೆಪೋಲಿಯನ್ ಸಾಯುತ್ತಿದ್ದಾನೆ ಎಂದು.

ನೆಪೋಲಿಯನ್‌ನ ಸ್ಥಿತಿಯ ಸುದ್ದಿಯಿಂದ ಪ್ರಾಣಿಗಳು ದುಃಖದಿಂದ ತುಂಬಿದವು. ಫಾರ್ಮ್‌ಹೌಸ್ ಬಾಗಿಲುಗಳ ಹೊರಗೆ ಒಣಹುಲ್ಲನ್ನು ಇರಿಸಲಾಗಿತ್ತು, ಮತ್ತು ಅವರು ತಮ್ಮ ನಾಯಕನಿಲ್ಲದೆ ತಮ್ಮ ಭವಿಷ್ಯದ ಬಗ್ಗೆ ಚಿಂತಿಸುತ್ತಾ ಸದ್ದಿಲ್ಲದೆ ನಡೆದರು.

ನೆಪೋಲಿಯನ್ನ ಆಹಾರದಲ್ಲಿ ಸ್ನೋಬಾಲ್ ವಿಷ ಹಾಕಿದೆ ಎಂಬ ವದಂತಿ ಹರಡಿತು. ಹನ್ನೊಂದು ಗಂಟೆಗೆ, ಸ್ಕ್ವೀಲರ್ ಮತ್ತೊಂದು ಘೋಷಣೆ ಮಾಡಿದನು: ನೆಪೋಲಿಯನ್ನ ಅಂತಿಮ ತೀರ್ಪು ಮದ್ಯಪಾನವು ಈಗ ಮರಣದಂಡನೆಗೆ ಗುರಿಯಾಗುತ್ತದೆ ಎಂದು.

ಸಂಜೆಯ ಹೊತ್ತಿಗೆ, ನೆಪೋಲಿಯನ್ ಸುಧಾರಿಸುತ್ತಿರುವಂತೆ ತೋರುತ್ತಿತ್ತು, ಮತ್ತು ಮರುದಿನ ಬೆಳಿಗ್ಗೆ, ಸ್ಕ್ವೀಲರ್ ಚೇತರಿಕೆಯ ಹಾದಿಯಲ್ಲಿದ್ದಾರೆ ಎಂದು ವರದಿ ಮಾಡಿದನು. ಆ ಸಂಜೆ, ನೆಪೋಲಿಯನ್ ತನ್ನ ಕರ್ತವ್ಯಗಳನ್ನು ಪುನರಾರಂಭಿಸಿದನು ಮತ್ತು ಮರುದಿನ ಅವನು ವೈಂಪರ್‌ಗೆ ವಿಲ್ಲಿಂಗ್‌ಡನ್‌ನಲ್ಲಿ ಮದ್ಯವನ್ನ ತಯಾರಿಸಿ ಮತ್ತು ವಿಸ್ಮರಣೆ ಮಾಡುವ ಕಿರುಪುಸ್ತಕಗಳನ್ನು ಖರೀದಿಸಲು ಸೂಚಿಸಿದ ಎಂದು ಘೋಷಿಸಲಾಯಿತು. ಒಂದು ವಾರದ ನಂತರ, ನಿವೃತ್ತ ಪ್ರಾಣಿಗಳಿಗೆ ಹುಲ್ಲುಗಾವಲು ಪ್ರದೇಶವಾಗಿ ಗೊತ್ತುಪಡಿಸಿದ ತೋಟದ ಆಚೆಗಿನ ಸಣ್ಣ ಗದ್ದೆಯನ್ನು ಉಳುಮೆ ಮಾಡಲು ನೆಪೋಲಿಯನ್ ಆದೇಶಿಸಿದನು. ಅಧಿಕೃತವಾಗಿ, ಹುಲ್ಲುಗಾವಲು ಖಾಲಿಯಾಗಿದೆ ಮತ್ತು ಮರು ಬಿತ್ತನೆಯ ಅಗತ್ಯವಿದೆ ಎಂದು ಹೇಳಲಾಯಿತು. ಆದಾಗ್ಯೂ, ನೆಪೋಲಿಯನ್ ಬದಲಿಗೆ ಬಾರ್ಲಿಯನ್ನು ಅಲ್ಲಿ ನೆಡಲು ಯೋಜಿಸಿದೆ ಎಂದು ಶೀಘ್ರದಲ್ಲೇ ಸ್ಪಷ್ಟವಾಯಿತು.

ಈ ಸಮಯದಲ್ಲಿ, ಒಂದು ವಿಸ್ಮಯಕಾರಿ ಘಟನೆ ಸಂಭವಿಸಿದೆ. ಒಂದು ರಾತ್ರಿ, ಮಧ್ಯರಾತ್ರಿಯ ಸುಮಾರಿಗೆ, ಹೊಲದಲ್ಲಿ ಜೋರಾಗಿ ಶಬ್ದ ಕೇಳಿಸಿತು, ಇದರಿಂದಾಗಿ ಪ್ರಾಣಿಗಳು ತಮ್ಮ ಕೊಟ್ಟಿಗೆಯಿಂದ ಹೊರಬಿದ್ದವು. ರಾತ್ರಿಯು ಚಂದ್ರನ ಬೆಳಕಿನಿಂದ ಪ್ರಕಾಶಿಸಲ್ಪಟ್ಟಿತು ಮತ್ತು ದೊಡ್ಡ ಕೊಟ್ಟಿಗೆಯ ಕೊನೆಯ ಗೋಡೆಯ ತಳದಲ್ಲಿ, ಎಲ್ಲಿ ಏಳು ಅನುಶಾಸನಗಳನ್ನು ಕೆತ್ತಲಾಗಿದೆಯೋ, ಅಲ್ಲಿ ಮುರಿದು ಹಾಕಲಾದ ಏಣಿ ಇತ್ತು. ದಿಗ್ಭ್ರಮೆಗೊಂಡಂತೆ ಕಾಣಿಸಿಕೊಂಡ ಸ್ಕ್ವೀಲರ್, ಮುರಿದ ಏಣಿಯ ಪಕ್ಕದಲ್ಲಿ ಬಿದ್ದಿರುವುದು ಕಂಡುಬಂದಿದೆ. ಹತ್ತಿರದಲ್ಲಿ ಒಂದು ಲ್ಯಾಂಟರ್ನ್, ಬಣ್ಣದ ಕುಂಚ ಮತ್ತು ಬಿಳಿ ಬಣ್ಣದ ಬಿದ್ದಿರುವ ಮಡಕೆ ಇತ್ತು. ನಾಯಿಗಳು ತ್ವರಿತವಾಗಿ ಸ್ಕ್ವೀಲರ್‌ನನ್ನು ಸುತ್ತುವರೆದವು ಮತ್ತು ಅವನು ನಡೆಯಲು ಸಾಧ್ಯವಾದಾಗ ಅವನನ್ನು ಮರಳಿ

ಫಾರ್ಮ್‌ಹೌಸ್‌ಗೆ ಕರೆದೊಯ್ದವು. ಪ್ರಾಣಿಗಳು ದೃಶ್ಯದಿಂದ ಗೊಂದಲಕ್ಕೊಳಗಾದವು, ಆದರೆ ವಯಸ್ಸಾದ ಬೆಂಜಮಿನ್, ತಿಳಿವಳಿಕೆ ನೋಟದಿಂದ, ಏನಾಯಿತು ಎಂಬುದನ್ನು ಅರ್ಥಮಾಡಿಕೊಂಡ ಹಾಗೆ ತೋರುತ್ತದೆ ಆದರೆ ವಿವರಿಸಲು ನಿರ್ಧರಿಸಲಿಲ್ಲ.

ಕೆಲವು ದಿನಗಳ ನಂತರ, ಮುರಿಯಲ್, ಏಳು ಅನುಶಾಸನಗಳನ್ನು ಓದುವಾಗ, ಪ್ರಾಣಿಗಳು ಅವುಗಳಲ್ಲಿ ಒಂದನ್ನು ತಪ್ಪಾಗಿ ನೆನಪಿಸಿಕೊಂಡಿವೆ ಎಂದು ಅರಿತುಕೊಂಡನು. ಅವರು ಐದನೇ ಆಜ್ಞೆಯನ್ನು "ಯಾವುದೇ ಪ್ರಾಣಿಯು ಮದ್ಯಪಾನ ಮಾಡಬಾರದು" ಎಂದು ಭಾವಿಸಿದ್ದರು, ಆದರೆ ಅದು ವಾಸ್ತವವಾಗಿ ಹೀಗಿತ್ತು: "ಯಾವುದೇ ಪ್ರಾಣಿಯು ಹೆಚ್ಚು ಮದ್ಯಪಾನ ಮಾಡಬಾರದು," ಎರಡು ಹೆಚ್ಚುವರಿ ಪದಗಳಿದ್ದವು.

ಅಧ್ಯಾಯ IX

ಬಾಕ್ಸರ್‌ನ ಒಡೆದ ಗೊರಸು ಗುಣವಾಗಲು ಬಹಳ ಸಮಯ ತೆಗೆದುಕೊಂಡಿತು. ವಿಜಯೋತ್ಸವಗಳು ಮುಗಿದ ಮರುದಿನವೇ ಪ್ರಾಣಿಗಳು ಗಾಳಿ ಯಂತ್ರವನ್ನು ಮರುನಿರ್ಮಾಣ ಮಾಡಲು ಪ್ರಾರಂಭಿಸಿದವು. ಅವನ ಗಾಯದ ಹೊರತಾಗಿಯೂ, ಬಾಕ್ಸರ್ ಒಂದು ದಿನ ರಜೆ ತೆಗೆದುಕೊಳ್ಳಲು ನಿರಾಕರಿಸಿದನು ಮತ್ತು ಅವನ ನೋವನ್ನು ತೋರಿಸದಿರಲು ನಿರ್ಧರಿಸಿದನು. ಖಾಸಗಿಯಾಗಿ, ಅವನು ಕ್ಲೋವರ್‌ಗೆ ತನ್ನ ಗೊರಸು ಗಮನಾರ್ಹ ಅಸ್ವಸ್ಥತೆಯನ್ನು ಉಂಟುಮಾಡುತ್ತಿದೆ ಎಂದು ಒಪ್ಪಿಕೊಂಡನು. ಕ್ಲೋವರ್ ಗಿಡಮೂಲಿಕೆಗಳಿಂದ ಪಟ್ಟಿಗಳನ್ನು ತಯಾರಿಸಿದಳು, ಅದನ್ನು ತಯಾರಿಸಲು ಅವಳು ಅಗಿಯುತ್ತಿದ್ದಳು, ಮತ್ತು ಅವಳು ಮತ್ತು ಬೆಂಜಮಿನ್ ಇಬ್ಬರೂ ಬಾಕ್ಸರ್‌ಗೆ ಕಡಿಮೆ ಕೆಲಸ ಮಾಡಲು ಸಲಹೆ ನೀಡಿದರು, ಆದರೆ ಅವನು ತನ್ನ ಶ್ರಮದಾಯಕ ಕೆಲಸವನ್ನು ಮುಂದುವರಿಸಲು ಒತ್ತಾಯಿಸಿದನು. ಕ್ಲೋವರ್ ಬಾಕ್ಸರ್‌ಗೆ ಹೇಳಿದರು, "ಕುದುರೆಯ ಶ್ವಾಸಕೋಶಗಳು ಶಾಶ್ವತವಾಗಿ ಉಳಿಯುವುದಿಲ್ಲ." ಆದಾಗ್ಯೂ, ಬಾಕ್ಸರ್ ತನ್ನ ಕಾಳಜಿಯನ್ನು ನಿರ್ಲಕ್ಷಿಸಲು ನಿರ್ಧರಿಸಿದನು. ಅವನು ತನ್ನ ನಿವೃತ್ತಿ ವಯಸ್ಸನ್ನು ತಲುಪುವ ಮೊದಲು ಗಾಳಿಯಂತ್ರವನ್ನು ಚೆನ್ನಾಗಿ ನೋಡುವ ಏಕೈಕ ಮಹತ್ವಾಕಾಂಕ್ಷೆಯಿಂದ ಕೆಲಸ ಮಾಡಲು ಮುಂದುವರೆದನು.

ಆರಂಭದಲ್ಲಿ, ಅನಿಮಲ್ ಫಾರ್ಮ್‌ನ ಕಾನೂನುಗಳನ್ನು ಸ್ಥಾಪಿಸಿದಾಗ, ನಿವೃತ್ತಿ ವಯಸ್ಸನ್ನು ಈ ಕೆಳಗಿನಂತೆ ಹೊಂದಿಸಲಾಗಿದೆ: ಕುದುರೆಗಳು ಮತ್ತು ಹಂದಿಗಳಿಗೆ ಹನ್ನೆರಡು ವರ್ಷಗಳು, ಹಸುಗಳಿಗೆ ಹದಿನಾಲ್ಕು, ನಾಯಿಗಳಿಗೆ ಒಂಬತ್ತು, ಕುರಿಗಳಿಗೆ ಏಳು, ಮತ್ತು ಕೋಳಿಗಳು ಮತ್ತು ಹೆಬ್ಬಾತುಗಳಿಗೆ ಐದು ವರ್ಷಗಳು ಎಂದು. ನಿವೃತ್ತರಿಗೆ ಉದಾರ ಪಿಂಚಣಿ ನೀಡುವುದಾಗಿಯೂ ಭರವಸೆ ನೀಡಿದರು. ಯಾವುದೇ ಪ್ರಾಣಿ ಇನ್ನೂ ನಿವೃತ್ತಿಯಾಗದಿದ್ದರೂ, ವಿಷಯವು ಹೆಚ್ಚು ಪ್ರಾಮುಖ್ಯತೆ

ಪಡೆಯುತ್ತಿದೆ. ಈಗ ಸಣ್ಣ ಮೈದಾನವನ್ನು ಬಾರ್ಲಿಗಾಗಿ ಬಳಸಲಾಗುತ್ತಿರುವುದರಿಂದ, ನಿವೃತ್ತ ಪ್ರಾಣಿಗಳಿಗೆ ಮೇಯಲು ಪ್ರದೇಶವನ್ನು ರಚಿಸಲು ದೊಡ್ಡ ಹುಲ್ಲುಗಾವಲಿನ ಒಂದು ಭಾಗವನ್ನು ಬೇಲಿ ಹಾಕಲಾಗುವುದು ಎಂದು ವದಂತಿಗಳಿತ್ತು. ನಿವೃತ್ತ ಕುದುರೆಗಳು ಪ್ರತಿದಿನ ಐದು ಪೌಂಡ್ ಜೋಳದ ಪಿಂಚಣಿಯನ್ನು ಪಡೆಯುತ್ತವೆ, ಜೊತೆಗೆ ಚಳಿಗಾಲದಲ್ಲಿ ಹದಿನೈದು ಪೌಂಡ್ ಹುಲ್ಲು ಮತ್ತು ಸಾರ್ವಜನಿಕ ರಜಾದಿನಗಳಲ್ಲಿ ಕ್ಯಾರೆಟ್ ಅಥವಾ ಸೇಬುಗಳನ್ನು ಪಡೆಯುತ್ತವೆ ಎಂದು ಹೇಳಲಾಗಿದೆ. ಮುಂದಿನ ವರ್ಷದ ಬೇಸಿಗೆಯ ಕೊನೆಯಲ್ಲಿ ಬರುವ ಬಾಕ್ಸರ್‌ನ ಹನ್ನೆರಡನೇ ಹುಟ್ಟುಹಬ್ಬ, ಅಷ್ಟು ಹೊತ್ತಿಗೆ ಅವನು ನಿವೃತ್ತಿಗೆ ಅರ್ಹನಾಗುತ್ತಾನೆ, ಅದು ಮುಂದಿನ ವರ್ಷದ ಬೇಸಿಗೆಯ ಕೊನೆಯಲ್ಲಿ ಸಮೀಪಿಸುತ್ತಿತ್ತು.

ಈ ಸಮಯದಲ್ಲಿ, ಜಮೀನಿನಲ್ಲಿ ಪರಿಸ್ಥಿತಿಗಳು ಕಠಿಣವಾಗಿದ್ದವು. ಚಳಿಗಾಲವು ಹೋದ ವರ್ಷದಂತೆ ಕಠಿಣವಾಗಿತ್ತು ಮತ್ತು ಆಹಾರದ ಸರಬರಾಜುಗಳು ಇನ್ನೂ ವಿರಳವಾಗಿದ್ದವು. ಹಂದಿಗಳು ಮತ್ತು ನಾಯಿಗಳನ್ನು ಹೊರತುಪಡಿಸಿ ಎಲ್ಲಾ ಪ್ರಾಣಿಗಳಿಗೆ ಪಡಿತರವನ್ನು ಕಡಿತಗೊಳಿಸಲಾಯಿತು. ಆಹಾರ ವಿತರಣೆಯಲ್ಲಿ ಕಟ್ಟುನಿಟ್ಟಾದ ಸಮಾನತೆಯು ಪ್ರಾಣಿವಾದದ ತತ್ವಗಳಿಗೆ ವಿರುದ್ಧವಾಗಿ ಹೋಗುತ್ತದೆ ಎಂದು ಹೇಳುವ ಮೂಲಕ ಸ್ಕ್ವೀಲರ್ ಇದನ್ನು ಸಮರ್ಥಿಸಿಕೊಂಡರು. ಅವರು ನೋಡಿದ ಹೊರತಾಗಿಯೂ ಅವರು ವಾಸ್ತವವಾಗಿ ಆಹಾರದ ಕೊರತೆಯನ್ನು ಅನುಭವಿಸುತ್ತಿಲ್ಲ ಎಂದು ಅವನು ಇತರ ಪ್ರಾಣಿಗಳಿಗೆ ಕೌಶಲ್ಯದಿಂದ ಮನವರಿಕೆ ಮಾಡಿದನು. ಪಡಿತರ ಬದಲಾವಣೆಯನ್ನು "ಕಡಿತ" ಕ್ಕಿಂತ "ಮರುಹೊಂದಿಕೆ" ಎಂದು ಉಲ್ಲೇಖಿಸುವ ಮೂಲಕ ಸ್ಕ್ವೀಲರ್ ಪ್ರಾಣಿಗಳಿಗೆ ಭರವಸೆ ನೀಡಿದನು. ಜೋನ್ಸ್ನ ಅಡಿಯಲ್ಲಿದ್ದ ದಿನಗಳಿಗೆ ಹೋಲಿಸಿದರೆ, ಫಾರ್ಮ್ ಅದ್ಭುತವಾದ ಸುಧಾರಣೆಗಳನ್ನು ಕಂಡಿದೆ ಎಂದು ಅವನು ವಾದಿಸಿದನು. ಅವರು ಹೆಚ್ಚು ಓಟ್ಸ್, ಹುಲ್ಲು ಮತ್ತು ಗೆಡ್ಡೆಗಳನ್ನು ಹೊಂದಿದ್ದರು, ಕಡಿಮೆ ಗಂಟೆಗಳ ಕಾಲ ಕೆಲಸ ಮಾಡುತ್ತಿದ್ದಾರೆ, ಉತ್ತಮ ಕುಡಿಯುವ ನೀರನ್ನು ಹೊಂದಿದ್ದಾರೆ, ಹೆಚ್ಚು ಕಾಲ ಬದುಕುತ್ತಿದ್ದಾರೆ, ತಮ್ಮ ಮರಿಗಳಿಗೆ ಹೆಚ್ಚಿನ ಬದುಕುಳಿಯುವ ಅವಕಾಶವನ್ನು

ಹೊಂದಿದ್ದಾರೆ ಮತ್ತು ಹೆಚ್ಚು ಒಣಹುಲ್ಲಿನೊಂದಿಗೆ ಮತ್ತು ಕಡಿಮೆ ಚಿಗಟಗಳೊಂದಿಗೆ ಸುಧಾರಿತ ಜೀವನ ಪರಿಸ್ಥಿತಿಗಳನ್ನು ಅನುಭವಿಸುತ್ತಿದ್ದಾರೆ ಎಂದು ಅವನು ವಿವರವಾದ ಅಂಕಿಅಂಶಗಳನ್ನು ಒದಗಿಸಿದನು. ಪ್ರಾಣಿಗಳು ಸ್ಕ್ವೀಲರ್‌ನ ಭರವಸೆಗಳನ್ನು ಪ್ರಶ್ನಿಸದೆ ಒಪ್ಪಿಕೊಂಡವು. ಅವರು ಜೋನ್ಸ್ ಮತ್ತು ಅವರ ಆಡಳಿತದ ಅಡಿಯಲ್ಲಿ ಜೀವನದ ಕಠೋರ ಸತ್ಯಗಳನ್ನು ಬಹುತೇಕ ಮರೆತಿದ್ದರು. ಅವರ ಪ್ರಸ್ತುತ ಜೀವನವು ಕಠಿಣವಾಗಿದ್ದರೂ, ಆಗಾಗ್ಗೆ ಹಸಿವು, ಶೀತ ಮತ್ತು ಪಟ್ಟುಬಿಡದ ಕೆಲಸವಿದ್ದರು, ದಂಗೆಯ ಮೊದಲು ಪರಿಸ್ಥಿತಿಗಳು ಇನ್ನೂ ಕೆಟ್ಟದಾಗಿದ್ದಿರಬೇಕು ಎಂದು ಅವರು ತಮಗೆ ತಾವು ಮನವರಿಕೆ ಮಾಡಿಕೊಂಡರು. ಅವರು ಈಗ ಸ್ವತಂತ್ರರಾಗಿದ್ದಾರೆ ಎಂಬ ನಂಬಿಕೆಯಲ್ಲಿ ಅವರು ಆರಾಮವನ್ನು ಪಡೆದರು, ಅವರ ಪ್ರಸ್ತುತ ಹೋರಾಟಗಳನ್ನು ತಮ್ಮ ಹಿಂದಿನ ಗುಲಾಮಗಿರಿಯೊಂದಿಗೆ ವ್ಯತಿರಿಕ್ತಗೊಳಿಸಿದರು, ಇದನ್ನು ಸ್ಕ್ವೀಲರ್ ಗಮನಾರ್ಹ ಸುಧಾರಣೆ ಎಂದು ಒತ್ತಿ ಹೇಳಿದನು.

ಫಾರ್ಮ್‌ನಲ್ಲಿ ಹೆಚ್ಚಿದ ಯುವ ಹಂದಿಗಳು ಹೊಸ ಬೆಳವಣಿಗೆಗಳಿಗೆ ಕಾರಣವಾದವು. ಶರತ್ಕಾಲದಲ್ಲಿ ಜನಿಸಿದ ಮೂವತ್ತೊಂದು ಹಂದಿಮರಿಗಳು, ನೆಪೋಲಿಯನ್ ಏಕೈಕ ಹಂದಿಯಾಗಿರುವುದರಿಂದ ಅವರೆಲ್ಲರೂ ಮಿಶ್ರವರ್ಣದ ಮತ್ತು ಸ್ಪಷ್ಟವಾಗಿ ಉದಾತ್ತ ವಂಶಾವಳಿಯನ್ನು ಹೊಂದಿದ್ದವಾಗಿದ್ದವು,ಮತ್ತು ಅವುಗಳಿಗೆ ಪ್ರತ್ಯೇಕವಾಗಿ ಶಿಕ್ಷಣವನ್ನು ನೀಡಬೇಕಾಗಿತ್ತು. ಭವಿಷ್ಯಕ್ಕಾಗಿ ಶಾಲಾ ಕೊಠಡಿಯನ್ನು ಯೋಜಿಸಲಾಗಿತ್ತು, ಆದರೆ ಸದ್ಯಕ್ಕೆ, ಅವುಗಳನ್ನು ನೆಪೋಲಿಯನ್ ಸ್ವತಃ ಫಾರ್ಮ್ ಹೌಸ್ ಅಡುಗೆಮನೆಯಲ್ಲಿ ಕಲಿಸುತ್ತಿದ್ದರು ಮತ್ತು ಇತರ ಯುವ ಪ್ರಾಣಿಗಳಿಂದ ಪ್ರತ್ಯೇಕವಾಗಿ ಇಡಲಾಗಿತ್ತು. ಅವರು ತೋಟದಲ್ಲಿ ವ್ಯಾಯಾಮ ಮಾಡಿದರು ಮತ್ತು ಇತರ ಯುವ ಪ್ರಾಣಿಗಳೊಂದಿಗೆ ಆಟವಾಡುವುದಕ್ಕೆ ಅವರನ್ನು ಬಿಡಲಿಲ್ಲ. ಈ ಸಮಯದಲ್ಲಿ, ಹಂದಿ ಮತ್ತೊಂದು ಪ್ರಾಣಿಯನ್ನು ದಾರಿಯಲ್ಲಿ ಭೇಟಿಯಾದಾಗ, ಇತರ ಪ್ರಾಣಿಯು ಪಕ್ಕಕ್ಕೆ ಹೋಗಬೇಕೆಂಬ ನಿಯಮವನ್ನು ಸ್ಥಾಪಿಸಲಾಯಿತು. ಹೆಚ್ಚುವರಿಯಾಗಿ, ಎಲ್ಲಾ ಹಂದಿಗಳು, ಅವುಗಳ ಶ್ರೇಣಿಯನ್ನು ಲೆಕ್ಕಿಸದೆ, ಪ್ರತಿ

ಭಾನುವಾರ ತಮ್ಮ ಬಾಲದ ಮೇಲೆ ಹಸಿರು ರಿಬ್ಬನ್ಗಳನ್ನು ಧರಿಸುವ ಸವಲತ್ತನ್ನು ನೀಡಲಾಯಿತು.

ಫಾರ್ಮ್ ತುಲನಾತ್ಮಕವಾಗಿ ಉತ್ತಮ ವರ್ಷವನ್ನು ಹೊಂದಿತ್ತು ಆದರೆ ಇನ್ನೂ ಹಣದ ಕೊರತೆಯಿತ್ತು. ಅವರು ಶಾಲೆಯ ಕೋಣೆಗೆ ಇಟ್ಟಿಗೆ, ಮರಳು ಮತ್ತು ಸುಣ್ಣವನ್ನು ಖರೀದಿಸಬೇಕಾಗಿತ್ತು ಮತ್ತು ಅವರು ಮತ್ತೆ ಗಾಳಿಯಂತ್ರಕ್ಕಾಗಿ ಉಳಿಸಲು ಪ್ರಾರಂಭಿಸಿದರು. ಅವರಿಗೆ ಮನೆಗೆ ದೀಪದ ಎಣ್ಣೆ ಮತ್ತು ಮೇಣದಬತ್ತಿಗಳು, ನೆಪೋಲಿಯನ್‌ನ ವೈಯಕ್ತಿಕ ಬಳಕೆಗಾಗಿ ಸಕ್ಕರೆ (ಇತರ ಹಂದಿಗಳಿಗೆ ಅವರು ದಪ್ಪವಾಗಿರುವುದರಿಂದ ಅದನ್ನು ನಿಷೇಧಿಸಿದ್ದರು), ಮತ್ತು ಉಪಕರಣಗಳು, ಮೊಳೆಗಳು, ದಾರ, ಕಲ್ಲಿದ್ದಲು, ತಂತಿ, ಕಬ್ಬಿಣದಂತಹ ಸಾಮಾನ್ಯ ವಸ್ತುಗಳು ಮತ್ತು ನಾಯಿ ಬಿಸ್ಕತ್ತುಗಳು ಬೇಕಾಗಿತ್ತು. ಒಣಹುಲ್ಲಿನ ಒಂದು ಭಾಗ ಮತ್ತು ಆಲೂಗೆಡ್ಡೆ ಬೆಳೆಯ ಭಾಗವನ್ನು ಮಾರಾಟ ಮಾಡಲಾಯಿತು ಮತ್ತು ಮೊಟ್ಟೆಯ ಒಪ್ಪಂದವನ್ನು ವಾರಕ್ಕೆ ಆರು ನೂರು ಮೊಟ್ಟೆಗಳಿಗೆ ಏರಿಸಲಾಯಿತು. ಪರಿಣಾಮವಾಗಿ, ಕೋಳಿಗಳು ತಮ್ಮ ಸಂಖ್ಯೆಯನ್ನು ಕಾಪಾಡಿಕೊಳ್ಳಲು ಸಾಕಷ್ಟು ಮರಿಗಳನ್ನು ಉತ್ಪಾದಿಸಲಾಗಲಿಲ್ಲ. ಡಿಸೆಂಬರ್‌ನಲ್ಲಿ ಕಡಿತಗೊಳಿಸಲಾದ ಪಡಿತರವನ್ನು ಫೆಬ್ರವರಿಯಲ್ಲಿ ಮತ್ತಷ್ಟು ಕಡಿಮೆ ಮಾಡಲಾಯಿತು ಮತ್ತು ತೈಲವನ್ನು ಸಂರಕ್ಷಿಸಲು ಶೆಡ್ನಲ್ಲಿನ ಲ್ಯಾಂಟರ್ನ್‌ಗಳನ್ನು ನಿಷೇಧಿಸಲಾಯಿತು. ಈ ಕಡಿತಗಳ ಹೊರತಾಗಿಯೂ, ಹಂದಿಗಳು ಸಾಕಷ್ಟು ಆರಾಮದಾಯಕವಾಗಿ ಇದ್ದವು ಮತ್ತು ತೂಕ ಹೆಚ್ಚುತ್ತಿದೆ. ಫೆಬ್ರವರಿ ಅಂತ್ಯದ ಒಂದು ಮಧ್ಯಾಹ್ನ, ಬೆಚ್ಚಗಿನ, ಶ್ರೀಮಂತ, ಹಸಿವನ್ನುಂಟುಮಾಡುವ ಪರಿಮಳ-ಪ್ರಾಣಿಗಳು ಹಿಂದೆಂದೂ ವಾಸನೆ ಮಾಡಿದ್ದಿರಲಿಲ್ಲ-ಜೋನ್ಸ್ನ ಕಾಲದಲ್ಲಿ ಬಳಕೆಯಾಗದ ಅಡುಗೆಮನೆಯ ಆಚೆಗಿನ ಸಣ್ಣ ಕೋಣೆಯಿಂದ ಬಂದದ್ದು ಅಂಗಳದಾದ್ಯಂತ ಹರಿದಾಡಿತು. ಇದು ಅಡುಗೆ ಬಾರ್ಲಿಯ ವಾಸನೆ ಎಂದು ಯಾರೋ ಸೂಚಿಸಿದರು. ಪ್ರಾಣಿಗಳು ಉತ್ಸುಕತೆಯಿಂದ ಮೂಸಿದವು ಮತ್ತು ತಮ್ಮ ಭೋಜನಕ್ಕೆ ಬೆಚ್ಚಗಿನ ತವುಡನ್ನು ತಯಾರಿಸಲಾಗುತ್ತಿದೆಯೇ ಎಂದು ಆಶ್ಚರ್ಯ ಪಡುತ್ತವೆ. ತೋಟದ ಆಚೆಯ ಹೊಲದಲ್ಲಿ ಆಗಲೇ ಜವೆಯನ್ನು ಹಾಕಲಾಗಿತ್ತು. ಪ್ರತಿ ಹಂದಿಯು ಈಗ

ಒಂದು ಪಿಂಟ್ ಬಿಯರ್‌ನ ದೈನಂದಿನ ಪಡಿತರವನ್ನು ಪಡೆಯುತ್ತಿದೆ ಎಂದು ಶೀಘ್ರದಲ್ಲೇ ತಿಳಿದುಬಂತು, ನೆಪೋಲಿಯನ್ ಸ್ವತಃ ಪ್ರತಿ ದಿನ ಅರ್ಧ ಗ್ಯಾಲನ್ ಅನ್ನು ಸ್ವೀಕರಿಸುತ್ತಿದ್ದನು, ಕ್ರೌನ್ ಡರ್ಬಿ ಸೂಪ್ ಪಾತ್ರೆಯಲ್ಲಿ ಬಡಿಸಲಾಗುತ್ತಿತ್ತು.

ಕಷ್ಟಗಳಿದ್ದರೂ, ಜೀವನದಲ್ಲಿ ಹೆಚ್ಚಿದ ಘನತೆ ಇರುವುದರಿಂದ ಅವು ಸ್ವಲ್ಪಮಟ್ಟಿಗೆ ಸಮತೋಲನಗೊಂಡವು. ಹೆಚ್ಚು ಹಾಡುಗಳು, ಭಾಷಣಗಳು ಮತ್ತು ಮೆರವಣಿಗೆಗಳು ಇದ್ದವು. ಅನಿಮಲ್ ಫಾರ್ಮ್‌ನ ಹೋರಾಟಗಳು ಮತ್ತು ಯಶಸ್ಸನ್ನು ಆಚರಿಸಲು ವಾರಕ್ಕೊಮ್ಮೆ "ಸ್ವಾಭಾವಿಕ ಪ್ರದರ್ಶನ" ನಡೆಸಬೇಕು ಎಂದು ನೆಪೋಲಿಯನ್ ಆದೇಶಿಸಿದ್ದನು. ಗೊತ್ತುಪಡಿಸಿದ ಸಮಯದಲ್ಲಿ, ಪ್ರಾಣಿಗಳು ತಮ್ಮ ಕೆಲಸವನ್ನು ನಿಲ್ಲಿಸುತ್ತವೆ ಮತ್ತು ಮಿಲಿಟರಿ ರಚನೆಯಲ್ಲಿ ಜಮೀನಿನ ಸುತ್ತಲೂ ನಡೆಯುತ್ತವೆ: ಹಂದಿಗಳು ಮುನ್ನಡೆಸುತ್ತವೆ, ಅವುಗಳನ್ನು ಕುದುರೆಗಳು, ನಂತರ ಹಸುಗಳು, ನಂತರ ಕುರಿಗಳು ಮತ್ತು ಅಂತಿಮವಾಗಿ ಕೋಳಿ ಹಿಂಬಾಲಿಸುತ್ತಿದ್ದವು. ನಾಯಿಗಳು ಮೆರವಣಿಗೆಯ ಎರಡೂ ಬದಿಗಳಲ್ಲಿ ನಿಂತವು, ಮತ್ತು ಎಲ್ಲರ ಮುಂದೆ ನೆಪೋಲಿಯನ್ನ ಕಪ್ಪು ಕೋಳಿ ಮೆರವಣಿಗೆಯಲ್ಲಿ ಪಾಲ್ಗೊಂಡಿತು. ಬಾಕ್ಸರ್ ಮತ್ತು ಕ್ಲೋವರ್ ಯಾವಾಗಲೂ ತಮ್ಮ ನಡುವೆ ಗೊರಸು ಮತ್ತು ಕೊಂಬಿನ ಚಿಹ್ನೆಯೊಂದಿಗೆ ಹಸಿರು ಧ್ವಜವನ್ನು ಒಯ್ಯುತ್ತಾರೆ ಮತ್ತು "ಒಡನಾಡಿ ನೆಪೋಲಿಯನ್" ಎಂದು ಸಂದೇಶವನ್ನು ಹೊಂದಿದ್ದರು. ನಂತರ, ನೆಪೋಲಿಯನ್ ಗೌರವಾರ್ಥವಾಗಿ ಬರೆದ ಕವಿತೆಗಳ ವಾಚನಗೋಷ್ಠಿಗಳು ಮತ್ತು ಆಹಾರ ಉತ್ಪಾದನೆಯಲ್ಲಿ ಇತ್ತೀಚಿನ ಹೆಚ್ಚಳದ ಬಗ್ಗೆ ವಿವರಗಳನ್ನು ನೀಡುವ ಸ್ಕ್ವೀಲರ್ ಅವರ ಭಾಷಣವಿತ್ತು, ಮತ್ತು ಕೆಲವೊಮ್ಮೆ ಬಂದೂಕಿನಿಂದ ಗುಂಡು ಹಾರಿಸಲಾಯಿತು. ಕುರಿಗಳು ಸ್ವಯಂಪ್ರೇರಿತ ಪ್ರದರ್ಶನದ ದೊಡ್ಡ ಅಭಿಮಾನಿಗಳಾಗಿದ್ದವು, ಮತ್ತು ಯಾರಾದರೂ ದೂರಿದರೆ (ಯಾವುದೇ ಹಂದಿಗಳು ಅಥವಾ ನಾಯಿಗಳು ಸುತ್ತಲೂ ಇಲ್ಲದಿದ್ದಾಗ, ಕೆಲವು ಪ್ರಾಣಿಗಳು ಕೆಲವೊಮ್ಮೆ ದೂರುತ್ತಿದ್ದವು) ಇದು ಸಮಯ ವ್ಯರ್ಥ ಮತ್ತು ಚಳಿಯಲ್ಲಿ ಸಾಕಷ್ಟು ನಿಲ್ಲಬೇಕಾಗುತ್ತದೆ ಎಂದು, ಕುರಿಗಳು "ನಾಲ್ಕು ಕಾಲುಗಳು ಒಳ್ಳೆಯದು, ಎರಡು ಕಾಲುಗಳು ಕೆಟ್ಟವು" ಎಂದು ಜೋರಾಗಿ ಪಠಿಸುವುದರೊಂದಿಗೆ ಅವುಗಳನ್ನು ತ್ವರಿತವಾಗಿ ನಿಲ್ಲಿಸುತ್ತಿದ್ದವು.

ಆದರೆ ಒಟ್ಟಾರೆಯಾಗಿ, ಪ್ರಾಣಿಗಳು ಈ ಆಚರಣೆಗಳನ್ನು ಆನಂದಿಸಿವೆ. ಅವರು ನಿಜವಾಗಿಯೂ ತಮಗೆ ತಾವೇ ಯಜಮಾನರು ಮತ್ತು ಅವರು ಮಾಡಿದ ಕೆಲಸವು ಅವರ ಸ್ವಂತ ಲಾಭಕ್ಕಾಗಿ ಎಂದು ನೆನಪಿಸಿಕೊಳ್ಳುವುದು ಅವರಿಗೆ ಸಮಾಧಾನಕರವಾಗಿತ್ತು. ಆದ್ದರಿಂದ, ಹಾಡುಗಳು, ಮೆರವಣಿಗೆಗಳು, ಸ್ಕ್ವೀಲರ್‌ನ ಆಕೃತಿಗಳ ಪಟ್ಟಿಗಳು, ಬಂದೂಕಿನ ಸದ್ದು, ಕೋಳಿ ಕೂಗುವಿಕೆ ಮತ್ತು ಧ್ವಜದ ಬೀಸುವಿಕೆಯೊಂದಿಗೆ, ಅವರು ತಮ್ಮ ಹೊಟ್ಟೆ ಖಾಲಿಯಾಗಿರುವುದನ್ನು ಮರೆಯಲು ಸಾಧ್ಯವಾಯಿತು.

ಏಪ್ರಿಲ್‌ನಲ್ಲಿ, ಅನಿಮಲ್ ಫಾರ್ಮ್ ಅನ್ನು ಗಣರಾಜ್ಯವೆಂದು ಘೋಷಿಸಲಾಯಿತು ಮತ್ತು ಅಧ್ಯಕ್ಷರನ್ನು ಆಯ್ಕೆ ಮಾಡುವ ಅಗತ್ಯ ಬಿತ್ತು. ನೆಪೋಲಿಯನ್ ಎಂಬ ಒಬ್ಬ ಅಭ್ಯರ್ಥಿ ಮಾತ್ರ ಅವಿರೋಧವಾಗಿ ಆಯ್ಕೆಯಾದರು. ಅದೇ ದಿನ, ಜೋನ್ಸ್ ನೊಂದಿಗೆ ಸ್ನೋಬಾಲ್‌ನ ಜಟಿಲತೆಯ ಬಗ್ಗೆ ಹೆಚ್ಚಿನ ವಿವರಗಳನ್ನು ಬಹಿರಂಗಪಡಿಸಿದ ತಾಜಾ ದಾಖಲೆಗಳನ್ನು ಕಂಡುಹಿಡಿಯಲಾಗಿದೆ ಎಂದು ಹೇಳಲಾಯಿತು. ಪ್ರಾಣಿಗಳು ಹಿಂದೆ ಯೋಚಿಸಿದಂತೆ ಸ್ನೋಬಾಲ್ ಕೇವಲ ಒಂದು ಉಪಾಯದಿಂದ ದನದ ಕೊಟ್ಟಿಗೆಯ ಕದನವನ್ನು ಕಳೆದುಕೊಳ್ಳಲು ಪ್ರಯತ್ನಿಸಲಿಲ್ಲ, ಆದರೆ ವಾಸ್ತವವಾಗಿ ಜೋನ್ಸ್ ಪರವಾಗಿ ಬಹಿರಂಗವಾಗಿ ಹೋರಾಡುತ್ತಿದ್ದ ಎಂದು ತೋರುತ್ತಿದೆ. ವಾಸ್ತವವಾಗಿ, ಅವನು ಮಾನವ ಪಡೆಗಳ ನಾಯಕನಾಗಿದ್ದನು ಮತ್ತು "ಮಾನವೀಯತೆ ಚಿರಾಯುವಾಗಲಿ" ಎಂದು ಕೂಗುತ್ತಾ ಯುದ್ಧದಲ್ಲಿ ತೊಡಗಿದ್ದನು. ಸ್ನೋಬಾಲ್‌ನ ಬೆನ್ನಿನ ಮೇಲಿನ ಗಾಯಗಳು ನೆಪೋಲಿಯನ್‌ನ ಹಲ್ಲುಗಳಿಂದ ಉಂಟಾಗಿದ್ದು ಎಂದು ಕೆಲವು ಪ್ರಾಣಿಗಳು ಇನ್ನೂ ನೆನಪಿಟ್ಟುಕೊಂಡಿವೆ. ಬೇಸಿಗೆಯ ಮಧ್ಯದಲ್ಲಿ, ಮೋಸೆಸ್ ಕಾಗೆಯು ಹಲವಾರು ವರ್ಷಗಳಿಂದ ಕಾಣಿಸಿಕೊಂಡಿರಲಿಲ್ಲ ನಂತರ ಮತ್ತೆ ಜಮೀನಿನಲ್ಲಿ ಕಾಣಿಸಿಕೊಂಡಿತು. ಅವನು ಬದಲಾಗಿರಲಿಲ್ಲ; ಅವನು ಇನ್ನೂ ಯಾವುದೇ ಕೆಲಸ ಮಾಡುತ್ತಿರಲಿಲ್ಲ ಮತ್ತು ಸಕ್ಕರೆ ಮಿಠಾಯಿ ಪರ್ವತದ ಬಗ್ಗೆ ಅನಂತವಾಗಿ ಮಾತನಾಡಿದನು. ಅವನು ಮರದ ಉಳಿದ ಬಾಗದ ಮೇಲೆ ಕುಳಿತು, ತನ್ನ ಕಪ್ಪು ರೆಕ್ಕೆಗಳನ್ನು ಬಡಿಯುತ್ತಿದ್ದನು ಮತ್ತು ಕೇಳುವ ಯಾರಾದರೂ ಸಿಕ್ಕಿದರೆ ಗಂಟೆಗಟ್ಟಲೆ ಮಾತನಾಡುತ್ತಾನೆ. "ಮೇಲೆ ನೋಡಿ, ಒಡನಾಡಿಗಳೆ," ಅವನು

ಗಂಭೀರವಾಗಿ ಹೇಳುತ್ತಿದ್ದನು, ತನ್ನ ದೊಡ್ಡ ಕೊಕ್ಕಿನಿಂದ ಆಕಾಶವನ್ನು ತೋರಿಸುತ್ತಾ, "ಅಲ್ಲಿ, ನೀವು ನೋಡುವ ಕಪ್ಪು ಮೋಡದ ಆಚೆಗೆ, ಸಕ್ಕರೆ ಮಿಠಾಯಿ ಪರ್ವತ ಇದೆ, ನಾವು ಬಡ ಪ್ರಾಣಿಗಳು ನಾವು ಶಾಶ್ವತವಾಗಿ ಕಠಿಣ ಕೆಲಸದಿಂದ ವಿಶ್ರಾಂತಿ ಪಡೆಯುವ ಅದ್ಭುತ ಸ್ಥಳವಾಗಿದೆ!" ಅವನು ತನ್ನ ಬಹು ಸಮಯದ ಹಾರಾಟದ ಮೂಲಕ ಅಲ್ಲಿಗೆ ಹೋಗಿದ್ದನು ಮತ್ತು ಕ್ಲೋವರ್ ಸಸ್ಯ ತುಂಬಿದ ಕೊನೆಯಿಲ್ಲದ ಭೂಮಿಯನ್ನು ಮತ್ತು ಬೇಲಿಗಳ ಮೇಲೆ ಬೆಳೆಯುತ್ತಿರುವ ಲಿನ್ಸೆಡ್ ಕೇಕ್ ಮತ್ತು ಉಂಡೆ ಸಕ್ಕರೆಯನ್ನು ನೋಡಿದ್ದಾನೆ ಎಂದು ಹೇಳಿಕೊಂಡನು. ಅನೇಕ ಪ್ರಾಣಿಗಳು ಅವನನ್ನು ನಂಬಿದವು. ಅವರ ಜೀವನವು ಈಗ ಹಸಿವಿನಿಂದ ಮತ್ತು ಕಷ್ಟಕರವಾಗಿತ್ತು, ಆದ್ದರಿಂದ ಉತ್ತಮವಾದ ಪ್ರಪಂಚವು ಬೇರೆಲ್ಲಿಯಾದರೂ ಅಸ್ತಿತ್ವದಲ್ಲಿರುವುದು ಸರಿ ಮತ್ತು ನ್ಯಾಯಯುತವಾಗಿದೆ ಎಂದೆನಿಸಿತು. ಮೊಸಸ್ನ ಕಡೆಗೆ ಹಂದಿಗಳ ವರ್ತನೆಯನ್ನು ಕಂಡುಹಿಡಿಯುವುದು ಕಷ್ಟಕರವಾಗಿತ್ತು. ಅವರೆಲ್ಲರೂ ಸಕ್ಕರೆ ಮಿಠಾಯಿ ಪರ್ವತದ ಬಗ್ಗೆ ಅವನ ಕಥೆಗಳು ಸುಳ್ಳು ಎಂದು ತಿರಸ್ಕರಿಸಿದರು, ಆದರೂ ಅವನು ಯಾವುದೇ ಕೆಲಸ ಮಾಡದೆ ಜಮೀನಿನಲ್ಲಿ ಉಳಿಯಲು ಅವಕಾಶ ಮಾಡಿಕೊಟ್ಟರು ಮತ್ತು ಅವನಿಗೆ ಪ್ರತಿದಿನ ಒಂದು ಗಿಲ್ ಬಿಯರ್ ಅನ್ನು ಸಹ ನೀಡಿದರು.

ಅವನ ಗೊರಸು ವಾಸಿಯಾದ ನಂತರ, ಬಾಕ್ಸರ್ ಎಂದಿಗಿಂತಲೂ ಹೆಚ್ಚು ಶ್ರಮಿಸಿದನು. ವಾಸ್ತವವಾಗಿ, ಎಲ್ಲಾ ಪ್ರಾಣಿಗಳು ಆ ವರ್ಷ ಗುಲಾಮರಂತೆ ಕೆಲಸ ಮಾಡಿದವು. ನಿಯಮಿತವಾದ ಕೃಷಿ ಕೆಲಸ ಮತ್ತು ಗಾಳಿ ಯಂತ್ರದ ಪುನರ್ನಿರ್ಮಾಣದ ಜೊತೆಗೆ, ಮಾರ್ಚ್ನಲ್ಲಿ ಪ್ರಾರಂಭವಾದ ಯುವ ಹಂದಿಗಳಿಗೆ ಹೊಸ ಶಾಲೆಯ ಮನೆಯೂ ಇತ್ತು. ಕೆಲವೊಮ್ಮೆ ಕಡಿಮೆ ಆಹಾರದ ಜೊತೆಗೆ ದೀರ್ಘಾವಧಿಯ ಕೆಲಸವನ್ನು ಸಹಿಸಿಕೊಳ್ಳುವುದು ಕಷ್ಟಕರವಾಗಿತ್ತು, ಆದರೆ ಬಾಕ್ಸರ್ ಎಂದಿಗೂ ಅಲುಗಾಡಲಿಲ್ಲ. ಅವನು ಹೇಳಿದ್ದರಲ್ಲಿ ಅಥವಾ ಮಾಡಿದ್ದರಲ್ಲಿ ಅವನ ಶಕ್ತಿ ಕುಗ್ಗಿದ ಲಕ್ಷಣ ಕಾಣಲಿಲ್ಲ. ಅವನ ನೋಟ ಮಾತ್ರ ಸ್ವಲ್ಪ ಬದಲಾಗಿತ್ತು; ಅವನ ಕೋಟು ಮೊದಲಿನಂತೆ ಹೊಳೆಯುತ್ತಿರಲಿಲ್ಲ, ಮತ್ತು ಅವನ ಶಕ್ತಿಯುತ ಬೆನ್ನು ಕುಗ್ಗಿದಂತೆ ತೋರುತ್ತಿತ್ತು. ಇತರರು ಹೇಳಿದರು, "ವಸಂತದ ಹುಲ್ಲು ಬಂದಾಗ

ಬಾಕ್ಸರ್ ಬಲಶಾಲಿಯಾಗುತ್ತಾನೆ" ಆದರೆ ವಸಂತ ಬಂದಿತು, ಮತ್ತು ಬಾಕ್ಸರ್ ಯಾವುದೇ ತೂಕವನ್ನು ಪಡೆಯಲಿಲ್ಲ. ಕೆಲವೊಮ್ಮೆ, ಕ್ವಾರಿಯತ್ತ ಸಾಗುವ ಇಳಿಜಾರಿನಲ್ಲಿ, ಅವನು ತನ್ನ ಸ್ನಾಯುಗಳನ್ನು ಬೃಹತ್ ಬಂಡೆಯ ಭಾರಕ್ಕೆ ತಗ್ಗಿಸಿದಾಗ, ಅವನ ಸಂಪೂರ್ಣ ಇಚ್ಛಾಶಕ್ತಿಯ ಹೊರತಾಗಿ ಬೇರೆ ಏನೂ ಅವನನ್ನು ಮುಂದುವರಿಸುವುದಿಲ್ಲ ಎಂದು ತೋರುತ್ತದೆ. ಆ ಕ್ಷಣಗಳಲ್ಲಿ, ಅವನ ತುಟಿಗಳು "ನಾನು ಕಷ್ಟಪಟ್ಟು ಕೆಲಸ ಮಾಡುತ್ತೇನೆ" ಎಂಬ ಪದಗಳನ್ನು ರೂಪಿಸುತ್ತದೆ ಏಕೆಂದರೆ ಅವನಿಗೆ ಯಾವುದೇ ಧ್ವನಿ ಉಳಿದಿಲ್ಲ. ಕ್ಲೋವರ್ ಮತ್ತು ಬೆಂಜಮಿನ್ ಮತ್ತೊಮ್ಮೆ ಅವನ ಆರೋಗ್ಯದ ಬಗ್ಗೆ ಕಾಳಜಿ ವಹಿಸುವಂತೆ ಎಚ್ಚರಿಕೆ ನೀಡಿದರು, ಆದರೆ ಬಾಕ್ಸರ್ ಅವರನ್ನು ನಿರ್ಲಕ್ಷಿಸಿದರು. ಅವರ ಹನ್ನೆರಡನೇ ಹುಟ್ಟುಹಬ್ಬವು ಸಮೀಪಿಸುತ್ತಿದೆ, ಮತ್ತು ಅವರು ನಿವೃತ್ತರಾಗುವ ಮೊದಲು ಕಲ್ಲುಗಳ ಉತ್ತಮ ಸಂಗ್ರಹವನ್ನು ಸಂಗ್ರಹಿಸುವವರೆಗೆ ಏನಾಯಿತು ಎಂದು ಅವರು ಕಾಳಜಿ ವಹಿಸಲಿಲ್ಲ.

ಬೇಸಿಗೆಯ ಒಂದು ಸಂಜೆ ತಡವಾಗಿ, ಬಾಕ್ಸರ್‌ಗೆ ಏನಾದರೂ ಸಂಭವಿಸಿದೆ ಎಂದು ಜಮೀನಿನ ಸುತ್ತಲೂ ಹಠಾತ್ ವದಂತಿ ಹರಡಿತು. ವಿಂಡ್ಮಿಲ್ಗೆ ಕಲ್ಲಿನ ಲೋಡ್ ಅನ್ನು ಎಳೆಯಲು ಅವನು ಒಬ್ಬನೇ ಹೊರಟಿದ್ದನು. ಮತ್ತು ಖಚಿತವಾಗಿ, ವದಂತಿಯು ನಿಜವಾಗಿತ್ತು. ಕೆಲವು ನಿಮಿಷಗಳ ನಂತರ, ಎರಡು ಪಾರಿವಾಳಗಳು ಸುದ್ದಿಯೊಂದಿಗೆ ಹಾರಿ ಬಂದವು: “ಬಾಕ್ಸರ್ ಬಿದ್ದಿದ್ದಾನೆ! ಅವನು ತನ್ನ ಬದಿಯಲ್ಲಿ ಮಲಗಿದ್ದಾನೆ ಮತ್ತು ಎದ್ದೇಳಲು ಸಾಧ್ಯವಿಲ್ಲ! ”

ಜಮೀನಿನಲ್ಲಿದ್ದ ಅರ್ಧದಷ್ಟು ಪ್ರಾಣಿಗಳು ಗಾಳಿಯಂತ್ರ ನಿಂತಿದ್ದ ಗುಡ್ಡಕ್ಕೆ ಧಾವಿಸಿವೆ. ಅಲ್ಲಿ ಬಾಕ್ಸರ್, ಬಂಡಿಯ ಶಾಫ್ಟ್‌ಗಳ ನಡುವೆ, ಕುತ್ತಿಗೆಯನ್ನು ಚಾಚಿ ತಲೆ ಎತ್ತಲು ಸಾಧ್ಯವಾಗಲಿಲ್ಲ. ಅವನ ಕಣ್ಣುಗಳು ಮೆರುಗುಗೊಂಡವು ಮತ್ತು ಅವನ ಬದಿಗಳು ಬೆವರಿನಿಂದ ಮುಚ್ಚಲ್ಪಟ್ಟವು. ಅವನ ಬಾಯಿಂದ ತೆಳುವಾದ ರಕ್ತದ ಧಾರೆ ಜಿನುಗುತ್ತಿತ್ತು. ಕ್ಲೋವರ್ ಅವನ ಪಕ್ಕದಲ್ಲಿ ಅವಳ ಮೊಣಕಾಲುಗಳಿಗೆ ಬಿದ್ದಳು.

"ಬಾಕ್ಸರ್!" ಅವಳು ಅಳುತ್ತಾಳೆ ಮತ್ತು ಕೇಳುತ್ತಾಳೆ "ನೀವು ಹೇಗಿದ್ದೀರಿ?" ಎಂದು.

"ಇದು ನನ್ನ ಶ್ವಾಸಕೋಶ," ಬಾಕ್ಸರ್ ದುರ್ಬಲವಾಗಿ ಹೇಳಿದರು. "ಇದು ಪರವಾಗಿಲ್ಲ. ನಾನು ಇಲ್ಲದೆ ನೀವು ವಿಂಡ್ಮಿಲ್ ಅನ್ನು ಮುಗಿಸಲು ಸಾಧ್ಯವಾಗುತ್ತದೆ ಎಂದು ನಾನು ಭಾವಿಸುತ್ತೇನೆ. ಉತ್ತಮ ಪ್ರಮಾಣದ ಕಲ್ಲು ರಾಶಿ ಬಿದ್ದಿದೆ. ನನಗೆ ಹೇಗಿದ್ದರೂ ಸುಮಾರು ಒಂದು ತಿಂಗಳು ಮಾತ್ರ ಉಳಿದಿತ್ತು. ನಿಜ ಹೇಳಬೇಕೆಂದರೆ, ನಾನು ನನ್ನ ನಿವೃತ್ತಿಯನ್ನು ಎದುರು ನೋಡುತ್ತಿದ್ದೆ. ಮತ್ತು ಬಹುಶಃ, ಬೆಂಜಮಿನ್‌ಗೆ ವಯಸ್ಸಾಗುತ್ತಿರುವುದರಿಂದ, ಅವರು ಅದೇ ಸಮಯದಲ್ಲಿ ನಿವೃತ್ತರಾಗಲು ಮತ್ತು ನನ್ನೊಂದಿಗೆ ಇರಲು ಅವಕಾಶ ಮಾಡಿಕೊಡುತ್ತಾರೆ.

"ನಾವು ಈಗಲೇ ಸಹಾಯ ಪಡೆಯಬೇಕಾಗಿದೆ" ಎಂದು ಕ್ಲೋವರ್ ಹೇಳಿದರು. "ಯಾರಾದರೂ ಹೋಗಿ, ಏನಾಯಿತು ಎಂದು ಸ್ಕ್ವೀಲರ್‌ಗೆ ಹೇಳಿ."

ಸ್ಕ್ವೀಲರ್‌ಗೆ ಸುದ್ದಿಯನ್ನು ತಿಳಿಸಲು ಎಲ್ಲಾ ಇತರ ಪ್ರಾಣಿಗಳು ತ್ವರಿತವಾಗಿ ತೋಟದ ಮನೆಗೆ ಮರಳಿದವು. ಬೆಂಜಮಿನ್ ಜೊತೆಗೆ ಕ್ಲೋವರ್ ಮಾತ್ರ ಹಿಂದೆ ಉಳಿದುಕೊಂಡನು, ಅವನು ಬಾಕ್ಸರ್ ಪಕ್ಕದಲ್ಲಿ ಮಲಗಿದನು ಮತ್ತು ಮೌನವಾಗಿ ತನ್ನ ಉದ್ದನೆಯ ಬಾಲದಿಂದ ನೊಣಗಳನ್ನು ದೂರವಿಟ್ಟನು. ಸುಮಾರು ಹದಿನೈದು ನಿಮಿಷಗಳ ನಂತರ, ಸಹಾನುಭೂತಿ ಮತ್ತು ಕಾಳಜಿಯಿಂದ ಸ್ಕ್ವೀಲರ್ ಬಂದರು. ತೋಟದ ಅತ್ಯಂತ ನಿಷ್ಠಾವಂತ ಕೆಲಸಗಾರರಲ್ಲಿ ಒಬ್ಬರಿಗೆ ಈ ದುರದೃಷ್ಟದ ಬಗ್ಗೆ ಕಾಮ್ರೇಡ್ ನೆಪೋಲಿಯನ್ ಕೇಳಿದ್ದಾರೆ ಮತ್ತು ಬಾಕ್ಸರ್ ಅನ್ನು ವಿಲ್ಲಿಂಗ್ಡನ್ ಆಸ್ಪತ್ರೆಗೆ ಕಳುಹಿಸಲು ಈಗಾಗಲೇ ವ್ಯವಸ್ಥೆ ಮಾಡುತ್ತಿದ್ದಾರೆ ಎಂದು ಅವರು ಹೇಳಿದರು. ಪ್ರಾಣಿಗಳಿಗೆ ಈ ಬಗ್ಗೆ ಸ್ವಲ್ಪ ಹಿಂಜರಿಕೆ ಉಂಟಾಯಿತು. ಮೊಲ್ಲಿ ಮತ್ತು ಸ್ನೋಬಾಲ್ ಹೊರತುಪಡಿಸಿ, ಬೇರಾವುದೇ ಪ್ರಾಣಿಯು ಫಾರ್ಮ್ ಅನ್ನು ಬಿಟ್ಟಿಲ್ಲ, ಮತ್ತು ತಮ್ಮ ಅನಾರೋಗ್ಯದ ಸ್ನೇಹಿತನನ್ನು ಮನುಷ್ಯರು ನೋಡಿಕೊಳ್ಳುತ್ತಾರೆ ಎಂಬ ಕಲ್ಪನೆಯನ್ನು ಅವರು ಇಷ್ಟಪಡಲಿಲ್ಲ. ಆದಾಗ್ಯೂ, ವಿಲ್ಲಿಂಗ್‌ಡನ್‌ನಲ್ಲಿನ ಪಶುವೈದ್ಯರು ಬಾಕ್ಸರ್‌ನನ್ನು ಫಾರ್ಮ್‌ನಲ್ಲಿ ಮಾಡುವುದಕ್ಕಿಂತ ಉತ್ತಮವಾಗಿ ನೋಡಿಕೊಳ್ಳುತ್ತಾರೆ ಎಂದು ಸ್ಕ್ವೀಲರ್ ತ್ವರಿತವಾಗಿ ಅವರಿಗೆ ಮನವರಿಕೆ ಮಾಡಿದರು. ಸುಮಾರು ಅರ್ಧ ಘಂಟೆಯ ನಂತರ, ಬಾಕ್ಸರ್ ಸ್ವಲ್ಪ

ಚೇತರಿಸಿಕೊಂಡಾಗ, ಅವನು ತನ್ನ ಪಾದಗಳನ್ನು ಪಡೆಯಲು ಹೆಣಗಾಡಿದನು ಮತ್ತು ಅವನ ಸ್ಟಾಲ್‌ಗೆ ಹಿಂತಿರುಗಲು ಯಶಸ್ವಿಯಾದನು, ಅಲ್ಲಿ ಕ್ಲೋವರ್ ಮತ್ತು ಬೆಂಜಮಿನ್ ಅವರಿಗೆ ಒಣಹುಲ್ಲಿನ ಆರಾಮದಾಯಕ ಹಾಸಿಗೆಯನ್ನು ಮಾಡಿದರು.

ಮುಂದಿನ ಎರಡು ದಿನಗಳವರೆಗೆ ಬಾಕ್ಸರ್ ತನ್ನ ಸ್ಟಾಲ್‌ನಲ್ಲಿಯೇ ಇದ್ದನು. ಹಂದಿಗಳು ಬಾತ್ರೂಮ್ನಲ್ಲಿ ಔಷಧದ ಎದೆಯಲ್ಲಿ ಕಂಡುಬಂದ ಗುಲಾಬಿ ಔಷಧದ ದೊಡ್ಡ ಬಾಟಲಿಯನ್ನು ಕಳುಹಿಸಿದವು ಮತ್ತು ಕ್ಲೋವರ್ ಊಟದ ನಂತರ ದಿನಕ್ಕೆ ಎರಡು ಬಾರಿ ಬಾಕ್ಸರ್ಗೆ ಅದನ್ನು ನೀಡಿತು. ಸಾಯಂಕಾಲ ಅವಳು ಅವನ ಸ್ಟಾಲ್ ನಲ್ಲಿ ಮಲಗಿ ಅವನೊಂದಿಗೆ ಮಾತನಾಡುತ್ತಿದ್ದಳು, ಆದರೆ ಬೆಂಜಮಿನ್ ಅವನಿಂದ ನೊಣಗಳನ್ನು ದೂರವಿಟ್ಟಳು. ಬಾಕ್ಸರ್ ಏನಾಯಿತು ಎಂದು ವಿಷಾದಿಸುವುದಿಲ್ಲ ಎಂದು ಪ್ರತಿಪಾದಿಸಿದರು. ಅವನು ಚೆನ್ನಾಗಿ ಚೇತರಿಸಿಕೊಂಡರೆ, ಅವನು ಇನ್ನೂ ಮೂರು ವರ್ಷ ಬದುಕುವ ನಿರೀಕ್ಷೆಯಿದೆ, ಮತ್ತು ಅವನು ದೊಡ್ಡ ಹುಲ್ಲುಗಾವಲಿನ ಮೂಲೆಯಲ್ಲಿ ಕಳೆಯುವ ಶಾಂತಿಯುತ ದಿನಗಳಿಗಾಗಿ ಎದುರು ನೋಡುತ್ತಿದ್ದನು. ಅವನು ತನ್ನ ಮನಸ್ಸನ್ನು ಸ್ವತಃ ಅಧ್ಯಯನ ಮಾಡಲು ಮತ್ತು ಸುಧಾರಿಸಲು ವಿರಾಮವನ್ನು ಹೊಂದಿದ್ದ ಮೊದಲ ಅವಕಾಶ ಇದಾಗಿತ್ತು. ಅವನು ತನ್ನ ಉಳಿದ ಜೀವನವನ್ನು ವರ್ಣಮಾಲೆಯ ಉಳಿದ ಇಪ್ಪತ್ತೆರಡು ಅಕ್ಷರಗಳನ್ನು ಕಲಿಯಲು ವಿನಿಯೋಗಿಸಲು ಉದ್ದೇಶಿಸಿದ್ದಾನೆ ಎಂದು ಅವನು ಹೇಳಿದನು.

ಆದಾಗ್ಯೂ, ಬೆಂಜಮಿನ್ ಮತ್ತು ಕ್ಲೋವರ್ ಕೆಲಸದ ನಂತರ ಮಾತ್ರ ಬಾಕ್ಸರ್ನೊಂದಿಗೆ ಇರಬಹುದಾಗಿತ್ತು ಮತ್ತು ದಿನದ ಮಧ್ಯದಲ್ಲಿ ಅವನನ್ನು ಕರೆದೊಯ್ಯಲು ವ್ಯಾನ್ ಬಂದಿತು. ಪ್ರಾಣಿಗಳೆಲ್ಲವೂ ಹಂದಿಯ ಮೇಲ್ವಿಚಾರಣೆಯಲ್ಲಿ ಟರ್ನಿಪ್ ಹೊಲಗಳಲ್ಲಿ ಕೆಲಸ ಮಾಡುತ್ತಿದ್ದಾಗ, ಬೆಂಜಮಿನ್ ಫಾರ್ಮ್ ಕಟ್ಟಡಗಳ ದಿಕ್ಕಿನಿಂದ ಜೋರಾಗಿ ಕೂಗುತ್ತಾ ಓಡುತ್ತಿರುವುದನ್ನು ನೋಡಿ ಆಘಾತಕ್ಕೊಳಗಾದವು. ಬೆಂಜಮಿನ್ ಉತ್ಸುಕನಾಗಿ ಅಥವಾ ಓಡುತ್ತಿರುವುದನ್ನು ಅವರು ಮೊದಲ ಬಾರಿಗೆ ನೋಡಿದರು. "ತ್ವರಿತ, ತ್ವರಿತ!" ಎಂದು ಅವನು ಕೂಗಿದನು. “ಕೂಡಲೇ ಬಾ! ಅವರು ಬಾಕ್ಸರ್‌ನನ್ನು ಕರೆದುಕೊಂಡು

ಹೋಗುತ್ತಿದ್ದಾರೆ!" ಹಂದಿಯ ಸೂಚನೆಗಳಿಗಾಗಿ ಕಾಯದೆ, ಪ್ರಾಣಿಗಳು ಕೆಲಸ ಮಾಡುವುದನ್ನು ನಿಲ್ಲಿಸಿದವು ಮತ್ತು ಮತ್ತೆ ಕೃಷಿ ಕಟ್ಟಡಗಳಿಗೆ ಓಡಿದವು. ಖಚಿತವಾಗಿ ಸಾಕಷ್ಟು, ಅಂಗಳದಲ್ಲಿ ಎರಡು ಕುದುರೆಗಳಿಂದ ಎಳೆಯಲ್ಪಟ್ಟ ಒಂದು ದೊಡ್ಡ, ಮುಚ್ಚಿದ ವ್ಯಾನ್ ಇತ್ತು, ಅದರ ಬದಿಯಲ್ಲಿ ಬರವಣಿಗೆ ಮತ್ತು ಚಾಲಕನ ಸೀಟಿನಲ್ಲಿ ಕಡಿಮೆ ಕಿರೀಟದ ಬೌಲರ್ ಟೋಪಿಯಲ್ಲಿ ಸ್ನೀಕಿ-ಕಾಣುವ ವ್ಯಕ್ತಿ ಕುಳಿತಿದ್ದನು. ಮತ್ತು ಬಾಕ್ಸರ್ ಸ್ಟಾಲ್ ಖಾಲಿಯಾಗಿತ್ತು.

ಪ್ರಾಣಿಗಳು ವ್ಯಾನಿನ ಸುತ್ತ ನೆರೆದಿದ್ದವು. " ವಿದಾಯ, ಬಾಕ್ಸರ್!" ಅವರು "ವಿದಾಯ!" ಎಂದು ಕೋರಿದರು.

“ಮೂರ್ಖರೇ! ಮೂರ್ಖರೇ! ” ಬೆಂಜಮಿನ್ ಕೂಗಿದನು, ಅವರ ಸುತ್ತಲೂ ಹಾರಿ ಮತ್ತು ನೆಲದ ಮೇಲೆ ತನ್ನ ಸಣ್ಣ ಗೊರಸುಗಳನ್ನು ಮುದ್ರೆಯೊತ್ತುತ್ತ. “ಮೂರ್ಖರೇ! ಆ ವ್ಯಾನಿನ ಬದಿಯಲ್ಲಿ ಏನು ಬರೆಯಲಾಗಿದೆ ಎಂದು ನಿಮಗೆ ಕಾಣಿಸುತ್ತಿಲ್ಲವೇ? ”

ಅದು ಪ್ರಾಣಿಗಳನ್ನು ನಿಲ್ಲಿಸಿ ಮೌನವಾಗುವಂತೆ ಮಾಡಿತು. ಮುರಿಯಲ್ ಪದಗಳನ್ನು ಉಚ್ಚರಿಸಲು ಪ್ರಾರಂಭಿಸಿದನು, ಆದರೆ ಬೆಂಜಮಿನ್ ಅವಳನ್ನು ಪಕ್ಕಕ್ಕೆ ತಳ್ಳಿದನು. ಸಂಪೂರ್ಣ ಮೌನದಲ್ಲಿ, ಅವರು ಓದಿದರು:

"'ಆಲ್ಫ್ರೆಡ್ ಸಿಮಂಡ್ಸ್, ಕುದುರೆ ಕಸಾಯಿಕಾನೆ ಮತ್ತು ಅಂತೂ ಕುಡಿಸುವವರು, ವಿಲ್ಲಿಂಗ್ಡನ್. ಹೊರಿಹೊರೆಗಳು ಮತ್ತು ಎಲುಬಿನ ಹಿಪ್ಪಿನ ವ್ಯಾಪಾರಿ. ಕೆನಲ್ ಸರಬರಾಜು ಮಾಡಿದ್ದು' ಇದರ ಅರ್ಥವೇನೆಂದು ನಿಮಗೆ ಅರ್ಥವಾಗುತ್ತಿಲ್ಲವೇ? ಅವರು ಬಾಕ್ಸರ್ ಅನ್ನು ವಧೆ ಮಾಡಲು ಕರೆದೊಯ್ಯುತ್ತಿದ್ದಾರೆ!

ಎಲ್ಲಾ ಪ್ರಾಣಿಗಳಿಂದ ಭಯಾನಕ ಕೂಗು ಹೊರಹೊಮ್ಮಿತು. ಆ ಕ್ಷಣದಲ್ಲಿ, ಪೆಟ್ಟಿಗೆಯ ಮೇಲಿದ್ದ ವ್ಯಕ್ತಿ ತನ್ನ ಕುದುರೆಗಳನ್ನು ಚಾವಟಿಯಿಂದ ಹೊಡೆದನು ಮತ್ತು ವ್ಯಾನ್ ಚುರುಕಾದ ಟ್ರೊಟ್‌ನಲ್ಲಿ ಅಂಗಳದಿಂದ ಹೊರಬರಲು ಪ್ರಾರಂಭಿಸಿತು. ಎಲ್ಲಾ ಪ್ರಾಣಿಗಳು ಜೋರಾಗಿ ಕೂಗುತ್ತಾ ಹಿಂಬಾಲಿಸಿದವು. ಕ್ಲೋವರ್ ತನ್ನ ದಾರಿಯನ್ನು ಮುಂಭಾಗಕ್ಕೆ ತಳ್ಳಿದಳು. ವ್ಯಾನ್ ವೇಗ ಪಡೆಯತೊಡಗಿತು. ಕ್ಲೋವರ್ ತನ್ನ ಭಾರವಾದ ಕಾಲುಗಳನ್ನು ವೇಗವಾಗಿ ಓಡಿಸಲು ಪ್ರಯತ್ನಿಸಿದಳು ಮತ್ತು ಕ್ಯಾಂಟರ್

ಗೆ ಪ್ರವೇಶಿಸುವಲ್ಲಿ ಯಶಸ್ವಿಯಾದಳು. "ಬಾಕ್ಸರ್!" ಎಂದು ಅಳುತ್ತಾಳೆ. "ಬಾಕ್ಸರ್! ಬಾಕ್ಸರ್! ಬಾಕ್ಸರ್!" ಆಗಲೇ, ಹೊರಗಿನ ಗದ್ದಲವನ್ನು ಅವನು ಕೇಳಿದಂತೆ, ಬಾಕ್ಸರ್‌ನ ಮುಖ, ಅವನ ಮೂಗಿನ ಕೆಳಗೆ ಬಿಳಿ ಪಟ್ಟಿಯೊಂದಿಗೆ, ವ್ಯಾನ್‌ನ ಹಿಂಭಾಗದ ಸಣ್ಣ ಕಿಟಕಿಯಲ್ಲಿ ಕಾಣಿಸಿಕೊಂಡಿತು.

"ಬಾಕ್ಸರ್!" ಕ್ಲೋವರ್ ಹತಾಶ ಧ್ವನಿಯಲ್ಲಿ ಕೂಗಿದರು. "ಬಾಕ್ಸರ್! ಹೊರಬನ್ನಿ! ಬೇಗ ಹೊರಡು! ಅವರು ನಿಮ್ಮನ್ನು ವಧೆ ಮಾಡಲು ಕರೆದೊಯ್ಯುತ್ತಿದ್ದಾರೆ! "

ಎಲ್ಲಾ ಪ್ರಾಣಿಗಳು "ಹೊರಹೋಗು, ಬಾಕ್ಸರ್, ಹೊರಹೋಗು!" ಎಂದು ಕೂಗಿದವು. ಆದರೆ ವ್ಯಾನ್ ಆಗಲೇ ವೇಗವನ್ನು ಹೆಚ್ಚಿಸಿಕೊಂಡು ಅವರಿಂದ ದೂರ ಸರಿಯುತ್ತಿತ್ತು. ಕ್ಲೋವರ್ನ ಎಚ್ಚರಿಕೆಯನ್ನು ಬಾಕ್ಸರ್ ಅರ್ಥಮಾಡಿಕೊಂಡಿದ್ದಾನೆಯೇ ಎಂಬುದು ಸ್ಪಷ್ಟವಾಗಿಲ್ಲ. ಸ್ವಲ್ಪ ಸಮಯದ ನಂತರ, ಅವನ ಮುಖವು ಕಿಟಕಿಯಿಂದ ಕಣ್ಮರೆಯಾಯಿತು ಮತ್ತು ವ್ಯಾನ್‌ನೊಳಗೆ ಗೊರಸುಗಳ ಪ್ರಬಲವಾದ ಡ್ರಮ್ಮಿಂಗ್ ಶಬ್ದವನ್ನು ಅವರು ಕೇಳಿದರು. ಅವನು ತನ್ನ ದಾರಿಯನ್ನು ಒದೆಯಲು ಪ್ರಯತ್ನಿಸುತ್ತಿದ್ದನು. ಬಾಕ್ಸರ್ನಿಂದ ಕೆಲವು ಒದೆಗಳು ವ್ಯಾನ್ ಅನ್ನು ಛಿದ್ರಗೊಳಿಸಬಹುದಾಗಿದ್ದ ಸಮಯವಿತ್ತು, ಆದರೆ ದುಃಖಕರವಾಗಿ, ಅವನ ಶಕ್ತಿಯು ಹೋಯಿತು. ಹತಾಶೆಯಿಂದ, ಪ್ರಾಣಿಗಳು ಎರಡು ಕುದುರೆಗಳನ್ನು ನಿಲ್ಲಿಸಲು ವ್ಯಾನ್ ಅನ್ನು ಎಳೆಯುವ ಮೂಲಕ ಮನವಿ ಮಾಡಲು ಪ್ರಾರಂಭಿಸಿದವು. "ಒಡನಾಡಿಗಳು, ಒಡನಾಡಿಗಳು!" ಅವರು ಕೂಗಿದರು. "ನಿಮ್ಮ ಸ್ವಂತ ಸಹೋದರನನ್ನು ಅವನ ಸಾವಿಗೆ ಕರೆದೊಯ್ಯಬೇಡಿ!" ಆದರೆ ಅಜ್ಞಾನಿ ಪ್ರಾಣಿಗಳು, ಏನಾಗುತ್ತಿದೆ ಎಂದು ಅರ್ಥವಾಗದೆ, ತಮ್ಮ ಕಿವಿಗಳನ್ನು ಹಿಂದಕ್ಕೆ ಪಿನ್ ಮಾಡಿ ಮತ್ತು ತಮ್ಮ ವೇಗವನ್ನು ಹೆಚ್ಚಿಸಿದವು. ಬಾಕ್ಸರ್ನ ಮುಖ ಮತ್ತೆ ಕಿಟಕಿಯಲ್ಲಿ ಕಾಣಿಸಲಿಲ್ಲ. ತುಂಬಾ ತಡವಾಗಿ, ಯಾರೋ ಐದು ಬಾರ್ಗಳ ಗೇಟ್ ಅನ್ನು ಮುಚ್ಚಲು ಮುಂದೆ ಓಡಲು ಯೋಚಿಸಿದರು, ಆದರೆ ವ್ಯಾನ್ ಆಗಲೇ ಹಾದುಹೋಗಿತ್ತು ಮತ್ತು ರಸ್ತೆಯ ಕೆಳಗೆ ಬೇಗನೆ ಕಣ್ಮರೆಯಾಯಿತು.

ಮೂರು ದಿನಗಳ ನಂತರ, ಕುದುರೆಯು ಪಡೆಯಬಹುದಾದ ಅತ್ಯುತ್ತಮ ಆರೈಕೆಯನ್ನು ಪಡೆದರೂ, ಬಾಕ್ಸರ್ ವಿಲ್ಲಿಂಗ್‌ಡನ್‌ನ ಆಸ್ಪತ್ರೆಯಲ್ಲಿ ನಿಧನರಾದರು ಎಂದು ಘೋಷಿಸಲಾಯಿತು. ಇತರರಿಗೆ ಸುದ್ದಿ ತಲುಪಿಸಲು ಸ್ಕ್ವೀಲರ್ ಬಂದರು. ಬಾಕ್ಸರ್‌ನ ಅಂತಿಮ ಕ್ಷಣಗಳಲ್ಲಿ ತಾನು ಅಲ್ಲಿಯೇ ಇದ್ದೆ ಎಂದು ಅವರು ಹೇಳಿದ್ದಾರೆ.

"ಇದು ನಾನು ನೋಡಿದ ಅತ್ಯಂತ ರೋಮಾಂಚಕಾರಿ ದೃಶ್ಯವಾಗಿದೆ!" ಸ್ಕೀಲರ್ ತನ್ನ ಗೊರಸು ಮೇಲಕ್ಕೆತ್ತಿ ಕಣ್ಣೀರನ್ನು ಒರೆಸುತ್ತಾ ಹೇಳಿದ. "ಕೊನೆಯಲ್ಲಿ ನಾನು ಅವನ ಪಕ್ಕದಲ್ಲಿದ್ದೆ. ಮತ್ತು ಅವರ ಅಂತಿಮ ಕ್ಷಣಗಳಲ್ಲಿ, ಮಾತನಾಡಲು ತುಂಬಾ ದುರ್ಬಲರಾಗಿದ್ದರು, ಅವರು ನನ್ನ ಕಿವಿಯಲ್ಲಿ ಪಿಸುಗುಟ್ಟಿದರು, ವಿಂಡ್ಮಿಲ್ ಮುಗಿದದ್ದನ್ನು ನೋಡದಿರುವುದು ಅವರ ಏಕೈಕ ವಿಷಾದ. 'ಫಾರ್ವರ್ಡ್, ಒಡನಾಡಿಗಳು!' ಅವರು ಪಿಸುಗುಟ್ಟಿದರು. 'ಬಂಡಾಯದ ಹೆಸರಲ್ಲಿ ಮುಂದಕ್ಕೆ. ಅನಿಮಲ್ ಫಾರ್ಮ್ ದೀರ್ಘಾಯುಷ್ಯ! ಒಡನಾಡಿ ನೆಪೋಲಿಯನ್ ದೀರ್ಘಾಯುಷ್ಯ! ನೆಪೋಲಿಯನ್ ಯಾವಾಗಲೂ ಸರಿ.' ಇದು ಅವರ ಕೊನೆಯ ಮಾತುಗಳು, ಒಡನಾಡಿಗಳೆ.

ಇಲ್ಲಿ ಸ್ಕ್ವೀಲರ್‌ನ ವರ್ತನೆ ಇದ್ದಕ್ಕಿದ್ದಂತೆ ಬದಲಾಯಿತು. ಅವನು ಒಂದು ಕ್ಷಣ ಮೌನವಾದನು ಮತ್ತು ಅವನು ಮುಂದುವರಿಯುವ ಮೊದಲು ಅವನ ಪುಟ್ಟ ಕಣ್ಣುಗಳು ಅನುಮಾನಾಸ್ಪದ ನೋಟಗಳನ್ನು ಅಕ್ಕಪಕ್ಕಕ್ಕೆ ತಿರುಗಿಸಿದವು.

ಬಾಕ್ಸರ್‌ನನ್ನು ತೆಗೆದುಹಾಕುವ ಸಮಯದಲ್ಲಿ ಮೂರ್ಖ ಮತ್ತು ದುಷ್ಟ ವದಂತಿ ಹರಡಿರುವುದನ್ನು ಅವರು ಕೇಳಿದ್ದಾರೆ ಎಂದು ಅವರು ಹೇಳಿದರು. ಕೆಲವು ಪ್ರಾಣಿಗಳು ಬಾಕ್ಸರ್ ಅನ್ನು ತೆಗೆದುಕೊಂಡು ಹೋಗುತ್ತಿರುವ ವ್ಯಾನ್‌ಗೆ "ಕುದುರೆ ವಧೆಗಾರ" ಎಂದು ಅರ್ಥಮಾಡಿಕೊಂಡಿರುವುದನ್ನು ಗಮನಿಸಿದ್ದೇನೆ ಮತ್ತು ಬಾಕ್ಸರ್ ಅನ್ನು ವಧೆ ಮಾಡಲು ಕಳುಹಿಸಲಾಗುತ್ತಿದೆ ಎಂದು ತಪ್ಪಾಗಿ ತೀರ್ಮಾನಿಸಲಾಗಿದೆ. ಯಾವುದೇ ಪ್ರಾಣಿಯು ಇಷ್ಟು ಮೂರ್ಖನಾಗಿರಬಹುದು ಎಂದು ಬಹುತೇಕ ನಂಬಲು ಸಾಧ್ಯವಿಲ್ಲ ಎಂದು ಸ್ಕ್ವೀಲರ್ ಹೇಳಿದರು. ಖಂಡಿತವಾಗಿ, ಅವನು ಕೋಪದಿಂದ ಉದ್ಗರಿಸಿದನು, ತನ್ನ ಬಾಲವನ್ನು ಅಲುಗಾಡಿಸುತ್ತಾ ಮತ್ತು ಅಕ್ಕಪಕ್ಕಕ್ಕೆ

ಚಲಿಸಿದನು, ಅವರು ತಮ್ಮ ಪ್ರೀತಿಯ ನಾಯಕ ಒಡನಾಡಿ ನೆಪೋಲಿಯನ್ ಅನ್ನು ಅದಕ್ಕಿಂತ ಚೆನ್ನಾಗಿ ತಿಳಿದಿದ್ದಾರೆಯೇ? ಆದರೆ ವಿವರಣೆಯು ವಾಸ್ತವವಾಗಿ ತುಂಬಾ ಸರಳವಾಗಿತ್ತು. ವ್ಯಾನ್ ಈ ಹಿಂದೆ ನ್ಯಾಕರ್‌ಗೆ ಸೇರಿತ್ತು ಮತ್ತು ಅದನ್ನು ಪಶುವೈದ್ಯ ಶಸ್ತ್ರಚಿಕಿತ್ಸಕರು ಖರೀದಿಸಿದ್ದರು, ಅವರು ಇನ್ನೂ ಹಳೆಯ ಹೆಸರಿನ ಮೇಲೆ ಬಣ್ಣ ಹಚ್ಚಿರಲಿಲ್ಲ. ಹೀಗಾಗಿಯೇ ತಪ್ಪು ತಿಳುವಳಿಕೆ ಉಂಟಾಯಿತು.

ಯಾವುದೇ ಪ್ರಾಣಿಯು ಇಷ್ಟು ಮೂರ್ಖನಾಗಿರಬಹುದು ಎಂದು ಬಹುತೇಕ ನಂಬಲು ಸಾಧ್ಯವಿಲ್ಲ ಎಂದು ಸ್ಕ್ವೀಲರ್ ಹೇಳಿದರು. ಖಂಡಿತವಾಗಿ, ಅವನು ಕೋಪದಿಂದ ಉದ್ಗರಿಸಿದನು, ತನ್ನ ಬಾಲವನ್ನು ಅಲುಗಾಡಿಸುತ್ತಾ ಮತ್ತು ಅಕ್ಕಪಕ್ಕಕ್ಕೆ ಚಲಿಸಿದನು, ಅವರು ತಮ್ಮ ಪ್ರೀತಿಯ ನಾಯಕ ಒಡನಾಡಿ ನೆಪೋಲಿಯನ್ ಅನ್ನು ಅದಕ್ಕಿಂತ ಚೆನ್ನಾಗಿ ತಿಳಿದಿದ್ದಾರೆಯೇ? ಆದರೆ ವಿವರಣೆಯು ವಾಸ್ತವವಾಗಿ ತುಂಬಾ ಸರಳವಾಗಿತ್ತು. ವ್ಯಾನ್ ಈ ಹಿಂದೆ ನ್ಯಾಕರ್‌ಗೆ ಸೇರಿತ್ತು ಮತ್ತು ಅದನ್ನು ಪಶುವೈದ್ಯ ಶಸ್ತ್ರಚಿಕಿತ್ಸಕರು ಖರೀದಿಸಿದ್ದರು, ಅವರು ಇನ್ನೂ ಹಳೆಯ ಹೆಸರಿನ ಮೇಲೆ ಬಣ್ಣ ಹಚ್ಚಿರಲಿಲ್ಲ. ಹೀಗಾಗಿಯೇ ತಪ್ಪು ತಿಳುವಳಿಕೆ ಉಂಟಾಯಿತು.

ಇದನ್ನು ಕೇಳಿ ಪ್ರಾಣಿಗಳಿಗೆ ಬಹಳ ಸಮಾಧಾನವಾಯಿತು. ಮತ್ತು ಸ್ಕ್ವೀಲರ್ ಬಾಕ್ಸರ್‌ನ ಕೊನೆಯ ಕ್ಷಣಗಳನ್ನು ವಿವರವಾಗಿ ವಿವರಿಸಲು ಹೋದಾಗ, ಅವನು ಪಡೆದ ಅತ್ಯುತ್ತಮ ಆರೈಕೆ ಮತ್ತು ನೆಪೋಲಿಯನ್ ವೆಚ್ಚವನ್ನು ಪರಿಗಣಿಸದೆ ಪಾವತಿಸಿದ ದುಬಾರಿ ಔಷಧಗಳು, ಅವರ ಅಂತಿಮ ಅನುಮಾನಗಳನ್ನು ಅಳಿಸಿಹಾಕಲಾಯಿತು. ತಮ್ಮ ಸ್ನೇಹಿತನ ಸಾವಿನಿಂದ ಅವರು ಅನುಭವಿಸಿದ ದುಃಖವು ಕನಿಷ್ಠ ಅವನು ತೃಪ್ತಿ ಹೊಂದಿದ್ದಾನೆ ಎಂಬ ಆಲೋಚನೆಯಿಂದ ಮೃದುವಾಯಿತು.

ನೆಪೋಲಿಯನ್ ಸ್ವತಃ ಮರುದಿನ ಭಾನುವಾರ ಬೆಳಿಗ್ಗೆ ಸಭೆಯಲ್ಲಿ ಮಾತನಾಡಿದರು, ಬಾಕ್ಸರ್ ಗೌರವಾರ್ಥವಾಗಿ ಒಂದು ಸಣ್ಣ ಭಾಷಣವನ್ನು ನೀಡಿದರು. ತಮ್ಮ ಆತ್ಮೀಯ ಒಡನಾಡಿಯ ದೇಹವನ್ನು ಸಮಾಧಿ ಮಾಡಲು ಜಮೀನಿಗೆ ತರಲು ಸಾಧ್ಯವಿಲ್ಲ ಎಂದು ಅವರು ವಿವರಿಸಿದರು, ಆದರೆ ತೋಟದ ತೋಟದಲ್ಲಿ ಲಾರೆಲ್‌ಗಳಿಂದ

ಮಾಡಿದ ದೊಡ್ಡ ಮಾಲೆಯನ್ನು ಕಳುಹಿಸಲು ಮತ್ತು ಬಾಕ್ಸರ್‌ನ ಸಮಾಧಿಯ ಮೇಲೆ ಇರಿಸಲು ಆದೇಶಿಸಿದರು. ಕೆಲವೇ ದಿನಗಳಲ್ಲಿ, ಬಾಕ್ಸರ್ ಗೌರವಾರ್ಥವಾಗಿ ಹಂದಿಗಳು ಸ್ಮಾರಕ ಔತಣಕೂಟವನ್ನು ನಡೆಸುವುದಾಗಿ ಅವರು ಘೋಷಿಸಿದರು. ನೆಪೋಲಿಯನ್ ಬಾಕ್ಸರ್‌ನ ಎರಡು ನೆಚ್ಚಿನ ಮಾತುಗಳನ್ನು ಎಲ್ಲರಿಗೂ ನೆನಪಿಸುವ ಮೂಲಕ ತನ್ನ ಭಾಷಣವನ್ನು ಮುಕ್ತಾಯಗೊಳಿಸಿದನು: "ನಾನು ಕಷ್ಟಪಟ್ಟು ಕೆಲಸ ಮಾಡುತ್ತೇನೆ" ಮತ್ತು "ಕಾಮ್ರೇಡ್ ನೆಪೋಲಿಯನ್ ಯಾವಾಗಲೂ ಸರಿ." ಈ ಮಾತುಗಳನ್ನು ಪ್ರತಿಯೊಂದು ಪ್ರಾಣಿಯೂ ತನ್ನದೆಂದು ಅಳವಡಿಸಿಕೊಳ್ಳಬೇಕು ಎಂದರು.

ಔತಣಕೂಟಕ್ಕೆ ನಿಗದಿಪಡಿಸಿದ ದಿನದಂದು, ವಿಲ್ಲಿಂಗ್‌ಡನ್‌ನಿಂದ ಕಿರಾಣಿ ವ್ಯಾಪಾರಿಯ ವ್ಯಾನ್ ಆಗಮಿಸಿತು ಮತ್ತು ಫಾರ್ಮ್‌ಹೌಸ್‌ನಲ್ಲಿ ದೊಡ್ಡ ಮರದ ಕ್ರೇಟ್ ಅನ್ನು ತಲುಪಿಸಿತು. ಆ ರಾತ್ರಿ, ಜೋರಾಗಿ ಹಾಡಲಾಯಿತು, ಅದರ ನಂತರ ಭೀಕರವಾದ ವಾದದಂತೆ ಧ್ವನಿಸಿತು ಮತ್ತು ಅದು ಹನ್ನೊಂದು ಗಂಟೆಗೆ ಗಾಜಿನ ದೊಡ್ಡ ಕುಸಿತದೊಂದಿಗೆ ಕೊನೆಗೊಂಡಿತು. ಮರುದಿನ ಮಧ್ಯಾಹ್ನದ ಮೊದಲು ಫಾರ್ಮ್‌ಹೌಸ್‌ನಲ್ಲಿ ಯಾರೂ ಸ್ಥಳಾಂತರಗೊಂಡಿಲ್ಲ, ಮತ್ತು ಹಂದಿಗಳು ಹೇಗಾದರೂ ಮಾಡಿ ಮತ್ತೊಂದು ವಿಸ್ಕಿಯ ಕೇಸ್ ಖರೀದಿಸಲು ಹಣವನ್ನು ಗಳಿಸಿವೆ ಎಂದು ವದಂತಿಗಳಿವೆ.

ಅಧ್ಯಾಯ X

ವರ್ಷಗಳು ಕಳೆದವು. ಋತುಗಳು ಬದಲಾಯಿತು, ಮತ್ತು ಪ್ರಾಣಿಗಳ ಸಣ್ಣ ಜೀವನವು ಹಾರಿಹೋಯಿತು. ಅಂತಿಮವಾಗಿ, ಕ್ಲೋವರ್, ಬೆಂಜಮಿನ್, ಮೋಸೆಸ್ ದಿ ರಾವೆನ್ ಮತ್ತು ಕೆಲವು ಹಂದಿಗಳನ್ನು ಹೊರತುಪಡಿಸಿ ಯಾರೂ ದಂಗೆಯ ಹಿಂದಿನ ಸಮಯವನ್ನು ನೆನಪಿಸಿಕೊಳ್ಳಲಿಲ್ಲ. ಮುರಿಯಲ್ ಸತ್ತ; ಬ್ಲೂಬೆಲ್, ಜೆಸ್ಸಿ ಮತ್ತು ಪಿಂಚರ್ ಸತ್ತರು. ಜೋನ್ಸ್ ಕೂಡ ಸತ್ತ; ಅವರು ದೇಶದ ಇನ್ನೊಂದು ಭಾಗದಲ್ಲಿರುವ ಮದ್ಯವ್ಯಸನಿಗಳ ಮನೆಯಲ್ಲಿ ನಿಧನರಾದರು. ಸ್ನೋಬಾಲ್ ಮರೆತುಹೋಗಿದೆ. ಬಾಕ್ಸರ್ ಮರೆತಿದ್ದ, ಅವನನ್ನು ತಿಳಿದಿರುವ ಕೆಲವರನ್ನು ಹೊರತುಪಡಿಸಿ. ಕ್ಲೋವರ್ ಈಗ ವಯಸ್ಸಾದ, ದೃಢವಾದ ಮೇರ್ ಆಗಿದ್ದಳು, ಅವಳ ಕೀಲುಗಳಲ್ಲಿ ಗಟ್ಟಿಯಾದ ಮತ್ತು ನೀರಿನ ಕಣ್ಣುಗಳ ಪ್ರವೃತ್ತಿಯನ್ನು ಹೊಂದಿದ್ದಳು. ಅವಳು ನಿವೃತ್ತಿಯ ವಯಸ್ಸನ್ನು ಮೀರಿ ಎರಡು ವರ್ಷಗಳಾಗಿದ್ದಳು, ಆದರೆ ವಾಸ್ತವದಲ್ಲಿ, ಯಾವುದೇ ಪ್ರಾಣಿಯು ನಿಜವಾಗಿ ನಿವೃತ್ತಿ ಹೊಂದಿರಲಿಲ್ಲ. ಮೇವಿನ ಒಂದು ಮೂಲೆಯನ್ನು ಅಮಾನುಷ ಪ್ರಾಣಿಗಳಿಗೆ ಮೀಸಲಿಡುವ ಮಾತು ಬಹಳ ಹಿಂದೆಯೇ ಕೈಬಿಡಲಾಗಿತ್ತು. ನೆಪೋಲಿಯನ್ ಈಗ ಇಪ್ಪತ್ತನಾಲ್ಕು ಕಲ್ಲಿನ ಪ್ರೌಢ ಹಂದಿ. ಸ್ಕ್ವೀಲರ್ ತುಂಬಾ ದಪ್ಪವಾಗಿದ್ದನು, ಅವನು ಕಷ್ಟದಿಂದ ತನ್ನ ಕಣ್ಣುಗಳಿಂದ ನೋಡುತ್ತಿದ್ದನು. ಹಳೆಯ ಬೆಂಜಮಿನ್ ಮಾತ್ರ ಎಂದಿನಂತೆ ಒಂದೇ ಆಗಿದ್ದನು, ಮೂತಿಯ ಬಗ್ಗೆ ಸ್ವಲ್ಪ ಬೂದು ಬಣ್ಣವನ್ನು ಹೊರತುಪಡಿಸಿ, ಮತ್ತು ಬಾಕ್ಸರ್ನ ಮರಣದ ನಂತರ, ಎಂದಿಗಿಂತಲೂ ಹೆಚ್ಚು ದಡ್ಡ ಮತ್ತು ಮೌನವಾಗಿತ್ತು.

ಫಾರ್ಮ್‌ನಲ್ಲಿ ಈಗ ಹೆಚ್ಚಿನ ಪ್ರಾಣಿಗಳು ಇದ್ದವು, ಆದರೂ ಹೆಚ್ಚಳವು ಹಿಂದಿನ ವರ್ಷಗಳಲ್ಲಿ ನಿರೀಕ್ಷಿಸಿದಷ್ಟು ದೊಡ್ಡದಾಗಿರಲಿಲ್ಲ. ಅನೇಕ ಹೊಸ ಪ್ರಾಣಿಗಳು ದಂಗೆಯ ನಂತರ ಜನಿಸಿದವು ಮತ್ತು ಇತರರು ಹೇಳಿದ ಅಸ್ಪಷ್ಟ ಕಥೆಯಾಗಿ ಮಾತ್ರ ಅದರ ಬಗ್ಗೆ ತಿಳಿದಿದ್ದವು, ಆದರೆ ಕೆಲವು ಖರೀದಿಸಲ್ಪಟ್ಟವು ಮತ್ತು ಜಮೀನಿಗೆ ಬರುವ

ಮೊದಲು ಅದರ ಬಗ್ಗೆ ಕೇಳಿರಲಿಲ್ಲ. ಫಾರ್ಮ್ ಈಗ ಕ್ಲೋವರ್ ಜೊತೆಗೆ ಮೂರು ಕುದುರೆಗಳನ್ನು ಹೊಂದಿತ್ತು. ಅವರು ಬಲವಾದ, ಸಿದ್ಧ ಕೆಲಸಗಾರರು ಮತ್ತು ಉತ್ತಮ ಸಹಚರರು, ಆದರೆ ಅವರು ತುಂಬಾ ಮೂಕರಾಗಿದ್ದರು. ಅವರಲ್ಲಿ ಯಾರೊಬ್ಬರೂ ಬಿ ಅಕ್ಷರದ ಆಚೆಗೆ ವರ್ಣಮಾಲೆಯನ್ನು ಕಲಿಯಲು ಸಾಧ್ಯವಾಗಲಿಲ್ಲ. ಅವರು ಬಂಡಾಯ ಮತ್ತು ಪ್ರಾಣಿಗಳ ತತ್ವಗಳ ಬಗ್ಗೆ ಹೇಳಲಾದ ಎಲ್ಲವನ್ನೂ ಸ್ವೀಕರಿಸಿದರು, ವಿಶೇಷವಾಗಿ ಕ್ಲೋವರ್ ಅವರಿಂದ, ಅವರು ಬಹುತೇಕ ತಾಯಿಯಂತೆ ಗೌರವಿಸಿದರು. ಆದಾಗ್ಯೂ, ಅವರು ನಿಜವಾಗಿಯೂ ಎಷ್ಟು ಅರ್ಥಮಾಡಿಕೊಂಡರು ಎಂಬುದು ಅನಿಶ್ಚಿತವಾಗಿತ್ತು.

ಫಾರ್ಮ್ ಈಗ ಹೆಚ್ಚು ಸಮೃದ್ಧವಾಗಿದೆ ಮತ್ತು ಉತ್ತಮವಾಗಿ ಸಂಘಟಿತವಾಗಿದೆ; ಮಿಸ್ಟರ್ ಪಿಲ್ಕಿಂಗ್ಟನ್‌ನಿಂದ ಖರೀದಿಸಿದ ಎರಡು ಕ್ಷೇತ್ರಗಳೊಂದಿಗೆ ಅದನ್ನು ವಿಸ್ತರಿಸಲಾಯಿತು. ಗಾಳಿಯಂತ್ರವು ಅಂತಿಮವಾಗಿ ಪೂರ್ಣಗೊಂಡಿತು, ಮತ್ತು ಫಾರ್ಮ್ ತನ್ನದೇ ಆದ ಒಕ್ಕಲು ಯಂತ್ರ ಮತ್ತು ಹುಲ್ಲು ಎಲಿವೇಟರ್ ಜೊತೆಗೆ ಹಲವಾರು ಹೊಸ ಕಟ್ಟಡಗಳನ್ನು ಹೊಂದಿತ್ತು. ವೈಂಪರ್ ಸ್ವತಃ ನಾಯಿಗಾಡಿ ಖರೀದಿಸಿದ್ದರು. ಆದಾಗ್ಯೂ, ವಿಂಡ್‌ಮಿಲ್ ಅನ್ನು ಮೂಲತಃ ಯೋಜಿಸಿದಂತೆ ವಿದ್ಯುತ್ ಉತ್ಪಾದನೆಗೆ ಬಳಸಲಾಗಿಲ್ಲ. ಬದಲಾಗಿ, ಧಾನ್ಯವನ್ನು ಮಿಲ್ಲಿಂಗ್ ಮಾಡಲು ಬಳಸಲಾಯಿತು ಮತ್ತು ಉತ್ತಮ ಲಾಭವನ್ನು ಗಳಿಸಿತು. ಪ್ರಾಣಿಗಳು ಮತ್ತೊಂದು ವಿಂಡ್‌ಮಿಲ್ ಅನ್ನು ನಿರ್ಮಿಸುವಲ್ಲಿ ನಿರತವಾಗಿವೆ, ಮತ್ತು ಇದು ಮುಗಿದ ನಂತರ ಅವರು ಡೈನಮೋಗಳನ್ನು ಸ್ಥಾಪಿಸುತ್ತಾರೆ ಎಂದು ಹೇಳಲಾಗಿದೆ. ಆದರೆ ಸ್ನೋಬಾಲ್ ಒಮ್ಮೆ ಕನಸು ಕಾಣಲು ಪ್ರಾಣಿಗಳನ್ನು ಪ್ರೋತ್ಸಾಹಿಸಿದ ಐಷಾರಾಮಿ-ವಿದ್ಯುತ್ ದೀಪಗಳು, ಬಿಸಿ ಮತ್ತು ತಣ್ಣನೆಯ ನೀರು ಮತ್ತು ಮೂರು ದಿನಗಳ ಕೆಲಸದ ವಾರದ ಮಳಿಗೆಗಳನ್ನು ಇನ್ನು ಮುಂದೆ ಉಲ್ಲೇಖಿಸಲಾಗಿಲ್ಲ. ನೆಪೋಲಿಯನ್ ಈ ವಿಚಾರಗಳನ್ನು ಪ್ರಾಣಿವಾದದ ಮನೋಭಾವಕ್ಕೆ ವಿರುದ್ಧವೆಂದು ಖಂಡಿಸಿದ್ದರು. ಕಷ್ಟಪಟ್ಟು ದುಡಿದು ಸರಳವಾಗಿ ಬದುಕುವುದರಿಂದ ನಿಜವಾದ ಸಂತೋಷ ಸಿಗುತ್ತದೆ ಎಂದು ಪ್ರತಿಪಾದಿಸಿದರು.

ಸಹಜವಾಗಿ, ಹಂದಿಗಳು ಮತ್ತು ನಾಯಿಗಳನ್ನು ಹೊರತುಪಡಿಸಿ ಪ್ರಾಣಿಗಳು ತಮ್ಮನ್ನು ತಾವು ಉತ್ತಮಗೊಳಿಸದೆ ಫಾರ್ಮ್ ಶ್ರೀಮಂತವಾಗಿದೆ ಎಂದು ತೋರುತ್ತದೆ. ಹಲವಾರು ಹಂದಿಗಳು ಮತ್ತು ನಾಯಿಗಳು ಇದ್ದುದರಿಂದ ಇದು ಭಾಗಶಃ ಆಗಿರಬಹುದು. ಈ ಪ್ರಾಣಿಗಳು ತಮ್ಮದೇ ಆದ ರೀತಿಯಲ್ಲಿ ಕೆಲಸ ಮಾಡಲಿಲ್ಲ. ಸ್ಕ್ವೀಲರ್ ಯಾವಾಗಲೂ ವಿವರಿಸಿದಂತೆ, ಫಾರ್ಮ್ ಅನ್ನು ಮೇಲ್ವಿಚಾರಣೆ ಮಾಡುವ ಮತ್ತು ಸಂಘಟಿಸುವಲ್ಲಿ ಅಂತ್ಯವಿಲ್ಲದ ಕೆಲಸವಿತ್ತು. ಈ ಕೆಲಸದ ಹೆಚ್ಚಿನ ಭಾಗವು ಇತರ ಪ್ರಾಣಿಗಳು ಅರ್ಥಮಾಡಿಕೊಳ್ಳಲು ತುಂಬಾ ಅಜ್ಞಾನದ ಪ್ರಕಾರವಾಗಿತ್ತು. ಉದಾಹರಣೆಗೆ, "ಫೈಲ್‌ಗಳು," "ವರದಿಗಳು," "ನಿಮಿಷಗಳು" ಮತ್ತು "ಮೆಮೊರಾಂಡಾ" ಎಂಬ ನಿಗೂಢ ವಿಷಯಗಳ ಮೇಲೆ ಹಂದಿಗಳು ಪ್ರತಿದಿನ ದೊಡ್ಡ ಪ್ರಮಾಣದ ಪ್ರಯತ್ನವನ್ನು ಮಾಡಬೇಕೆಂದು ಸ್ಕ್ವೀಲರ್ ಅವರಿಗೆ ಹೇಳಿದರು. ಇವುಗಳು ಬರವಣಿಗೆಯಲ್ಲಿ ಮುಚ್ಚಿದ ದೊಡ್ಡ ಕಾಗದದ ಹಾಳೆಗಳಾಗಿದ್ದು, ಅವುಗಳನ್ನು ತುಂಬಿದ ನಂತರ, ಅವುಗಳನ್ನು ಕುಲುಮೆಯಲ್ಲಿ ಸುಟ್ಟುಹಾಕಲಾಯಿತು. ಜಮೀನಿನ ಕಲ್ಯಾಣಕ್ಕೆ ಇದು ನಿರ್ಣಾಯಕ ಎಂದು ಸ್ಕ್ವೀಲರ್ ಹೇಳಿದ್ದಾರೆ. ಇನ್ನೂ, ಹಂದಿಗಳು ಅಥವಾ ನಾಯಿಗಳು ತಮ್ಮ ಸ್ವಂತ ಶ್ರಮದಿಂದ ಯಾವುದೇ ಆಹಾರವನ್ನು ಉತ್ಪಾದಿಸಲಿಲ್ಲ, ಮತ್ತು ಅವುಗಳಲ್ಲಿ ಅನೇಕವು ಯಾವಾಗಲೂ ಉತ್ತಮ ಹಸಿವನ್ನು ಹೊಂದಿದ್ದವು.

ಇತರ ಪ್ರಾಣಿಗಳಿಗೆ ಸಂಬಂಧಿಸಿದಂತೆ, ಅವುಗಳ ಜೀವನವು ಯಾವಾಗಲೂ ಇದ್ದಂತೆ ಕಾಣುತ್ತದೆ. ಅವರು ಸಾಮಾನ್ಯವಾಗಿ ಹಸಿದಿದ್ದರು, ಒಣಹುಲ್ಲಿನ ಮೇಲೆ ಮಲಗುತ್ತಿದ್ದರು, ಕೊಳದಿಂದ ಕುಡಿಯುತ್ತಿದ್ದರು ಮತ್ತು ಹೊಲಗಳಲ್ಲಿ ಕೆಲಸ ಮಾಡುತ್ತಿದ್ದರು. ಚಳಿಗಾಲದಲ್ಲಿ, ಅವರು ಶೀತದಿಂದ ಹೋರಾಡಿದರು, ಮತ್ತು ಬೇಸಿಗೆಯಲ್ಲಿ, ನೊಣಗಳೊಂದಿಗೆ. ಕೆಲವೊಮ್ಮೆ ಹಳೆಯ ಪ್ರಾಣಿಗಳು ದಂಗೆಯ ಆರಂಭಿಕ ದಿನಗಳಲ್ಲಿ ಜೋನ್ಸ್ ಅನ್ನು ಹೊರಹಾಕಿದಾಗ ಉತ್ತಮ ಅಥವಾ ಕೆಟ್ಟದಾಗಿದ್ದರೆ ಮರುಪಡೆಯಲು ಪ್ರಯತ್ನಿಸಿದವು. ಅವರಿಗೆ ನೆನಪಾಗಲಿಲ್ಲ. ಅವರ ಪ್ರಸ್ತುತ ಜೀವನವನ್ನು ಹೋಲಿಸಲು ಅವರಿಗೆ ಏನೂ ಇರಲಿಲ್ಲ; ಅವರ ಬಳಿ ಇದ್ದದ್ದು ಸ್ಕ್ವೀಲರ್‌ನ ಅಂಕಿಅಂಶಗಳು, ಇದು ಯಾವಾಗಲೂ ವಿಷಯಗಳನ್ನು

ಉತ್ತಮಗೊಳಿಸುತ್ತಿದೆ ಮತ್ತು ಉತ್ತಮವಾಗುತ್ತಿದೆ ಎಂದು ತೋರಿಸುತ್ತದೆ. ಪ್ರಾಣಿಗಳು ಈ ಸಮಸ್ಯೆಯನ್ನು ಪರಿಹರಿಸಲು ಅಸಾಧ್ಯವೆಂದು ಕಂಡುಕೊಂಡರು ಮತ್ತು ಅದರ ಬಗ್ಗೆ ಯೋಚಿಸಲು ಸ್ವಲ್ಪ ಸಮಯವಿತ್ತು. ಹಳೆಯ ಬೆಂಜಮಿನ್ ಮಾತ್ರ ತನ್ನ ಸುದೀರ್ಘ ಜೀವನದ ಪ್ರತಿಯೊಂದು ವಿವರವನ್ನು ನೆನಪಿಸಿಕೊಳ್ಳುತ್ತಾನೆ ಎಂದು ಹೇಳಿಕೊಂಡಿದ್ದಾನೆ ಮತ್ತು ವಿಷಯಗಳು ಎಂದಿಗೂ ಇರಲಿಲ್ಲ ಮತ್ತು ಎಂದಿಗೂ ಉತ್ತಮ ಅಥವಾ ಕೆಟ್ಟದಾಗಿರಲು ಸಾಧ್ಯವಿಲ್ಲ ಎಂದು ತಿಳಿದಿದ್ದರು - ಹಸಿವು, ಕಷ್ಟಗಳು ಮತ್ತು ನಿರಾಶೆ, ಅವರು ಹೇಳಿದಂತೆ, ಜೀವನದ ಬದಲಾಗದ ಸತ್ಯಗಳು.

ಮತ್ತು ಇನ್ನೂ, ಪ್ರಾಣಿಗಳು ಭರವಸೆ ನೀಡಲಿಲ್ಲ. ಅನಿಮಲ್ ಫಾರ್ಮ್‌ನ ಭಾಗವಾಗಿರುವ ತಮ್ಮ ಹೆಮ್ಮೆ ಮತ್ತು ಸವಲತ್ತುಗಳನ್ನು ಅವರು ಎಂದಿಗೂ ಕಳೆದುಕೊಳ್ಳಲಿಲ್ಲ. ಅವರು ಇನ್ನೂ ಇಡೀ ಕೌಂಟಿಯಲ್ಲಿ ಏಕೈಕ ಫಾರ್ಮ್ ಆಗಿದ್ದರು, ಮತ್ತು ಇಡೀ ಇಂಗ್ಲೆಂಡ್, ಪ್ರಾಣಿಗಳ ಮಾಲೀಕತ್ವ ಮತ್ತು ನಡೆಸುತ್ತಿದ್ದರು. ಅವರಲ್ಲಿ ಒಬ್ಬರಲ್ಲ, ಕಿರಿಯರು ಅಥವಾ ಹತ್ತು ಇಪ್ಪತ್ತು ಮೈಲಿ ದೂರದ ಹೊಲಗಳಿಂದ ಬಂದ ಹೊಸಬರು ಸಹ ಅದನ್ನು ನೋಡಿ ಆಶ್ಚರ್ಯಪಡುವುದನ್ನು ನಿಲ್ಲಿಸಲಿಲ್ಲ. ಮತ್ತು ಅವರು ಗನ್ ಫೈರಿಂಗ್ ಅನ್ನು ಕೇಳಿದಾಗ ಮತ್ತು ಮಾಸ್ಟ್‌ಹೆಡ್‌ನಲ್ಲಿ ಹಸಿರು ಧ್ವಜವನ್ನು ಬೀಸುವುದನ್ನು ನೋಡಿದಾಗ, ಅವರು ಶಾಶ್ವತವಾದ ಹೆಮ್ಮೆಯ ಭಾವನೆಯನ್ನು ಅನುಭವಿಸಿದರು. ಸಂಭಾಷಣೆಯು ಯಾವಾಗಲೂ ಹಳೆಯ ವೀರರ ದಿನಗಳಿಗೆ ತಿರುಗಿತು: ಜೋನ್ಸ್‌ನ ಉಚ್ಚಾಟನೆ, ಏಳು ಅನುಶಾಸನಗಳ ರಚನೆ ಮತ್ತು ಅವರು ಮಾನವ ಆಕ್ರಮಣಕಾರರನ್ನು ಸೋಲಿಸಿದ ದೊಡ್ಡ ಯುದ್ಧಗಳು. ಅವರ ಹಳೆಯ ಕನಸುಗಳು ಯಾವುದನ್ನೂ ಬಿಟ್ಟುಕೊಡಲಿಲ್ಲ. ಮೇಜರ್ ಊಹಿಸಿದ ಪ್ರಾಣಿಗಳ ಗಣರಾಜ್ಯವನ್ನು ಅವರು ಇನ್ನೂ ನಂಬಿದ್ದರು, ಅಲ್ಲಿ ಇಂಗ್ಲೆಂಡ್‌ನ ಹಸಿರು ಕ್ಷೇತ್ರಗಳು ಮಾನವ ಪಾದಗಳಿಂದ ಮುಕ್ತವಾಗಿರುತ್ತವೆ. ಒಂದು ದಿನ ಅದು ಸಂಭವಿಸುತ್ತದೆ; ಇದು ಶೀಘ್ರದಲ್ಲೇ ಆಗದಿರಬಹುದು, ಮತ್ತು ಈಗ ವಾಸಿಸುವ ಯಾವುದೇ ಪ್ರಾಣಿಗಳ ಜೀವಿತಾವಧಿಯಲ್ಲಿ ಅದು ಇಲ್ಲದಿರಬಹುದು, ಆದರೆ ಅದು ಬರುತ್ತಿತ್ತು. ಇಂಗ್ಲೆಂಡಿನ ದೈತ್ಯರು ಸಾಹಿತ್ಯ ಅಲ್ಲೊಂದು ಇಲ್ಲೊಂದು ಗುಟ್ಟಾಗಿ

ಗುನುಗುತ್ತಿದ್ದರೂ ಅದನ್ನು ಗಟ್ಟಿಯಾಗಿ ಹಾಡಲು ಯಾರೂ ಧೈರ್ಯ ಮಾಡದಿದ್ದರೂ ಫಾರ್ಮ್‌ನಲ್ಲಿದ್ದ ಎಲ್ಲರಿಗೂ ಗೊತ್ತಿತ್ತು. ಅವರ ಜೀವನವು ಕಷ್ಟಕರವಾಗಿರಬಹುದು ಮತ್ತು ಅವರ ಎಲ್ಲಾ ಭರವಸೆಗಳು ನಿಜವಾಗದಿರಬಹುದು, ಆದರೆ ಅವರು ಇತರ ಪ್ರಾಣಿಗಳಿಗಿಂತ ಭಿನ್ನರಾಗಿದ್ದಾರೆ ಎಂದು ಅವರು ಭಾವಿಸಿದರು. ಅವರು ಹಸಿವಿನಿಂದ ಹೋದರೆ, ಅದು ದಬ್ಬಾಳಿಕೆಯ ಮನುಷ್ಯರಿಗೆ ಆಹಾರವನ್ನು ನೀಡಲು ಅಲ್ಲ; ಅವರು ಕಷ್ಟಪಟ್ಟು ಕೆಲಸ ಮಾಡಿದರೆ, ಕನಿಷ್ಠ ಅವರು ತಮಗಾಗಿ ಕೆಲಸ ಮಾಡುತ್ತಾರೆ. ಯಾವುದೇ ಪ್ರಾಣಿಯು ಎರಡು ಕಾಲುಗಳ ಮೇಲೆ ನಡೆಯಲಿಲ್ಲ ಮತ್ತು ಯಾವುದೇ ಪ್ರಾಣಿಯು ಇನ್ನೊಂದನ್ನು "ಗುರು" ಎಂದು ಕರೆಯಲಿಲ್ಲ. ಎಲ್ಲಾ ಪ್ರಾಣಿಗಳು ಸಮಾನವಾಗಿದ್ದವು.

ಬೇಸಿಗೆಯ ಆರಂಭದಲ್ಲಿ ಒಂದು ದಿನ, ಸ್ಕ್ವೀಲರ್ ಕುರಿಗಳಿಗೆ ತನ್ನನ್ನು ಹಿಂಬಾಲಿಸುವಂತೆ ಹೇಳಿದನು ಮತ್ತು ಅವುಗಳನ್ನು ಜಮೀನಿನ ಕೊನೆಯ ತುದಿಯಲ್ಲಿರುವ ಬಳಕೆಯಾಗದ ಭೂಮಿಗೆ ಕರೆದೊಯ್ದನು, ಅದು ಬರ್ಚ್ ಸಸಿಗಳಿಂದ ಬೆಳೆದಿದೆ. ಕುರಿಗಳು ಇಡೀ ದಿನವನ್ನು ಅಲ್ಲಿಯೇ ಕಳೆದವು, ಸ್ಕ್ವೀಲರ್ ನ ಮೇಲ್ವಿಚಾರಣೆಯಲ್ಲಿ ಎಲೆಗಳನ್ನು ತಿನ್ನುತ್ತವೆ. ಸಂಜೆ, ಅವರು ಫಾರ್ಮ್‌ಹೌಸ್‌ಗೆ ಮರಳಿದರು ಆದರೆ ಹವಾಮಾನವು ಬೆಚ್ಚಗಿರುವ ಕಾರಣ ಕುರಿಗಳಿಗೆ ಅಲ್ಲೇ ಇರಲು ಹೇಳಿದರು. ಅವರು ಇಡೀ ವಾರ ಅಲ್ಲಿಯೇ ಇದ್ದರು, ಈ ಸಮಯದಲ್ಲಿ ಇತರ ಪ್ರಾಣಿಗಳು ಅವರನ್ನು ನೋಡಲಿಲ್ಲ. ಸ್ಕ್ವೀಲರ್ ಹೆಚ್ಚಿನ ದಿನ ಅವರೊಂದಿಗೆ ಇದ್ದರು. ಅವರು ಖಾಸಗಿತನದ ಅಗತ್ಯವಿರುವ ಹೊಸ ಹಾಡನ್ನು ಅವರಿಗೆ ಕಲಿಸುತ್ತಿದ್ದಾರೆ ಎಂದು ಅವರು ಹೇಳಿದ್ದಾರೆ.

ಕುರಿಗಳು ಹಿಂತಿರುಗಿದ ಸ್ವಲ್ಪ ಸಮಯದ ನಂತರ, ಒಂದು ಸಂತೋಷದ ಸಂಜೆಯಲ್ಲಿ ಪ್ರಾಣಿಗಳು ಕೆಲಸ ಮುಗಿಸಿ ಕೃಷಿ ಕಟ್ಟಡಗಳಿಗೆ ಹಿಂತಿರುಗುತ್ತಿರುವಾಗ, ಅಂಗಳದಿಂದ ಕುದುರೆಯು ಭಯದಿಂದ ನೆರೆಯುತ್ತಿರುವುದನ್ನು ಕೇಳಿದವು. ಪ್ರಾಣಿಗಳು ಗಾಬರಿಗೊಂಡು ತಮ್ಮ ಜಾಡುಗಳಲ್ಲಿ ನಿಲ್ಲಿಸಿದವು. ಇದು ಕ್ಲೋವರ್ ಶಬ್ದ

ಮಾಡುತ್ತಿತ್ತು. ಅವಳು ಮತ್ತೆ ನಡುಗಿದಳು, ಮತ್ತು ಎಲ್ಲಾ ಪ್ರಾಣಿಗಳು ಬೇಗನೆ ಅಂಗಳಕ್ಕೆ ಓಡಿಹೋದವು. ನಂತರ ಅವರು ಕ್ಲೋವರ್ ನೋಡಿದ್ದನ್ನು ನೋಡಿದರು.

ಹಂದಿ ಅವನ ಹಿಂಗಾಲುಗಳ ಮೇಲೆ ನಡೆಯುತ್ತಿದ್ದ.

ಹೌದು, ಅದು ಸ್ಕ್ವೀಲರ್ ಆಗಿತ್ತು. ಅವನು ಸ್ವಲ್ಪ ವಿಚಿತ್ರವಾಗಿ ಕಂಡರೂ, ಆ ಸ್ಥಾನದಲ್ಲಿ ತನ್ನ ಭಾರವಾದ ದೇಹವನ್ನು ಬೆಂಬಲಿಸುವ ಅಭ್ಯಾಸವಿಲ್ಲದಿದ್ದಂತೆ, ಅವನು ಪರಿಪೂರ್ಣ ಸಮತೋಲನದಿಂದ ಅಂಗಳದಾದ್ಯಂತ ನಡೆಯುತ್ತಿದ್ದನು. ಸ್ವಲ್ಪ ಸಮಯದ ನಂತರ, ಹಂದಿಗಳ ಸಾಲು ತೋಟದ ಮನೆಯ ಬಾಗಿಲಿನಿಂದ ಹೊರಬಂದಿತು, ಎಲ್ಲಾ ಹಿಂಗಾಲುಗಳ ಮೇಲೆ ನಡೆಯುತ್ತಿದ್ದವು. ಕೆಲವರು ಅದನ್ನು ಇತರರಿಗಿಂತ ಉತ್ತಮವಾಗಿ ಮಾಡಿದರು; ಒಬ್ಬರು ಅಥವಾ ಇಬ್ಬರು ಸ್ವಲ್ಪ ಅಸ್ಥಿರವಾಗಿ ಕಾಣುತ್ತಿದ್ದರು ಮತ್ತು ಅವರಿಗೆ ಬೆಂಬಲಕ್ಕಾಗಿ ಕೋಲು ಬೇಕಾಗಬಹುದು ಎಂದು ತೋರುತ್ತಿತ್ತು, ಆದರೆ ಅವರಲ್ಲಿ ಪ್ರತಿಯೊಬ್ಬರೂ ಅಂಗಳದ ಸುತ್ತಲೂ ನಡೆಯಲು ಯಶಸ್ವಿಯಾದರು. ಅಂತಿಮವಾಗಿ, ನಾಯಿಗಳಿಂದ ಜೋರಾಗಿ ಬೊಗಳುವುದು ಮತ್ತು ಕಪ್ಪು ಕಾಕೆರೆಲ್‌ನಿಂದ ಎತ್ತರದ ಕೂಗು ಕೇಳಿಸಿತು, ಮತ್ತು ನೆಪೋಲಿಯನ್ ಸ್ವತಃ ಹೊರಬಂದು, ನೇರವಾಗಿ ನಿಂತುಕೊಂಡು ಅಕ್ಕಪಕ್ಕದಲ್ಲಿ ಸೊಕ್ಕಿನಿಂದ ನೋಡುತ್ತಿದ್ದನು, ಅವನ ನಾಯಿಗಳು ಅವನ ಸುತ್ತಲೂ ಕುಣಿದಾಡುತ್ತಿದ್ದವು.

ಅವನು ತನ್ನ ಕೈನಲ್ಲಿ ಚಾವಟಿಯನ್ನು ಹೊತ್ತುಕೊಂಡನು.

ಸಂಪೂರ್ಣ ನಿಶ್ಯಬ್ದವಿತ್ತು. ಹಂದಿಗಳ ಉದ್ದನೆಯ ಸಾಲು ನಿಧಾನವಾಗಿ ಅಂಗಳದ ಸುತ್ತಲೂ ನಡೆಯುವುದನ್ನು ನೋಡಿದ ಪ್ರಾಣಿಗಳು ಆಶ್ಚರ್ಯಚಕಿತರಾಗಿ ಮತ್ತು ಭಯಭೀತರಾಗಿ ಒಟ್ಟಿಗೆ ಸೇರಿಕೊಂಡವು. ಪ್ರಪಂಚವೇ ತಲೆಕೆಳಗಾದಂತೆ ಭಾಸವಾಯಿತು. ನಂತರ, ಆರಂಭಿಕ ಆಘಾತವು ಕಳೆದುಹೋದ ನಂತರ, ಮತ್ತು ನಾಯಿಗಳ ಭಯ ಮತ್ತು ಅವರ ದೀರ್ಘಕಾಲದ ಅಭ್ಯಾಸದ ಹೊರತಾಗಿಯೂ ಎಂದಿಗೂ ದೂರು ನೀಡುವುದಿಲ್ಲ ಅಥವಾ ಏನೇ ಟೀಕಿಸುವುದಿಲ್ಲ, ಪ್ರಾಣಿಗಳು ಪ್ರತಿಭಟನೆಯಲ್ಲಿ ಏನನ್ನಾದರೂ ಹೇಳಲು ಬಯಸಿರಬಹುದು. ಸಂಪೂರ್ಣ

ನಿಶ್ಶಬ್ದವಿತ್ತು. ಹಂದಿಗಳ ಉದ್ದನೆಯ ಸಾಲು ನಿಧಾನವಾಗಿ ಅಂಗಳದ ಸುತ್ತಲೂ ನಡೆಯುವುದನ್ನು ನೋಡಿದ ಪ್ರಾಣಿಗಳು ಆಶ್ಚರ್ಯಚಕಿತರಾಗಿ ಮತ್ತು ಭಯಭೀತರಾಗಿ ಒಟ್ಟಿಗೆ ಸೇರಿಕೊಂಡವು. ಪ್ರಪಂಚವೇ ತಲೆಕೆಳಗಾದಂತೆ ಭಾಸವಾಯಿತು. ನಂತರ, ಆರಂಭಿಕ ಆಘಾತವು ಕಳೆದುಹೋದ ನಂತರ, ಮತ್ತು ನಾಯಿಗಳ ಭಯ ಮತ್ತು ಅವರ ದೀರ್ಘಕಾಲದ ಅಭ್ಯಾಸದ ಹೊರತಾಗಿಯೂ ಎಂದಿಗೂ ದೂರು ನೀಡುವುದಿಲ್ಲ ಅಥವಾ ಏನೇ ಟೀಕಿಸುವುದಿಲ್ಲ, ಪ್ರಾಣಿಗಳು ಪ್ರತಿಭಟನೆಯಲ್ಲಿ ಏನನ್ನಾದರೂ ಹೇಳಲು ಬಯಸಿರಬಹುದು.

ಐದು ನಿಮಿಷಗಳ ಕಾಲ ನಿಲ್ಲದೆ ಸಾಗಿತು. ಮತ್ತು ಕುರಿಗಳು ಶಾಂತವಾಗುವ ಹೊತ್ತಿಗೆ, ಯಾವುದೇ ಪ್ರತಿಭಟನೆಯನ್ನು ಉಚ್ಚರಿಸುವ ಅವಕಾಶವು ಹಾದುಹೋಯಿತು, ಏಕೆಂದರೆ ಹಂದಿಗಳು ಮತ್ತೆ ತೋಟದ ಮನೆಗೆ ಬಂದವು.

ಬೆಂಜಮಿನ್ ತನ್ನ ಭುಜದ ಮೇಲೆ ಮೂಗು ನೂಕುತ್ತಿರುವಂತೆ ಭಾವಿಸಿದನು. ಅವನು ಸುತ್ತಲೂ ನೋಡಿದನು. ಅದು ಕ್ಲೋವರ್ ಆಗಿತ್ತು. ಅವಳ ಹಳೆಯ ಕಣ್ಣುಗಳು ಎಂದಿಗಿಂತಲೂ ಮಂದವಾಗಿ ಕಾಣುತ್ತಿದ್ದವು. ಅವಳು ಏನನ್ನೂ ಹೇಳದೆ, ಅವನ ಮೇನ್ ಅನ್ನು ನಿಧಾನವಾಗಿ ಎಳೆದುಕೊಂಡು ಅವನನ್ನು ದೊಡ್ಡ ಕೊಟ್ಟಿಗೆಯ ತುದಿಗೆ ಕರೆದೊಯ್ದಳು, ಅಲ್ಲಿ ಏಳು ಆಜ್ಞೆಗಳನ್ನು ಬರೆಯಲಾಗಿದೆ. ಒಂದು ಅಥವಾ ಎರಡು ನಿಮಿಷಗಳ ಕಾಲ ಅವರು ಅದರ ಬಿಳಿ ಅಕ್ಷರಗಳೊಂದಿಗೆ ತಟ್ಟೆಯ ಗೋಡೆಯನ್ನು ನೋಡುತ್ತಾ ನಿಂತರು.

"ನನ್ನ ದೃಷ್ಟಿ ಹದಗೆಡುತ್ತಿದೆ," ಅವಳು ಅಂತಿಮವಾಗಿ ಹೇಳಿದಳು. "ನಾನು ಚಿಕ್ಕವನಿದ್ದಾಗಲೂ ಅಲ್ಲಿ ಬರೆದದ್ದನ್ನು ಓದಲು ಸಾಧ್ಯವಾಗುತ್ತಿರಲಿಲ್ಲ. ಆದರೆ ನನಗೆ ಆ ಗೋಡೆಯೇ ಬೇರೆ ರೀತಿ ಕಾಣುತ್ತದೆ. ಬೆಂಜಮಿನ್, ಏಳು ಅನುಶಾಸನಗಳು ಇನ್ನೂ ಒಂದೇ ಆಗಿವೆಯೇ?

"ನನ್ನ ದೃಷ್ಟಿ ಹದಗೆಡುತ್ತಿದೆ," ಅವಳು ಅಂತಿಮವಾಗಿ ಹೇಳಿದಳು. "ನಾನು ಚಿಕ್ಕವನಿದ್ದಾಗಲೂ ಅಲ್ಲಿ ಬರೆದದ್ದನ್ನು ಓದಲು ಸಾಧ್ಯವಾಗುತ್ತಿರಲಿಲ್ಲ. ಆದರೆ ನನಗೆ ಆ ಗೋಡೆಯೇ ಬೇರೆ ರೀತಿ ಕಾಣುತ್ತದೆ. ಬೆಂಜಮಿನ್, ಏಳು ಅನುಶಾಸನಗಳು

ಇನ್ನೂ ಒಂದೇ ಆಗಿವೆಯೇ? ಅದು ಹೀಗಿತ್ತು :

ಎಲ್ಲಾ ಪ್ರಾಣಿಗಳು ಸಮಾನವಾಗಿವೆ

ಆದರೆ ಕೆಲವು ಪ್ರಾಣಿಗಳು ಇತರರಿಗಿಂತ ಹೆಚ್ಚು ಸಮಾನವಾಗಿವೆ

ಅದರ ನಂತರ ಮರುದಿನ ತೋಟದ ಕೆಲಸವನ್ನು ಮೇಲ್ವಿಚಾರಣೆ ಮಾಡುವ ಹಂದಿಗಳು ತಮ್ಮ ಟ್ರೊಟರ್ಗಳಲ್ಲಿ ಚಾವಟಿಗಳನ್ನು ಹಿಡಿದಾಗ ಅದು ವಿಚಿತ್ರವಾಗಿ ಕಾಣಲಿಲ್ಲ. ಹಂದಿಗಳು ವೈರ್ಲೆಸ್ ಸೆಟ್ ಖರೀದಿಸಿ, ಟೆಲಿಫೋನ್ ಅಳವಡಿಸಲು ವ್ಯವಸ್ಥೆ ಮಾಡಿದ್ದು, 'ಜಾನ್ ಬುಲ್', 'ಟಿಟ್‌ಬಿಟ್ಸ್' ಮತ್ತು 'ಡೈಲಿ ಮಿರರ್'ಗೆ ಚಂದಾದಾರಿಕೆಯನ್ನು ತೆಗೆದುಕೊಂಡಿವೆ ಎಂದು ತಿಳಿಯಲು ವಿಚಿತ್ರವಾಗಿ ತೋರಲಿಲ್ಲ. ನೆಪೋಲಿಯನ್ ಫಾರ್ಮ್‌ಹೌಸ್ ತೋಟದಲ್ಲಿ ತನ್ನ ಬಾಯಲ್ಲಿ ಪೈಪ್ ನೊಂದಿಗೆ ಅಡ್ಡಾಡುವುದನ್ನು ನೋಡಿದಾಗ ಅದು ವಿಚಿತ್ರವಾಗಿ ಕಾಣಲಿಲ್ಲ, ಹಂದಿಗಳು ಶ್ರೀ ಜೋನ್ಸ್‌ನ ಬಟ್ಟೆಗಳನ್ನು ವಾರ್ಡ್‌ರೋಬ್‌ಗಳಿಂದ ಹೊರತೆಗೆದು ಹಾಕಿದಾಗಲೂ ಅಲ್ಲ, ನೆಪೋಲಿಯನ್ ಸ್ವತಃ 54

ಕಪ್ಪು ಕೋಟ್, ರಾಟ್‌ಕ್ಯಾಚರ್ ಬ್ರೀಚ್‌ಗಳು ಮತ್ತು ಲೆದರ್ ಲೆಗ್ಗಿಂಗ್‌ಗಳಲ್ಲಿ ಕಾಣಿಸಿಕೊಂಡರು, ಆದರೆ ಶ್ರೀಮತಿ ಜೋನ್ಸ್ ಅವರು ಭಾನುವಾರದಂದು ಧರಿಸುತ್ತಿದ್ದ ನೀರಿರುವ ರೇಷ್ಮೆ ಉಡುಪಿನಲ್ಲಿ ಕಾಣಿಸಿಕೊಂಡರು.

ಒಂದು ವಾರದ ನಂತರ, ಮಧ್ಯಾಹ್ನ, ಹಲವಾರು ನಾಯಿ ಗಾಡಿಗಳು ಜಮೀನಿನತ್ತ ಸಾಗಿದವು. ಅಕ್ಕಪಕ್ಕದ ರೈತರ ಪ್ರತಿನಿಧಿಯನ್ನು ಪ್ರವಾಸ ಮಾಡಲು ಆಹ್ವಾನಿಸಲಾಗಿತ್ತು. ಅವುಗಳನ್ನು ಜಮೀನಿನಾದ್ಯಂತ ತೋರಿಸಲಾಯಿತು, ಮತ್ತು ಅವರು ನೋಡಿದ ಎಲ್ಲದಕ್ಕೂ ವಿಶೇಷವಾಗಿ ವಿಂಡ್‌ಮಿಲ್ ಬಗ್ಗೆ ಹೆಚ್ಚಿನ ಮೆಚ್ಚುಗೆಯನ್ನು ವ್ಯಕ್ತಪಡಿಸಿದರು. ಪ್ರಾಣಿಗಳು ಟರ್ನಿಪ್ ಹೊಲದಲ್ಲಿ ಕಳೆ ತೆಗೆಯುತ್ತಿದ್ದವು. ಅವರು ಶ್ರದ್ಧೆಯಿಂದ ಕೆಲಸ ಮಾಡಿದರು, ಕಷ್ಟದಿಂದ ತಮ್ಮ ಮುಖಗಳನ್ನು ನೆಲದಿಂದ ಮೇಲಕ್ಕೆತ್ತಿದರು ಮತ್ತು ಹಂದಿಗಳಿಗೆ ಅಥವಾ ಮಾನವ ಸಂದರ್ಶಕರಿಗೆ ಹೆಚ್ಚು ಭಯಪಡಬೇಕೆ ಎಂದು ತಿಳಿಯಲಿಲ್ಲ.

ಆ ಸಂಜೆ ಫಾರ್ಮ್‌ಹೌಸ್‌ನಿಂದ ಜೋರಾಗಿ ನಗು ಮತ್ತು ಗಾಯನದ ಸ್ಫೋಟಗಳು ಬಂದವು. ಮತ್ತು ಇದ್ದಕ್ಕಿದ್ದಂತೆ, ಬೆರೆತ ಧ್ವನಿಗಳ ಧ್ವನಿಯಲ್ಲಿ, ಪ್ರಾಣಿಗಳು ಕುತೂಹಲದಿಂದ ಹೊಡೆದವು. ಮೊದಲ ಬಾರಿಗೆ ಪ್ರಾಣಿಗಳು ಮತ್ತು ಮನುಷ್ಯರು ಸಮಾನತೆಯ ವಿಷಯದಲ್ಲಿ ಭೇಟಿಯಾಗುತ್ತಿರುವಾಗ ಅಲ್ಲಿ ಏನಾಗಬಹುದು? ಒಂದೇ ಒಪ್ಪಂದದಿಂದ ಅವರು ತೋಟದ ತೋಟಕ್ಕೆ ಸಾಧ್ಯವಾದಷ್ಟು ಸದ್ದಿಲ್ಲದೆ ತೆವಳಲು ಪ್ರಾರಂಭಿಸಿದರು.

ಗೇಟ್‌ನಲ್ಲಿ, ಅವರು ಹಿಂಜರಿಯುತ್ತಾರೆ, ಮುಂದುವರಿಯಲು ಹೆದರುತ್ತಿದ್ದರು, ಆದರೆ ಕ್ಲೋವರ್ ಒಳಗೆ ದಾರಿ ಮಾಡಿಕೊಂಡರು. ಅವರು ಮನೆಯತ್ತ ತುದಿಗಾಲು ಹಾಕಿದರು, ಮತ್ತು ಸಾಕಷ್ಟು ಎತ್ತರದ ಪ್ರಾಣಿಗಳು ಊಟದ ಕೋಣೆಯ ಕಿಟಕಿಯಿಂದ ಇಣುಕಿ ನೋಡಿದವು. ಒಳಗೆ, ಉದ್ದನೆಯ ಮೇಜಿನ ಸುತ್ತಲೂ, ಆರು ರೈತರು ಮತ್ತು ಆರು ಪ್ರಮುಖ ಹಂದಿಗಳು ಕುಳಿತಿದ್ದವು, ನೆಪೋಲಿಯನ್ ಸ್ವತಃ ಮೇಜಿನ ತಲೆಯ ಮೇಲೆ ಗೌರವಾನ್ವಿತ ಸ್ಥಳದಲ್ಲಿ ಕುಳಿತರು. ಹಂದಿಗಳು ತಮ್ಮ ಕುರ್ಚಿಗಳಲ್ಲಿ ಸಂಪೂರ್ಣವಾಗಿ ಆರಾಮದಾಯಕವೆಂದು ತೋರುತ್ತಿದೆ. ಗುಂಪು ಇಸ್ಪೀಟೆಲೆಗಳನ್ನು ಆಡುತ್ತಿದ್ದರು ಆದರೆ ಟೋಸ್ಟ್ ಮಾಡಲು ವಿರಾಮಗೊಳಿಸಿದ್ದರು. ಬಿಯರ್‌ನ ದೊಡ್ಡ ಜಗ್ ಸುತ್ತಲೂ ಹಾದುಹೋಯಿತು, ಮತ್ತು ಮಗ್‌ಗಳನ್ನು ಪುನಃ ತುಂಬಿಸಲಾಯಿತು. ಕಿಟಕಿಯಲ್ಲಿ ನೋಡುತ್ತಿರುವ ಯಾವ ಪ್ರಾಣಿಯೂ ಗಮನಕ್ಕೆ ಬರಲಿಲ್ಲ.

ಫಾಕ್ಸ್‌ವುಡ್‌ನ ಮಿಸ್ಟರ್ ಪಿಲ್ಕಿಂಗ್ಟನ್ ತನ್ನ ಚೊಂಬು ಹಿಡಿದು ನಿಂತರು. ಶೀಘ್ರದಲ್ಲೇ ಎಲ್ಲರಿಗೂ ಟೋಸ್ಟ್ ಮಾಡುವಂತೆ ಹೇಳುವುದಾಗಿ ಹೇಳಿದರು. ಆದರೆ ಅದನ್ನು ಮಾಡುವ ಮೊದಲು, ಅವರು ಕೆಲವು ಮಾತುಗಳನ್ನು ಹೇಳಲು ಬಯಸಿದ್ದರು.

ಇದು ತನಗೆ ಅತೀವ ಸಂತಸ ತಂದಿದೆ ಎಂದು ಹೇಳಿದ ಅವರು, ಸುದೀರ್ಘ ಕಾಲದ ಅಪನಂಬಿಕೆ ಮತ್ತು ತಪ್ಪು ತಿಳುವಳಿಕೆ ಈಗ ಕೊನೆಗೊಂಡಿದೆ ಎಂದು ತಿಳಿದು ಅಲ್ಲಿದ್ದ ಎಲ್ಲರಿಗೂ ಖಚಿತವಾಗಿದೆ. ಅವನು ಮತ್ತು ಹಾಜರಿದ್ದ ಇತರರು ಈ ಭಾವನೆಗಳನ್ನು ಹಂಚಿಕೊಳ್ಳದಿದ್ದರೂ, ಅನಿಮಲ್ ಫಾರ್ಮ್‌ನ ಗೌರವಾನ್ವಿತ ಮಾಲೀಕರನ್ನು

ಹಗೆತನದಿಂದ ಅಲ್ಲ, ಆದರೆ ಅವರ ಮಾನವ ನೆರೆಹೊರೆಯವರು ಕೆಲವು ಅನುಮಾನದಿಂದ ನೋಡುವ ಸಮಯವಿತ್ತು ಎಂದು ಅವರು ಉಲ್ಲೇಖಿಸಿದ್ದಾರೆ. ದುರದೃಷ್ಟಕರ ಘಟನೆಗಳು ಮತ್ತು ತಪ್ಪುಗ್ರಹಿಕೆಗಳು ನಡೆದಿವೆ. ಹಂದಿಗಳು ನಡೆಸುವ ಫಾರ್ಮ್ ಹೇಗಾದರೂ ಅಸಾಮಾನ್ಯವಾಗಿದೆ ಮತ್ತು ನೆರೆಹೊರೆಯವರಿಗೆ ತೊಂದರೆಯಾಗಬಹುದು ಎಂದು ಜನರು ಭಾವಿಸಿದ್ದರು. ಇಂತಹ ಫಾರ್ಮ್ ಅವ್ಯವಸ್ಥೆ ಮತ್ತು ಅಶಿಸ್ತಿನದ್ದಾಗಿದೆ ಎಂದು ಅನೇಕ ರೈತರು ಪರಿಶೀಲಿಸದೆ ಊಹಿಸಿದ್ದರು. ಇದು ತಮ್ಮ ಸ್ವಂತ ಪ್ರಾಣಿಗಳು ಅಥವಾ ತಮ್ಮ ಮಾನವ ಕೆಲಸಗಾರರ ಮೇಲೆ ಹೇಗೆ ಪರಿಣಾಮ ಬೀರಬಹುದು ಎಂದು ಅವರು ಚಿಂತಿತರಾಗಿದ್ದರು. ಆದರೆ ಈಗ ಈ ಅನುಮಾನಗಳೆಲ್ಲ ಮಾಯವಾಗಿವೆ. ಇಂದು, ಅವರು ಮತ್ತು ಅವರ ಸ್ನೇಹಿತರು ಅನಿಮಲ್ ಫಾರ್ಮ್‌ಗೆ ಭೇಟಿ ನೀಡಿದರು ಮತ್ತು ಅದರ ಪ್ರತಿಯೊಂದು ಭಾಗವನ್ನು ಸ್ವತಃ ಪರಿಶೀಲಿಸಿದರು. ಮತ್ತು ಅವರು ಏನು ಕಂಡುಕೊಂಡರು? ಅತ್ಯಾಧುನಿಕ ವಿಧಾನಗಳಷ್ಟೇ ಅಲ್ಲ ಶಿಸ್ತು, ಸಂಘಟನೆಯೂ ಎಲ್ಲ ರೈತರಿಗೆ ಮಾದರಿಯಾಗಬೇಕು. ಅನಿಮಲ್ ಫಾರ್ಮ್‌ನಲ್ಲಿರುವ ಪ್ರಾಣಿಗಳು ಕೌಂಟಿಯ ಯಾವುದೇ ಪ್ರಾಣಿಗಳಿಗಿಂತ ಹೆಚ್ಚು ಶ್ರಮವಹಿಸುತ್ತವೆ ಮತ್ತು ಕಡಿಮೆ ಆಹಾರವನ್ನು ಪಡೆಯುತ್ತವೆ ಎಂದು ಅವರು ನಂಬಿದ್ದರು. ವಾಸ್ತವವಾಗಿ, ಅವನು ಮತ್ತು ಅವನ ಸಹ ಸಂದರ್ಶಕರು ತಮ್ಮ ಸ್ವಂತ ಜಮೀನಿನಲ್ಲಿ ಈಗಿನಿಂದಲೇ ಅಳವಡಿಸಿಕೊಳ್ಳಲು ಯೋಜಿಸಿದ ಅನೇಕ ವಿಷಯಗಳನ್ನು ನೋಡಿದರು.

ಅನಿಮಲ್ ಫಾರ್ಮ್ ಮತ್ತು ಅದರ ನೆರೆಹೊರೆಯವರ ನಡುವೆ ಇದ್ದ ಮತ್ತು ಮುಂದುವರೆಯಬೇಕಾದ ಸೌಹಾರ್ದ ಸಂಬಂಧವನ್ನು ಮತ್ತೊಮ್ಮೆ ಒತ್ತಿಹೇಳುವ ಮೂಲಕ ಅವರು ತಮ್ಮ ಟೀಕೆಗಳನ್ನು ಮುಗಿಸುತ್ತಾರೆ. ಹಂದಿಗಳು ಮತ್ತು ಮನುಷ್ಯರ ನಡುವೆ ಹಿತಾಸಕ್ತಿಗಳ ಸಂಘರ್ಷ ಇರಲಿಲ್ಲ ಮತ್ತು ಇರಬಾರದು. ಅವರ ಕಷ್ಟಗಳು ಮತ್ತು ಕಷ್ಟಗಳು ಎಲ್ಲೆಡೆ ಒಂದೇ ಆಗಿದ್ದವು. ಕಾರ್ಮಿಕರ ಸಮಸ್ಯೆ ಎಲ್ಲರಿಗೂ ಒಂದೇ ಆಗಿರಲಿಲ್ಲವೇ? ಈ ಹಂತದಲ್ಲಿ, ಶ್ರೀ ಪಿಲ್ಕಿಂಗ್ಟನ್ ಗುಂಪಿನೊಂದಿಗೆ ಚೆನ್ನಾಗಿ ಸಿದ್ಧಪಡಿಸಿದ ಜೋಕ್ ಅನ್ನು ಹಂಚಿಕೊಳ್ಳಲು ಹೊರಟಿದ್ದಾರೆ ಎಂದು ತೋರುತ್ತಿದೆ, ಆದರೆ ಅವರು ಅದನ್ನು ಹೇಳಲು ತುಂಬಾ ಖುಷಿಪಟ್ಟರು. ಹೆಚ್ಚು ಉಸಿರುಗಟ್ಟಿದ

ನಂತರ, ಅವನ ವಿವಿಧ ಗಲ್ಲಗಳು ನೇರಳೆ ಬಣ್ಣಕ್ಕೆ ತಿರುಗಿದಾಗ, ಅವನು ಅದನ್ನು ಹೊರತೆಗೆಯಲು ಯಶಸ್ವಿಯಾದನು: "ನೀವು ಹೋರಾಡಲು ನಿಮ್ಮ ಕೆಳಗಿನ ಪ್ರಾಣಿಗಳನ್ನು ಹೊಂದಿದ್ದರೆ," ಅವರು ಹೇಳಿದರು, "ನಮಗೆ ನಮ್ಮ ಕೆಳ ವರ್ಗಗಳಿವೆ!" ಈ ಬಾನ್ ಮಾಟ್ ಘರ್ಜನೆಯಲ್ಲಿ ಟೇಬಲ್ ಅನ್ನು ಹೊಂದಿಸಿತು ಮತ್ತು ಶ್ರೀ ಪಿಲ್ಕಿಂಗ್ಟನ್ ಮತ್ತೊಮ್ಮೆ ಹಂದಿಗಳನ್ನು ಕಡಿಮೆ ಪಡಿತರ, ದೀರ್ಘಾವಧಿಯ ಕೆಲಸದ ಸಮಯ ಮತ್ತು ಅನಿಮಲ್ ಫಾರ್ಮ್‌ನಲ್ಲಿ ಅವರು ಗಮನಿಸಿದ ಸಾಮಾನ್ಯ ಅನುಪಸ್ಥಿತಿಯನ್ನು ಅಭಿನಂದಿಸಿದರು.

ಮತ್ತು ಈಗ, ಅವರು ಅಂತಿಮವಾಗಿ ಹೇಳಿದರು, ಅವರು ತಮ್ಮ ಪಾದಗಳಿಗೆ ಏರಲು ಮತ್ತು ಅವರ ಕನ್ನಡಕವು ತುಂಬಿದೆ ಎಂದು ಖಚಿತಪಡಿಸಿಕೊಳ್ಳಲು ಕಂಪನಿಯನ್ನು ಕೇಳುತ್ತಾರೆ. "ಜಂಟಲ್‌ಮೆನ್," ಪಿಲ್ಕಿಂಗ್ಟನ್, "ಸಜ್ಜನರೇ, ನಾನು ನಿಮಗೆ ಟೋಸ್ಟ್ ನೀಡುತ್ತೇನೆ: ಅನಿಮಲ್ ಫಾರ್ಮ್‌ನ ಸಮೃದ್ಧಿಗೆ!"

ಉತ್ಸಾಹದ ಹರ್ಷೋದ್ಗಾರ ಮತ್ತು ಪಾದಗಳ ಮುದ್ರೆಯೊತ್ತಲಾಯಿತು. ನೆಪೋಲಿಯನ್ ಎಷ್ಟು ಸಂತುಷ್ಟನಾದನೆಂದರೆ ಅವನು ತನ್ನ ಸ್ಥಳವನ್ನು ತೊರೆದು ಮೇಜಿನ ಸುತ್ತಲೂ ಬಂದು ಮಿಸ್ಟರ್ ಪಿಲ್ಕಿಂಗ್ಟನ್‌ನ ವಿರುದ್ಧ ತನ್ನ ಮಗ್ ಅನ್ನು ಖಾಲಿ ಮಾಡುವ ಮೊದಲು ಅದನ್ನು ಹಿಡಿದನು. ಹರ್ಷೋದ್ಗಾರ ಕಡಿಮೆಯಾದಾಗ, ನೆಪೋಲಿಯನ್ ತನ್ನ ಕಾಲುಗಳ ಮೇಲೆ ಉಳಿದುಕೊಂಡನು, ತನಗೂ ಹೇಳಲು ಕೆಲವು ಪದಗಳಿವೆ ಎಂದು ತಿಳಿಸಿದನು.

ನೆಪೋಲಿಯನ್ನ ಎಲ್ಲಾ ಭಾಷಣಗಳಂತೆ, ಇದು ಚಿಕ್ಕದಾಗಿದೆ ಮತ್ತು ಬಿಂದುವಾಗಿತ್ತು. ಅವರೂ ಕೂಡ ತಪ್ಪು ತಿಳುವಳಿಕೆಯ ಅವಧಿ ಮುಗಿಯುತ್ತಿದೆ ಎಂದು ಸಂತಸ ವ್ಯಕ್ತಪಡಿಸಿದರು. ದೀರ್ಘಕಾಲದವರೆಗೆ, ವದಂತಿಗಳು ಹರಡಿದ್ದವು, ಕೆಲವು ಮಾರಣಾಂತಿಕ ಶತ್ರುಗಳಿಂದ, ತನ್ನ ಮತ್ತು ಅವನ ಸಹೋದ್ಯೋಗಿಗಳ ದೃಷ್ಟಿಕೋನದಲ್ಲಿ ವಿಧ್ವಂಸಕ ಮತ್ತು ಕ್ರಾಂತಿಕಾರಿ ಏನಾದರೂ ಇದೆ ಎಂದು ಅವರು ಯೋಚಿಸಲು ಕಾರಣವಿತ್ತು. ಅಕ್ಕಪಕ್ಕದ ಜಮೀನಿನಲ್ಲಿ ಪ್ರಾಣಿಗಳ ನಡುವೆ ದಂಗೆಯನ್ನು ಪ್ರಚೋದಿಸಲು ಪ್ರಯತ್ನಿಸುತ್ತಿದ್ದಾರೆ ಎಂದು ಅವರು ತಪ್ಪಾಗಿ

ಆರೋಪಿಸಿದ್ದರು. ಸತ್ಯಕ್ಕಿಂತ ಹೆಚ್ಚೇನೂ ಇರಲಾರದು! ಅವರ ಏಕೈಕ ಆಸೆ, ಈಗ ಮತ್ತು ಹಿಂದೆ, ಶಾಂತಿಯುತವಾಗಿ ಬದುಕುವುದು ಮತ್ತು ತಮ್ಮ ನೆರೆಹೊರೆಯವರೊಂದಿಗೆ ಸಾಮಾನ್ಯ ವ್ಯವಹಾರ ಸಂಬಂಧಗಳನ್ನು ಕಾಪಾಡಿಕೊಳ್ಳುವುದು. ಅವರು ನಿರ್ವಹಿಸುವ ಗೌರವವನ್ನು ಹೊಂದಿದ್ದ ಈ ಫಾರ್ಮ್ ಸಹಕಾರಿ ಉದ್ಯಮವಾಗಿದೆ ಎಂದು ಅವರು ಹೇಳಿದರು. ಅವರು ವೈಯಕ್ತಿಕವಾಗಿ ಹೊಂದಿದ್ದ ಹಕ್ಕುಪತ್ರಗಳನ್ನು ಹಂದಿಗಳು ಜಂಟಿಯಾಗಿ ಹೊಂದಿದ್ದರು.

ಯಾವುದೇ ಹಳೆಯ ಅನುಮಾನಗಳು ಉಳಿದಿವೆ ಎಂದು ಅವರು ಯೋಚಿಸಲಿಲ್ಲ, ಆದರೆ ಫಾರ್ಮ್ನ ದಿನಚರಿಯಲ್ಲಿನ ಕೆಲವು ಇತ್ತೀಚಿನ ಬದಲಾವಣೆಗಳು ಆತ್ಮವಿಶ್ವಾಸವನ್ನು ಹೆಚ್ಚಿಸಬೇಕು ಎಂದು ಅವರು ಹೇಳಿದರು. ಇಲ್ಲಿಯವರೆಗೆ, ಜಮೀನಿನಲ್ಲಿನ ಪ್ರಾಣಿಗಳು ಪರಸ್ಪರ "ಒಡನಾಡಿ" ಎಂದು ಕರೆಯುವ ಸಿಲ್ಲಿ ಅಭ್ಯಾಸವನ್ನು ಹೊಂದಿದ್ದವು. ಇದನ್ನು ನಿಲ್ಲಿಸಲಾಗುವುದು. ಪ್ರತಿ ಭಾನುವಾರ ಬೆಳಿಗ್ಗೆ ತೋಟದಲ್ಲಿ ಕಂಬಕ್ಕೆ ಹೊಡೆಯಲಾದ ಹಂದಿಯ ತಲೆಬುರುಡೆಯ ಹಿಂದೆ ಮೆರವಣಿಗೆ ಮಾಡುವ ಒಂದು ವಿಶಿಷ್ಟ ಪದ್ಧತಿಯೂ ಇತ್ತು, ಅದರ ಮೂಲ ತಿಳಿದಿಲ್ಲ. ಇದು ಕೂಡ ನಿಗ್ರಹಿಸಲ್ಪಡುತ್ತದೆ ಮತ್ತು ತಲೆಬುರುಡೆಯನ್ನು ಈಗಾಗಲೇ ಸಮಾಧಿ ಮಾಡಲಾಗಿದೆ. ಅವನ ಸಂದರ್ಶಕರು ಮಾಸ್ಟ್‌ಹೆಡ್‌ನಿಂದ ಹಾರಿದ ಹಸಿರು ಧ್ವಜವನ್ನು ಸಹ ಗಮನಿಸಿರಬಹುದು. ಹಾಗಿದ್ದಲ್ಲಿ, ಈ ಹಿಂದೆ ಗುರುತಿಸಲಾಗಿದ್ದ ಬಿಳಿ ಗೊರಸು ಮತ್ತು ಕೊಂಬನ್ನು ಈಗ ತೆಗೆದುಹಾಕಲಾಗಿದೆ ಎಂದು ಅವರು ಗಮನಿಸಿರಬಹುದು. ಇದು ಇನ್ನು ಮುಂದೆ ಸರಳ ಹಸಿರು ಧ್ವಜವಾಗಿರುತ್ತದೆ.

ಪಿಲ್ಕಿಂಗ್ಟನ್ ಅವರ ಅತ್ಯುತ್ತಮ ಮತ್ತು ಸ್ನೇಹಪರ ಭಾಷಣದ ಬಗ್ಗೆ ಅವರು ಒಂದೇ ಒಂದು ಟೀಕೆಯನ್ನು ಹೊಂದಿದ್ದರು. ಪಿಲ್ಕಿಂಗ್ಟನ್ ಅವರು "ಅನಿಮಲ್ ಫಾರ್ಮ್" ಅನ್ನು ಉಲ್ಲೇಖಿಸಿದ್ದಾರೆ. ಈಗ ಮೊದಲ ಬಾರಿಗೆ ಅದನ್ನು ಘೋಷಿಸಿದ ನೆಪೋಲಿಯನ್, "ಅನಿಮಲ್ ಫಾರ್ಮ್" ಎಂಬ ಹೆಸರನ್ನು ರದ್ದುಗೊಳಿಸಲಾಗಿದೆ ಎಂದು ಹೇಳಿದರು. ಇಂದಿನಿಂದ, ಫಾರ್ಮ್ ಅನ್ನು "ಮ್ಯಾನರ್ ಫಾರ್ಮ್" ಎಂದು

ಕರೆಯಲಾಗುತ್ತದೆ, ಇದು ಅದರ ನಿಜವಾದ ಮತ್ತು ಮೂಲ ಹೆಸರು ಎಂದು ಅವರು ನಂಬಿದ್ದರು.

"ಮಹನೀಯರೆ," ನೆಪೋಲಿಯನ್ ತೀರ್ಮಾನಿಸಿದರು, "ನಾನು ಮೊದಲಿನಂತೆಯೇ ಅದೇ ಟೋಸ್ಟ್ ಅನ್ನು ಪ್ರಸ್ತಾಪಿಸುತ್ತೇನೆ, ಆದರೆ ಹೊಸ ರೀತಿಯಲ್ಲಿ. ನಿಮ್ಮ ಕನ್ನಡಕವನ್ನು ಮೇಲಕ್ಕೆ ತುಂಬಿಸಿ. ನನ್ನ ಟೋಸ್ಟ್ ಇಲ್ಲಿದೆ: ಮ್ಯಾನರ್ ಫಾರ್ಮ್‌ನ ಸಮೃದ್ಧಿಗೆ!"

ಮೊದಲಿನಂತೆಯೇ ಜೋರಾದ ಹರ್ಷೋದ್ಗಾರ, ಮತ್ತು ಮಗ್ಗಳು ಕೊನೆಯ ಹನಿಗೆ ಖಾಲಿಯಾದವು. ಆದರೆ ಹೊರಗಿನ ಪ್ರಾಣಿಗಳು ನೋಡುತ್ತಿರುವಂತೆ ಅವರಿಗೆ ಏನೋ ವಿಚಿತ್ರ ಸಂಭವಿಸುತ್ತಿರುವಂತೆ ತೋರಿತು. ಹಂದಿಗಳ ಮುಖದ ವ್ಯತ್ಯಾಸವೇನು? ಕ್ಲೋವರ್‌ನ ಹಳೆಯ, ಮಸುಕಾದ ಕಣ್ಣುಗಳು ಒಂದು ಹಂದಿಯಿಂದ ಇನ್ನೊಂದಕ್ಕೆ ಚಲಿಸಿದವು. ಕೆಲವರಿಗೆ ಐದು ಗಲ್ಲಗಳಿದ್ದವು, ಕೆಲವರಿಗೆ ನಾಲ್ಕು, ಕೆಲವರಿಗೆ ಮೂರು. ಆದರೆ ಅದು ಏನು ಬದಲಾಗುತ್ತಿದೆ ಮತ್ತು ಬದಲಾಗುತ್ತಿದೆ ಎಂದು ತೋರುತ್ತಿದೆ? ಚಪ್ಪಾಳೆ ಕಡಿಮೆಯಾದ ನಂತರ, ಗುಂಪು ತಮ್ಮ ಕಾರ್ಡ್ ಆಟಕ್ಕೆ ಹಿಂತಿರುಗಿತು ಮತ್ತು ಪ್ರಾಣಿಗಳು ಸದ್ದಿಲ್ಲದೆ ಜಾರಿಕೊಂಡವು.

ಆದರೆ ಅವರು ಹಠಾತ್ತನೆ ನಿಲ್ಲಿಸುವ ಮೊದಲು ಅವರು ಇಪ್ಪತ್ತು ಗಜಗಳಷ್ಟು ಹೋಗಿರಲಿಲ್ಲ. ಫಾರ್ಮ್‌ಹೌಸ್‌ನಿಂದ ಜೋರಾಗಿ ಗಲಾಟೆ ಬರುತ್ತಿತ್ತು. ಅವರು ಹಿಂತಿರುಗಿ ಓಡಿ ಮತ್ತೆ ಕಿಟಕಿಯ ಮೂಲಕ ನೋಡಿದರು. ಹೌದು, ತೀವ್ರ ವಾಗ್ವಾದ ನಡೆಯುತ್ತಿತ್ತು. ಕೂಗಾಟ, ಮೇಜಿನ ಮೇಲೆ ಬಡಿಯುವುದು, ಅನುಮಾನಾಸ್ಪದ ನೋಟಗಳು ಮತ್ತು ಕೋಪದ ನಿರಾಕರಣೆಗಳು ಇದ್ದವು. ನೆಪೋಲಿಯನ್ ಮತ್ತು ಪಿಲ್ಕಿಂಗ್ಟನ್ ಇಬ್ಬರೂ ಏಕಕಾಲದಲ್ಲಿ ಸ್ಪೇಡ್ಸ್ ಅನ್ನು ಆಡಿದ್ದರಿಂದ ತೊಂದರೆ ಪ್ರಾರಂಭವಾಯಿತು ಎಂದು ತೋರುತ್ತದೆ.

ಹನ್ನೆರಡು ಧ್ವನಿಗಳು ಕೋಪದಿಂದ ಕೂಗುತ್ತಿದ್ದವು ಮತ್ತು ಅವರೆಲ್ಲರೂ ಒಂದೇ ರೀತಿಯಲ್ಲಿ ಧ್ವನಿಸಿದರು. ಹಂದಿಗಳ ಮುಖಕ್ಕೆ ಏನಾಯಿತು ಎಂಬುದರ ಬಗ್ಗೆ ಈಗ ಯಾವುದೇ ಅನುಮಾನವಿರಲಿಲ್ಲ. ಹೊರಗಿನ ಪ್ರಾಣಿಗಳು ಹಂದಿಯಿಂದ

ಮನುಷ್ಯನನ್ನು, ಮತ್ತು ಮನುಷ್ಯನಿಂದ ಹಂದಿಯನ್ನು ಮತ್ತೆ ಮತ್ತೆ ಹಿಂತಿರುಗಿ
ನೋಡಿದವು; ಆದರೆ ಯಾವುದು ಯಾವುದಾಗಿತ್ತು ಎಂದು ಹೇಳಲು ಆಗಲೇ
ಅಸಾಧ್ಯವಾಗಿತ್ತು.

ನವೆಂಬರ್ 1943-ಫೆಬ್ರವರಿ 1944

ಮುಕ್ತಾಯ

ಐ ಎಸ್ ಬಿ ಎನ್ ಸಂಖ್ಯೆಯೊಂದಿಗೆ ಶೀರ್ಷಿಕೆಗಳ ಪಟ್ಟಿ

ಐ ಎಸ್ ಬಿ ಎನ್	ಶೀರ್ಷಿಕೆ
9788194914129	1984
9789390575220	1984 ಆಂಡ್ ಅನಿಮಲ್ ಫಾರ್ಮ್ (2 ಇನ್ 1)
9789390575572	1984 ಆಂಡ್ ಅನಿಮಲ್ ಫಾರ್ಮ್ (2 ಇನ್ 1): ದಿ ಇಂಟರ್ನ್ಯಾಷನಲ್ ಬೆಸ್ಟ್ ಸೆಲ್ಲಿಂಗ್ ಕ್ಲಾಸಿಕ್ಸ್
9789390575848	35 ಸೊನ್ನೆಟ್ಸ್
9789390575329	ಎ ಕ್ಲರ್ಗಿಮನ್'ಸ್ ಡಾಟರ್
9789390575923	ಎ ಸ್ಟಡಿ ಇನ್ ಸ್ಕಾರ್ಲೆಟ್

9789390896097	ಎ ಟೇಲ್ ಆಫ್ ಟೂ ಸಿಟೀಸ್
9789390896837	ಅಬೈಡ್ ಇನ್ ಕ್ರೈಸ್ಟ್
9789390896202	ಅಬ್ರಹಾಂ ಲಿಂಕನ್
9789390896912	ಯಾಬ್ಸುಲೂಟ್ ಸರೆಂಡರ್
9789390896608	ಆಫ್ರಿಕನ್ ಅಮೆರಿಕನ್ ಕ್ಲಾಸಿಕ್ ಕಲೆಕ್ಷನ್
9789390575305	ಆಲ್ಡಸ್ಸ್ ಹಕ್ಸ್ಲ : ದಿ ಕಲೆಕ್ಟೆಡ್ ವರ್ಕ್ಸ್
9789390896141	ಯಾನ್ ಆಟೋಬಯಾಗ್ರಫಿ ಆಫ್ ಎಂ. ಕೆ. ಗಾಂಧಿ

9789390575886	ಅನಿಮಲ್ ಫಾರ್ಮ್
9789390575619	ಅನಿಮಲ್ ಫಾರ್ಮ್ ಆಂಡ್ ದಿ ಗ್ರೇಟ್ ಗಾಟ್ಸ್ಬ್ಯ (2ಇನ್1)
9789390575626	ಅನಿಮಲ್ ಫಾರ್ಮ್ ಆಂಡ್ ವೀ
9789390896158	ಯಾನ್ನ ಕರೆನಿನಾ
9789390575534	ಆಂಟಿಕ್ ಹೇ
9789390896165	ಆಂಟೋನಿ ಆಂಡ್ ಕ್ಲಿಯೋಪಾತ್ರ
9789390896172	ಯಾಸ್ ಐ ಲೇ ಡ್ಯೈಯಿಂಗ್

9789390896226	ಯ್ಯಾಸ್ ಯು ಲೈಕ್ ಇಟ್
9789390575671	ಅಟ್ ಯುವರ್ ಕಮಾಂಡ್
9789390575350	ಅವಕನೆಡ್ ಇಮ್ಯಾಜಿನೇಶನ್
9789390575114	ಬಿ ವಾಟ್ ಯು ವಿಶ್
9789390896233	ಬಿಲೀವ್ ಇನ್ ಯುವರ್ಸೆಲ್ಫ್
9789390896998	ಬೆಸ್ಟ್ ಆಫ್ ಚಾರ್ಲ್ಸ್ ಡಾರ್ವಿನ್: ದಿ ಆರಿಜಿನ್ ಆಫ್ ಸ್ಪೀಸೀಸ್ ಆಂಡ್ ಆಟೋಬಯಾಗ್ರಫಿ
9789390896684	ಬೆಸ್ಟ್ ಆಫ್ ಹಾರರ್ : ಡ್ರಾಕುಲಾ ಅಂಡ್ ಫ್ರಾಂಕೆನ್ಸ್ಟೆಯಿನ್

9789390575503	ಬೆಸ್ಟ್ ಆಫ್ ಮಾರ್ಕ್ ಟ್ವೈನ್ (ದಿ ಅಡವೆಂಟ್ನರ್ಸ್ ಆಫ್ ಟಾಮ್ ಸಾಯರ್ ಅಂಡ್ ದಿ ಅಡವೆಂಟ್ನರ್ಸ್ ಆಫ್ ಹಕ್ಲ್ಬೆರಿ ಫಿನ್
9789390896769	ಬ್ಲಾಕ್ ಹಿಸ್ಟರಿ ಕಲೆಕ್ಷನ್
9789390575756	ಬ್ರೇವ್ ನ್ಯೂ ವರ್ಲ್ಡ್, ಅನಿಮಲ್ ಫಾರ್ಮ್ ಆಂಡ್ 1984 (3 ಇನ್ 1)
9789390896240	ಬ್ರದರ್ ಕರಾಂಯ್ಝೋವ್
9789390575053	ಬುಲ್ಲೆಹ್ ಶಾಹ್ ಪೊಯೆಟ್ರಿ
9789390575725	ಬರ್ಮೀಸ್ ಡೇಸ್
9789390896257	ಬುಷಿಡೊ

9789390896066	ಕಾಂಟ್ ಹರ್ಟ್ ಮೇ
9788194914112	ಚಾಣಕ್ಯ ನೀತಿ: ವಿಥ್ ದಿ ಕಂಪ್ಲೀಟ್ ಸೂತ್ರಾಸ್
9789390896042	ಕ್ರೈಂ ಅಂಡ್ ಪನಿಶ್ಮೆಂಟ್
9789390575527	ಕ್ರೋಮ್ ಯಲ್ಲೋ
9789390575046	ಡೌನ್ ಅಂಡ್ ಔಟ್ ಇನ್ ಪ್ಯಾರಿಸ್ ಅಂಡ್ ಲಂಡನ್
9789390896844	ಡ್ರಾಕುಲಾ
9789390575442	ಎಮೆರ್ಸನ್ಸ್ ಎಸ್ಸಯ್ಸ್: ದಿ ಕಂಪ್ಲೀಟ್ ಫಸ್ಟ್ ಆಂಡ್ ಸೆಕೆಂಡ್ ಸೀರೀಸ್ (ಸೆಲ್ಫ್-ರಿಲಯನ್ಸ್ ಆಂಡ್ ಅಧರ್ ಎಸ್ಸಯ್ಸ್)

9789390575749	ಎಮ್ಮಾ
9789390575817	ಯೆಸ್ಸೆನ್ಶಿಯಲ್ ತೋಜರ್ ಕಲೆಕ್ಷನ್ - ದಿ ಪರ್ಸ್ಯೂಟ್ ಆಫ್ ಗಾಡ್ ಆಂಡ್ ದಿ ಪರ್ಸ್ ಆಫ್ ಮ್ಯಾನ್
9789390896578	ಫಾಸ್ಸಿಸ್ಮ್ ವಾಟ್ ಇಟ್ ಐಸ್ ಅಂಡ್ ಹೌ ಟು ಫೈಟ್ ಇಟ್
9789390575688	ಫೀಲಿಂಗ್ ಇಸ್ ದಿ ಸೀಕ್ರೆಟ್
9789390575190	ಫೈವ್ ಲೆಸೆನ್ಸ್
9789390575954	ಫ್ರಾಂಕೆನ್ಸ್ಟೈನ್
9789390575237	ಫ್ರಾಂಜ್ ಕಾಫ್ಕ : ಕಲೆಕ್ಟೆಡ್ ವರ್ಕ್ಸ್

9789390575282	ಫ್ರಾಂಜ್ ಕಾಫ್ಕ: ಶಾರ್ಟ್ ಸ್ಟೋರೀಸ್
9789390575060	ಜಾರ್ಜ್ ಆರ್ವೆಲ್ ಕಲೆಕ್ಟೆಡ್ ವರ್ಕ್ಸ್
9789390575077	ಜಾರ್ಜ್ ಆರ್ವೆಲ್ ಎಸ್ಸಯ್ಸ್
9789390575213	ಜಾರ್ಜ್ ಆರ್ವೆಲ್ ಪೊಯೆಮ್ಸ್
9788194914150	ಗ್ರೇಟೆಸ್ಟ್ ಪೊಯೆಟ್ರಿ ಎವರ್ ರಿಟ್ಟನ್ ವಾಲ್ 1
9788194914143	ಗ್ರೇಟೆಸ್ಟ್ ಪೊಯೆಟ್ರಿ ಎವರ್ ರಿಟ್ಟನ್ ವಾಲ್ 1
9789390896301	ಗುಲ್ಲಿವರ್ ಟ್ರಾವೆಲ್
9789390575961	ಗುನಾಹೊ ಕ ದೇವತಾ
9789390575893	ಎಚ್.ಪಿ. ಲೋವ್ಕ್ರಾಫ್ಟ್ ಸೆಲೆಕ್ಟೆಡ್ ಸ್ಟೋರೀಸ್ ವಾಲ್ 1

9789390575978	ಎಚ್. ಪಿ. ಲೋವ್ಕ್ರಾಫ್ಟ್ಸ್ ಸೆಲೆಕ್ಟೆಡ್ ಸ್ಟೋರೀಸ್ ವಾಲ್ 2
9789390896059	ಹ್ಯಾಮ್ಲೆಟ್
9789390575022	ಹಿಸ್ ಲಾಸ್ಟ್ ಬೋ: ಸಮ್ ರೆಮಿನಿಸ್ಸೆನ್ಸ್ ಆಫ್ ಷರ್ಲಾಕ್ ಹೋಲ್ಮ್ಸ್
9789390896134	ಹಿಸ್ಟರಿ ಆಫ್ ವೆಸ್ಟೆರ್ನ್ ಫಿಲಾಸಫಿ
9789390575121	ಹೊಮೇಜ್ ಟು ಕೆಟಾಲೋನಿಯ
9789390896219	ಹೌ ಟು ಡೆವೆಲೊಪ್ ಸೆಲ್ಫ್-ಕಾನ್ಫಿಡೆನ್ಸ್ ಅಂಡ್ ಇಂಪ್ರೂವ್ ಪಬ್ಲಿಕ್ ಸ್ಪೀಕಿಂಗ್
9789390896295	ಹೌ ಟು ಎಂಜಾಯ್ ಯುವರ್ ಲೈಫ್ ಅಂಡ್ ಯುವರ್ ಜಾಬ್

9789390575633	ಹೌ ಟು ಓನ್ ಯುವರ್ ಓನ್ ಮೈಂಡ್
9789390896318	ಹೌ ಟು ರೀಡ್ ಹ್ಯೂಮನ್ ನೇಚರ್
9789390896325	ಹೌ ಟು ಸೆಲ್ ಯುವರ್ ವೆ ಥ್ರೂ ದಿ ಲೈಫ್
9789390896370	ಹೌ ಟು ಯೂಸ್ ದಿ ಲಾಸ್ ಆಫ್ ಮೈಂಡ್
9789390896387	ಹೌ ಟು ಯೂಸ್ ದಿ ಪವರ್ ಆಫ್ ಪ್ರೇಯರ್
9789390896028	ಹೌ ಟು ವಿನ್ ಫ್ರೆಂಡ್ಸ್ ಆಂಡ್ ಇನ್ಫ್ಲುಯೆನ್ಸ್ ಪೀಪಲ್
9788194824176	ಹೌ ಟು ವಿನ್ ಫ್ರೆಂಡ್ಸ್ ಅಂಡ್ ಇನ್ಫ್ಲುಯೆನ್ಸ್ ಪೀಪಲ್
9789390896103	ಹುಮಿಲಿಟಿ ದಿ ಬ್ಯೂಟಿ ಆಫ್ ಹೋಲಿನೆಸ್
9789390896653	ಇಂಪೀರಿಯಲಿಸಮ್ ದಿ ಹೈಯೆಸ್ಟ್ ಸ್ಟೇಜ್ ಆಫ್

	ಕ್ಯಾಪಿಟಲಿಸಂ
9789390575084	ಇನ್ ಅವರ್ ಟೈಮ್
9789390575169	ಇನ್ ಅವರ್ ಟೈಮ್ ಆಂಡ್ ಥ್ರೀ ಸ್ಟೋರೀಸ್ ಅಂಡ್ ಟೆನ್ ಪೊಯೆಮ್ಸ್
9789390575145	ಜೇಮ್ಸ್ ಅಲೆನ್: ದಿ ಕಲೆಕ್ಟೆಡ್ ವರ್ಕ್ಸ್
9789390896189	ಜೀಸಸ್ ಹಿಂಸೆಲ್ಫ್
9789390575480	ಜೋ'ಸ್ ಬಾಯ್ಸ್
9789390896394	ಜೂಲಿಯಸ್ ಸೀಸರ್
9789390575404	ಕೀಪ್ ದಿ ಅಸ್ಪಿಡಿಸ್ಟ್ರ ಫ್ಲೈಯಿಂಗ್

9789390896400	ಕಿಡ್ನಾಪ್ಡ್
9789390896424	ಕಿಂಗ್ ಲಿಯರ್
9789390575824	ಲೇಡಿ ಸೂಸನ್
9789390896455	ಲಾ ಆಫ್ ಸಕ್ಸಸ್
9789390896264	ಲಿಂಕನ್ ದಿ ಅನ್ನೋನ್
9789390575565	ಲಿಟಲ್ ಮೆನ್
9789390575640	ಲಿಟಲ್ ವಿಮೆನ್
9788194914174	ಲಾಸ್ಟ್ ಹೊರೈಜನ್
9789390896462	ಮ್ಯಾಕ್ಬೆತ್

9789390896929	ಮ್ಯಾನ್ ಈಟರ್ಸ್ ಆಫ್ ಕುಮಾವ್ನ್
9789390896523	ಮ್ಯಾನ್ ದಿ ಡ್ವೇಲ್ಲಿಂಗ್ ಪ್ಲೇಸ್ ಆಫ್ ಗಾಡ್
9789390896349	ಮ್ಯಾನ್ ದಿ ಡ್ವೇಲ್ಲಿಂಗ್ ಪ್ಲೇಸ್ ಆಫ್ ಗಾಡ್
9789390575909	ಮ್ಯಾನ್ಸ್ಫೀಲ್ಡ್ ಪಾರ್ಕ್
9788194914136	ಮಂಟೋಽ ಕಿ 25 ಸರ್ವ್ರೇಷ್ಟ್ ಕಹಾನಿಯಾ
9789390896509	ಮಾರ್ಕ್ಸಿಸಂ, ಅನರ್ಚಿಸ್ಮ್, ಕಂಮ್ಯುನಿಸ್ಮ್
9789390575664	ಮ್ಯಾಥಮೆಟಿಕಲ್ ಪ್ರಿನ್ಸಿಪಲ್ಸ್ ಆಫ್ ನ್ಯಾಚುರಲ್ ಫಿಲಾಸಫಿ
9788194914198	ಮೆಡಿಟೇಷನ್ಸ್

9789390575800	ಮೇಯ್ನ್ ಕಂಪ್ಫ್
9789390575794	ಮೆಮೊರಿ ಹೌ ಟು ಡೆವೆಲೊಪ್, ಟ್ರೈನ್, ಅಂಡ್ ಉಸ್ ಇಟ್
9789390896486	ಮೈಂಡ್ ಪವರ್
9789390896585	ಮನಿ
9789390575039	ಮೊರ್ಟಲ್ ಕೊಯಿಲ್ಸ್
9789390575770	ಮೈ ಲೈಫ್ ಅಂಡ್ ವರ್ಕ್
9789390896035	ನೆರೇಟಿವ್ ಆಫ್ ದಿ ಲೈಫ್ ಆಫ್ ಫ್ರೆಡೆರಿಕ್ ಡೌಗ್ಲಾಸ್
9789390575152	ನೆವಿಲ್ಲ್ ಗೊಡ್ಡಾರ್ಡ್: ದಿ ಕಲೆಕ್ಟೆಡ್ ವರ್ಕ್ಸ್

9789390575985	ನೋರಥಾಂಗೇರ್ ಅಬ್ಬೆ
9789390896530	ನೋಟ್ಸ್ ಫ್ರಮ್ ಅಂಡಗ್ರೌಂಡ್
9789390896547	ಆಲಿವರ್ ಟ್ವಿಸ್ಟ್
9789390575459	ಆನ್ ವಾರ್
9789390575541	ಒನ್, ನನ್ ಅಂಡ್ ಎ ಹಂಡ್ರೆಡ್ ಥೌಸಂಡ್
9789390896554	ಒಥೆಲೋ
9789390575435	ಔಟ್ ಒಫ್ ದಿಸ್ ವರ್ಲ್ಡ್
9789390575015	ಪೆರ್ಸುಅಷನ್
9789390575510	ಪ್ರೇಯರ್ ದಿ ಆರ್ಟ್ ಆಫ್ ಬಿಲಿವಿಂಗ್

9789390575091	ಪ್ರೈಡ್ ಅಂಡ್ ಪ್ರಿಜುಡೀಸ್
9789390896561	ಸೈಕಿಕ್ ಪರ್ಸೆಪ್ಶನ್
9789390575381	ರಬಿನ್ದ್ರನಾಥ್ ಟಾಗೋರ್ - 5 ಬೆಸ್ಟ್ ಶಾರ್ಟ್ ಸ್ಟೋರೀಸ್ ವಾಲ್ 2
9789390575367	ರಬಿನ್ದ್ರನಾಥ್ ಟಾಗೋರ್ - ಶಾರ್ಟ್ ಸ್ಟೋರೀಸ್ (ಮಾಸ್ಟರ್ಸ್ ಕಲೆಕ್ಷನ್ಸ್ ಇನ್ಕ್ಲೂಡಿಂಗ್ ದಿ ಚೈಲ್ಡ್ಸ್ ರಿಟರ್ನ್)
9789390575374	ರಬಿನ್ದ್ರನಾಥ್ ಟಾಗೋರ್ 5 ಬೆಸ್ಟ್ ಶಾರ್ಟ್ ಸ್ಟೋರೀಸ್ ವಾಲ್ 1 (ಇನ್ಕ್ಲೂಡಿಂಗ್ ದಿ ಚೈಲ್ಡ್ಸ್ ರಿಟರ್ನ್
9789390896622	ರೋಮಿಯೋ ಆಂಡ್ ಜೂಲಿಯೆಟ್

9789390896127	ಸನಾತನ ಧರ್ಮ
9789390575596	ಸೀಡ್ಟೈಮ್ ಆಂಡ್ ಹಾರ್ವೆಸ್ಟ್
9789390896639	ಸೆಲೆಕ್ಟೆಡ್ ಸ್ಟೋರೀಸ್ ಆಫ್ ಗೈ ಡಿ ಮೌಪಸ್ಸನ್ಟ್
9789390575206	ಸೆಲ್ಫ್-ರಿಲಯನ್ಸ್ ಆಂಡ್ ಅಧರ್ ಎಸ್ಸಯ್ಸ್
9789390575176	ಸೆನ್ಸ್ ಅಂಡ್ ಸೆನ್ಸಿಬಿಲಿಟಿ
9789390575299	ಶ್ಯಾಂಚಿ ಆಇ
9789390896738	ಸೊಷಿಯಲಿಸ್ಮ್ ಯುಟೋಪಿಯನ್ ಅಂಡ್ ಸೈಂಟಿಫಿಕ್
9789390896646	ಸಕ್ಸಸ್ ಥ್ರೂ ಎ ಪಾಸಿಟಿವ್ ಮೆಂಟಲ್ ಯಾಟ್ಟಿಟ್ಯೂಡ್
9789390575428	ದಿ ಅಡವೆಂಟ್ಯುರ್ಸ್ ಆಫ್ ಹಕ್ಕ್ಲೆ ಬೇರಿ ಫಿನ್

9789390575183	ದಿ ಅಡವೆಂಟ್ಟರ್ಸ್ ಆಫ್ ಷರ್ಲಾಕ್ ಹೊಲ್ಮ್ಸ
9789390575343	ದಿ ಅಡವೆಂಟ್ಟರ್ಸ್ ಆಫ್ ಟಾಮ್ ಸಾಯರ್
9789390896691	ದಿ ಆಲ್ಕೆಮಿ ಆಫ್ ಹ್ಯಾಪಿನೆಸ್
9789390575862	ದಿ ಆರ್ಟ್ ಆಫ್ ಪಬ್ಲಿಕ್ ಸ್ಪೀಕಿಂಗ್
9789390896288	ದಿ ಆಟೋಬಯಾಗ್ರಫಿ ಆಫ್ ಚಾರ್ಲ್ಸ್ ಡಾರ್ವಿನ್
9788194914181	ದಿ ಬೆಸ್ಟ್ ಆಫ್ ಫ್ರಾಂಜ್ ಕಾಫ್ಕ: ದಿ ಮೆಟಾಮಾರ್ಫಾಸಿಸ್ ಆಂಡ್ ದಿ ಟ್ರಯಲ್
9789390575008	ದಿ ಕಾಲ್ ಆಫ್ ಸಿತುಲಹು ಅಂಡ್ ಅಧರ್ ವಿಯರ್ಡ್ ಟೇಲ್ಸ್
9789390575107	ದಿ ಕೇಸ್-ಬುಕ್ ಆಫ್ ಷರ್ಲಾಕ್ ಹೊಲ್ಮ್ಸ

9789390896110	ದಿ ಕಾಸಲ್ ಆಫ್ ಒಟ್ರ್ಯಾಂಟೊ
9789390896745	ದಿ ಕಮ್ಯುನಿಸ್ಟ್ ಮ್ಯಾನಿಫೆಸ್ಟೋ
9789390575589	ದಿ ಕಂಪ್ಲೀಟ್ ಫಿಕ್ಷನ್ ಆಫ್ ಎಚ್. ಪಿ. ಲವ್ ಕ್ರಾಫ್ಟ್
9789390575497	ದಿ ಕಂಪ್ಲೀಟ್ ವರ್ಕ್ಸ್ ಆಫ್ ಫ್ಲಾರೆನ್ಸ್ ಸ್ಕೋವೆಲ್ ಶೀನ್ನ್
9789390896820	ದಿ ಕಾನ್ ಕ್ವೆಸ್ಟ್ ಆಫ್ ಬ್ರಿಯರ್ಡ್
9789390896813	ದಿ ಡೈರಿ ಆಫ್ ಎ ಯಂಗ್ ಗರ್ಲ್
9789390896332	ದಿ ಡೈರಿ ಆಫ್ ಎ ಯಂಗ್ ಗರ್ಲ್ ದಿ ಡೆಫಿನಿಟಿವ್ ಎಡಿಷನ್ ಆಫ್ ದಿ ವರ್ಲ್ಡ್ಸ್ ಮೋಸ್ಟ್ ಫೇಮಸ್ ಡೈರಿ
9789390575701	ದಿ ಗ್ರೇಟ್ ಗಾಟ್ಸ್ಬ್ಯ್, ಅನಿಮಲ್ ಫಾರ್ಮ್ ಆಂಡ್ 1984 (3 ಇನ್ 1)

9789390575312	ದಿ ಗ್ರೇಟೆಸ್ಟ್ ವರ್ಕ್ಸ್ ಆಫ್ ಜಾರ್ಜ್ ಆರ್ವೆಲ್ (5 ಬುಕ್ಸ್) ಇನ್ಕ್ಲೂಡಿಂಗ್ 1984 ಆಂಡ್ ನಾನ್ – ಫಿಕ್ಷನ್
9789390575992	ದಿ ಹೌಂಡ್ ಆಫ್ ಬಾಸ್ಕೆರ್ವಿಲ್ಲೆಸ್
9789390896707	ದಿ ಈಡಿಯಟ್
9789390896714	ದಿ ಇನ್ವಿಸಿಬಲ್ ಮ್ಯಾನ್
9789390575657	ದಿ ನಾಲೆಜ್ ಆಫ್ ದಿ ಹೋಲಿ
9789390575558	ದಿ ಲಾ ಆಂಡ್ ದಿ ಪ್ರಾಮಿಸ್
9789390896721	ದಿ ಲಾ ಆಫ್ ಅಟ್ರಾಕ್ಷನ್

9789390896776	ದಿ ಲೀಡರ್ ಇನ್ ಯು
9789390896363	ದಿ ಲೈಫ್ ಆಫ್ ಕ್ರೈಸ್ಟ್
9789390896196	ದಿ ಮ್ಯಾನ್-ಈಟಿಂಗ್ ಲೆಪರ್ಡ್ ಆಫ್ ರುದ್ರಪ್ರಯಾಗ್
9789390896783	ದಿ ಮಾಸ್ಟರ್ ಕೀ ಟು ರೀಚಸ್
9789390575268	ದಿ ಮೆಮೋಯ್ರ್ಸ್ ಆಫ್ ಷರ್ಲಾಕ್ ಹೊಲ್ಮ್ಸ್
9789390896479	ದಿ ಮಿಡ್ಸುಮ್ಮೆರ್ ನೈಟ್'ಸ್ ಡ್ರೀಮ್
9789390575466	ದಿ ಮಿಲ್ ಆನ್ ದಿ ಫ್ಲೋಸ್
9789390896790	ದಿ ಮಿರಾಕ್ಲಸ್ ಆಫ್ ಯುವರ್ ಮೈಂಡ್
9789390896660	ದಿ ಮ್ಯೂಚುಯಲ್ ಏಡ್ ಎ ಫ್ಯಾಕ್ಟರ್ ಇನ್

	ಎವೊಲ್ಯೂಷನ್
9789390896448	ದಿ ಆರಿಜಿನ್ ಆಫ್ ಸ್ಪೀಸೀಸ್
9789390896905	ದಿ ಪೀಟರ್ ಕ್ರೋಪೋಟ್ಕಿನ್ ಆಂಥಾಲಜಿ ದಿ ಕಾನ್ಕ್ವೆಸ್ಟ್ ಆಫ್ ಬ್ರೆಡ್ ಆಂಡ್ ಮ್ಯೂಚುಯಲ್ ಏಡ್ ಏ ಫ್ಯಾಕ್ಟರ್ ಆಫ್ ಎವೊಲ್ಯೂಷನ್
9789390896806	ದಿ ಪಿಕ್ಚರ್ ಆಫ್ ಡೋರಿಯನ್ ಗ್ರೇ
9789390896271	ದಿ ಪಿಕ್ಚರ್ ಆಫ್ ಡೋರಿಯನ್ ಗ್ರೇ
9789390575275	ದಿ ಪವರ್ ಆಫ್ ಅವೇರ್ನೆಸ್
9789390896356	ದಿ ಪವರ್ ಆಫ್ ಕಾನ್ಸಂಟ್ರೇಶನ್
9788194824169	ದಿ ಪವರ್ ಆಫ್ ಪಾಸಿಟಿವ್ ಥಿಂಕಿಂಗ್

9789390575411	ದಿ ಪವರ್ ಆಫ್ ದಿ ಸ್ಪೋಕನ್ ವರ್ಡ್
9788194914105	ದಿ ಪವರ್ ಆಫ್ ಯುವರ್ ಸಬ್ಕಾನ್ಸಿಯಸ್ ಮೈಂಡ್
9789390896899	ದಿ ಪವರ್ ಆಫ್ ಯುವರ್ ಸಬ್ಕಾನ್ಸಿಯಸ್ ಮೈಂಡ್
9789390896417	ದಿ ಪ್ರಿನ್ಸಿಪಲ್ಸ್ ಆಫ್ ಕಂಮ್ಯುನಿಸ್ಮ್
9789390575787	ದಿ ಸೈಕಾಲಜಿ ಆಫ್ ಮ್ಯಾನ್ಸ್ ಪಾಸಿಬಲ್ ಎವೊಲ್ಯೂಷನ್
9789390896615	ದಿ ಸೈಕಾಲಜಿ ಆಫ್ ಸೇಲ್ಸ್ ಮಾನ್ಷಿಪ್
9789390575732	ದಿ ಪರ್ಸ್ಯೂಟ್ ಆಫ್ ಗಾಡ್
9789390575398	ದಿ ಪರ್ಸ್ಯೂಟ್ ಆಫ್ ಹ್ಯಾಪಿನೆಸ್

9789390896851	ದಿ ಕ್ವಿಕ್ ಅಂಡ್ ಈಜಿ ವೆ ಟು ಎಫೆಕ್ಟಿವ್ ಸ್ಪೀಕಿಂಗ್
9789390575947	ದಿ ರಿಟರ್ನ್ ಆಫ್ ಷರ್ಲಾಕ್ ಹೊಲ್ಮ್ಸ್
9789390575138	ದಿ ರೋಡ್ ಟು ವಿಗ್ಯಾನ್ ಪೀರ್
9789390896981	ದಿ ರೂಟ್ ಆಫ್ ದಿ ರೈಟಿಯಸ್
9789390575855	ದಿ ಸೈನ್ಸ್ ಆಫ್ ಬೀಯಿಂಗ್ ವೆಲ್
9788194914167	ದಿ ಸೈನ್ಸ್ ಆಫ್ ಗೆಟಿಂಗ್ ರಿಚ್, ದಿ ಸೈನ್ಸ್ ಆಫ್ ಬೀಯಿಂಗ್ ಗ್ರೇಟ್ ಆಂಡ್ ದಿ ಸೈನ್ಸ್ ಆಫ್ ಬೀಯಿಂಗ್ ವೆಲ್ (3 ಇನ್ 1)
9789390896011	ದಿ ಸ್ಕ್ರೂಟೇಪ್ ಲೆಟರ್ಸ್

9789390896073	ದಿ ಸ್ಕ್ರೂಟೇಪ್ ಲೆಟರ್ಸ್
9789390575336	ದಿ ಸೀಕ್ರೆಟ್ ಡೋರ್ ಟು ಸಕ್ಸಸ್
9789390575695	ದಿ ಸೀಕ್ರೆಟ್ ಆಫ್ ಇಮೇಜಿನಿಂಗ್
9789390896868	ದಿ ಸೀಕ್ರೆಟ್ ಆಫ್ ಸಕ್ಸಸ್
9789390896431	ದಿ ಸೆವೆನ್ ಲಾಸ್ಟ್ ವರ್ಡ್ಸ್
9789390575930	ದಿ ಸ್ಪೈನ್ ಆಫ್ ದಿ ಫ್ಲೋರ್
9789390896004	ದಿ ಸೊನ್ನೆಟ್ಸ್
9789390896516	ದಿ ಸೋಲ್ಸ್ ಆಫ್ ಬ್ಲಾಕ್ ಫೋಕ್
9789390896875	ದಿ ಸೌಂಡ್ ಅಂಡ್ ದಿ ಫ್ಯೂರಿ

9789390575244	ದಿ ಸ್ಟೇಟ್ ಅಂಡ್ ರೆವೊಲ್ಯೂಷನ್
9789390896882	ದಿ ಸ್ಟೋರಿ ಆಫ್ ಮೈ ಲೈಫ್
9789390896936	ದಿ ಸ್ಟೋರಿ ಆಫ್ ಓರಿಯೆಂಟಲ್ ಫಿಲಾಸಫಿ
9789390896752	ದಿ ಸ್ಟ್ರೇಂಜ್ ಕೇಸ್ ಆಫ್ ಡಾ. ಜೆಕಿಲ್ ಅಂಡ್ ಮಿ.ಹೈಡ್
9789390896943	ದಿ ಟೆಂಪೆಸ್ಟ್
9789390575916	ದಿ ವ್ಯಾಲಿ ಆಫ್ ಫಿಯರ್
9789390575879	ದಿ ವಿಂಡ್ ಇನ್ ದಿ ವಿಲ್ಲೋಸ್
9789390896080	ದಿ ವಿಂಡ್ ಇನ್ ದಿ ವಿಲ್ಲೋಸ್

9789390575763	ಧೇರ್ ಐಸ್ ವರ್ ವಾಚಿಂಗ್ ಗಾಢ್
9789390575831	ಥ್ರೀ ಸ್ಟೋರೀಸ್
9789390896950	ಟ್ವೇಲ್ಪ್ತ್ ನೈಟ್
9789390896592	ಟ್ವೇಲ್ವ್ ಇಯರ್ಸ್ ಎ ಸ್ಲೇವ್
9789390896677	ಅಪ್ ಫ್ರಮ್ ಸ್ಲೇವರಿ
9789390896974	ವ್ಯಾಲ್ಯೂ ಪ್ರೈಸ್ ಅಂಡ್ ಪ್ರಾಫಿಟ್
9789390896967	ವೇಕ್ ಅಪ್ ಅಂಡ್ ಲಿವ್
9789390896493	ವಿಥ್ ಕ್ರೈಸ್ಟ್ ಇನ್ ದಿ ಸ್ಕೂಲ್ ಆಫ್ ಪ್ರೇಯರ್
9789390575602	ಯುವರ್ ಫೇಥ್ ಇಸ್ ಯುವರ್ ಫಾರ್ಚ್ಯೂನ್

9789390575473	ಯುವರ್ ಇನ್ಫೈನೈಟ್ ಪವರ್ ಟು ಬಿ ರಿಚ್
9789390575251	ಯುವರ್ ವರ್ಡ್ ಇಸ್ ಯುವರ್ ವಾಂಡ್
9789390575718	ಯೊಥ್
9789391316099	ಎ ಕ್ರಿಸ್ಮಸ್ ಕ್ಯಾರೋಲ್
9789391316105	ಎ ಡಾಲ್'ಸ್ ಹೌಸ್
9789391316501	ಎ ಪ್ಯಾಸೇಜ್ ಟು ಇಂಡಿಯಾ
9789391316709	ಎ ಪೋರ್ಟ್ರೇಟ್ ಆಫ್ ದಿ ಆರ್ಟಿಸ್ಟ್ ಯಾಸ್ ಎ ಯಂಗ್ ಮ್ಯಾನ್
9789391316112	ಎ ಟೇಲ್ ಆಫ್ ಟೂ ಸಿಟೀಸ್

9789391316747	ಎ ಟಿಯರ್ ಅಂಡ್ ಎ ಸ್ಮೈಲ್
9789391316167	ಆಗ್ನೆಸ್ ಗ್ರೇ
9789391316174	ಅಲೈಸ್'ಸ್ ಅಡ್ವೆಂಚರ್ಸ್ ಇನ್ ವಂಡರ್ಲ್ಯಾಂಡ್
9789391316136	ಆನಂದಮತ್
9789391316181	ಆನ್ ಆಫ್ ಗ್ರೀನ್ ಗಾಬ್ಲೆಸ್
9789391316754	ಅಂಥೇಮ್
9789391316198	ಅರೌಂಡ್ ದಿ ವರ್ಲ್ಡ್ ಇನ್ 80 ಡೇಸ್
9789391316013	ಯಾಸ್ ಎ ಮ್ಯಾನ್ ಥಿಂಕೇತ್
9789391316242	ಆಟೋಬಯಾಗ್ರಫಿ ಆಫ್ ಎ ಯೋಗಿ

9789391316266	ಬಿಯಾಂಡ್ ಗುಡ್ ಅಂಡ್ ಈವಿಲ್
9789391316761	ಬ್ಲೀಕ್ ಹೌಸ್
9789391316778	ಚಿತ್ರ, ಎ ಪ್ಲೇ ಇನ್ ಒನ್ ಆಕ್ಟ್
9789391316310	ಡೇವಿಡ್ ಕಾಪರ್ಫೀಲ್ಡ್
9789391316075	ಡಿಮಿಯಾನ್
9789391316785	ಡಬ್ಲೈನರ್ಸ್
9789391316051	ಫೇವರಿಟ್ ಟೇಲ್ಸ್ ಫ್ರಮ್ ದಿ ಅರೇಬಿಯನ್ ನೈಟ್ಸ್
9789391316235	ಗೀತಾಂಜಲಿ
9789391316068	ಗ್ರಾವಿಟಿ

9789391316150	ಗ್ರೇಟ್ ಸ್ಪೀಚಸ್ ಆಫ್ ಅಬ್ರಹಾಂ ಲಿಂಕನ್
9789391316662	ಗೆರಿಲ್ಲಾ ವಾರ್ಫೇರ್
9789391316839	ಕಿಮ್
9789391316822	ಮದರ್
9789391316211	ಮೈ ಚೈಲ್ಡ್‌ವುಡ್
9789391316846	ನಾಶನಲಿಸ್ಟ್
9789391316327	ಆಲಿವರ್ ಟ್ವಿಸ್ಟ್
9789391316853	ಪಿಗ್ಮಾಲಿಯೊನ್
9789391316334	ರಿಲೇಟಿವಿಟಿ: ದಿ ಸ್ಪೆಷಲ್ ಅಂಡ್ ದಿ ಜನರಲ್ ಥಿಯರಿ

9789391316389	ಸೈಂಟಿಫಿಕ್ ಹೀಲಿಂಗ್ ಅಫರ್ಮೇಶನ್
9789391316341	ಸನ್ಸ್ ಅಂಡ್ ಲವರ್ಸ್
9789391316587	ಟೇಲ್ಸ್ ಫ್ರಮ್ ಇಂಡಿಯಾ
9789391316372	ಟೆಸ್ ಆಫ್ ದಿ ಡಿ'ಅರ್ಬರ್ ವಿಲ್ಸ್
9789391316396	ದಿ ಅವಕೇನಿಂಗ್ ಅಂಡ್ ಸೆಲೆಕ್ಟೆಡ್ ಸ್ಟೋರೀಸ್
9789391316402	ದಿ ಭಗವದ್ ಗೀತಾ
9789391316303	ದಿ ಬುಕ್ ಆಫ್ ಇನೋಚ್
9789391316228	ದಿ ಕ್ಯಾಂಟರ್ವಿಲ್ಲ್ ಘೋಸ್ಟ್
9789391316907	ದಿ ಡೈನಾಮಿಕ್ ಲಾಸ್ ಆಫ್ ಪ್ರಾಸ್ಪೆರಿಟಿ

9789391316006	ದಿ ಗ್ರೇಟ್ ಗಟ್ಸ್ಬಯ್
9789391316860	ದಿ ಹಂಗ್ರಿ ಸ್ಟೋನ್ಸ್ ಅಂಡ್ ಅಧರ್ ಸ್ಟೋರೀಸ್
9789391316433	ದಿ ಈಡಿಯಟ್
9789391316440	ದಿ ಇಂಪಾರ್ಟೆನ್ಸ್ ಆಫ್ ಬೀಯಿಂಗ್ ಅರ್ನೆಸ್ಟ್
9789391316297	ದಿ ಲೈಟ್ ಆಫ್ ಏಷ್ಯಾ
9789391316914	ದಿ ಮಾಡ್ಮ್ಯಾನ್ ಹಿಸ್ ಪ್ಯಾರಬಲ್ಸ್ ಅಂಡ್ ಪೊಯೆಮ್ಸ್
9789391316457	ದಿ ಓಡಿಸ್ಸೆಯ್
9789391316921	ದಿ ಪಿಕ್ಚರ್ ಆಫ್ ಡೋರಿಯನ್ ಗ್ರೇ
9789391316464	ದಿ ಪ್ರಿನ್ಸ್

9789391316938	ದಿ ಪ್ರಾಫೆಟ್
9789391316945	ದಿ ರಿಪಬ್ಲಿಕ್
9789391316518	ದಿ ಸ್ಕಾರ್ಲೆಟ್ ಲೆಟರ್
9789391316143	ದಿ ಸೆವೆನ್ ಲಾಸ್ ಆಫ್ ಟೀಚಿಂಗ್
9789391316525	ದಿ ಸ್ಟೋರಿ ಆಫ್ ಮೈ ಎಕ್ಸ್ಪೆರಿಮೆಂಟ್ಸ್ ವಿಥ್ ಟ್ರುಥ್
9789391316532	ದಿ ಟೇಲ್ಸ್ ಆಫ್ ದಿ ಮದರ್ ಗೂಸ್
9789391316549	ದಿ ಥರ್ಟಿ ನೈನ್ ಸ್ಟೆಪ್ಸ್
9789391316594	ದಿ ಟೈಮ್ ಮಷೀನ್
9789391316600	ದಿ ಟರ್ನ್ ಆಫ್ ದಿ ಸ್ಕ್ರೂ

9789391316983	ದಿ ಉಪನಿಷದ್ಸ್
9789391316617	ದಿ ಯಲ್ಲೋ ವಾಲ್ಪಪೆರ್
9789391316426	ದಿ ಯೋಗ ಸೂತ್ರಾಸ್ ಆಫ್ ಪತಂಜಲಿ
9789391316990	ಉಲಿಸ್ಸೆಸ್
9789391316624	ಯುಟೋಪಿಯ
9789391316679	ವ್ಯಾನಿಟಿ ಫೇರ್
9789391316020	ವಾಟ್ ಇಸ್ ಟು ಬಿ ಡನ್
9789391316686	ವಿಥಿನ್ ಎ ಬಡ್ಡಿಂಗ್ ಗ್ರೋವ್
9789391316693	ವಿಮೆನ್ ಇನ್ ಲವ್